மறக்க முடியாத மனிதர்கள்

மறக்க முடியாத மனிதர்கள்
வண்ணநிலவன் (பி. 1949)

சமகாலத் தமிழ் இலக்கியத்தின் அரிய சாதனையாளர்களில் ஒருவர். 1949 டிசம்பர் 15 அன்று திருநெல்வேலியில் பிறந்தார். தந்தை உலகநாதன், தாய் ராமலட்சுமி. வண்ணநிலவனின் இயற்பெயர் ராமச்சந்திரன். *கண்ணதாசன், கணையாழி, அன்னைநாடு, புதுவை குரல், துக்ளக், சுபமங்களா* ஆகிய பத்திரிகைகளில் பணியாற்றியுள்ளார். குறிப்பிடத்தக்க மொழிபெயர்ப்புகள், ஐம்பதுக்கும் மேற்பட்ட கவிதைகள், நூற்றைம்பதுக்கும் மேற்பட்ட சிறுகதைகள், ஆறு நாவல்கள், முந்நூற்றுக்கும் மேல் கட்டுரைகள் என எழுதியுள்ளார்.

'கடல்புரத்தில்' நாவலுக்காக இலக்கியச் சிந்தனை விருது, 'தர்மம்' சிறுகதைத் தொகுப்புக்காக, தமிழக அரசின் விருது ஆகியவற்றுடன் புதுடெல்லி ராமகிருஷ்ணா ஜெய் தயாள் மனிதநேய விருது, 'சாரல்' இலக்கிய விருது, எஸ்.ஆர்.வி. தமிழ் இலக்கிய விருது, வாலி விருது, விஜயா வாசகர் வட்டத்தின் ஜெயகாந்தன் விருது, உலகத் தமிழ்ப் பண்பாட்டு மைய விருதுகளையும் வண்ணநிலவன் பெற்றுள்ளார். 'கடல்புரத்தில்' சென்னை தொலைக்காட்சியில் பதின்மூன்று வாரத் தொடராக ஒளிபரப்பானது. 'அவள் அப்படித்தான்' திரைப்படத்தின் மூன்று வசனகர்த்தாக்களில் ஒருவராகப் பணியாற்றினார். வண்ணநிலவனின் மனைவி பெயர் சுப்புலட்சுமி. இவர்களுக்கு இரண்டு மகள்கள், ஒரு மகன் உள்ளனர். தற்போது சென்னையில் வசித்துவருகிறார்.

வண்ணநிலவனின் படைப்புகள்

- ❖ 'நேசம் மறப்பதில்லை நெஞ்சம்'
- ❖ 'கடல்புரத்தில்'
- ❖ 'கம்பாநதி'
- ❖ 'ரெயினீஸ் ஐயர் தெரு'
- ❖ 'காலம்'
- ❖ 'உள்ளும் புறமும்'
- ❖ 'எம்.எல்'

வண்ணநிலவன்

மறக்க முடியாத மனிதர்கள்

காலச்சுவடு பதிப்பகம்

அன்பார்ந்த வாசகருக்கு,

வணக்கம்.

காலச்சுவடு நூலை வாங்கியமைக்கு நன்றி.

நூலின் உள்ளடக்கம், உருவாக்கம், அட்டைப்படம் இன்ன பிற அம்சங்கள் பற்றிய உங்கள் கருத்துகளையும் ஆலோசனைகளையும் காலச்சுவடு வரவேற்கிறது. தகவல், எழுத்து, வாக்கியப் பிழைகள் தென்பட்டால் கட்டாயம் தெரிவித்து உதவுங்கள். நூல் தயாரிப்பில் கடும் குறைபாடு இருப்பின் மாற்றுப் பிரதி உங்களுக்குக் கிடைக்கக் காலச்சுவடு ஏற்பாடு செய்யும்.

மின்னஞ்சல்: publisher@kalachuvadu.com

காலச்சுவடு நாகர்கோவில் தலைமையகத்துக்கும் கடிதம் அனுப்பலாம்.

தங்கள்
எஸ்.ஆர். சுந்தரம் (கண்ணன்)
பதிப்பாளர் – நிர்வாக இயக்குநர்

மறக்க முடியாத மனிதர்கள் ❖ கட்டுரைகள் ❖ ஆசிரியர்: வண்ணநிலவன் ❖ © ராமச்சந்திரன் ❖ முதல் பதிப்பு: டிசம்பர் 2012 ❖ காலச்சுவடு முதல் பதிப்பு: டிசம்பர் 2018 ❖ வெளியீடு: காலச்சுவடு பப்ளிகேஷன்ஸ் (பி) லிட்., 669, கே.பி. சாலை, நாகர்கோவில் 629001

காலச்சுவடு பதிப்பக வெளியீடு: 876

maRakka muTiyaata manitarkaL ❖ Essays ❖ Author: Vannanilavan ❖ © Ramachandran ❖ Language: Tamil ❖ First Edition: December 2012 ❖ Kalachuvadu First Edition: December 2018 ❖ Size: Demy 1 x 8 ❖ Paper: 18.6 kg maplitho ❖ Pages: 168

Published by Kalachuvadu Publications Pvt. Ltd., 669 K.P. Road, Nagercoil 629001, India ❖ Phone: 91-4652-278525 ❖ e-mail: publications@kalachuvadu.com ❖ Wrapper printed at Print Specialities, Chennai 600014 ❖ Printed at Mani Offset, Chennai 600077

ISBN: 978-93-88631-08-2

12/2018/S.No. 876, kcp 2203, 18.6 (1) ILL

பொருளடக்கம்

முன்னுரை	9
வல்லிக்கண்ணன்	11
'விக்ரமாதித்யன்' என்ற நம்பிராஜன்	24
வண்ணதாசன்	34
ஜெ.பி. என்ற பா. ஜெயப்பிரகாசம்	47
கலாப்ரியா	51
கி. ராஜநாராயணன்	57
திருலோக சீதாராம்	66
நா. வானமாமலையும் வெ. கிருஷ்ணமூர்த்தியும்	71
தி.க.சி என்ற தி.க. சிவசங்கரன்	82
கா.மா.இல. பிரகாஷ் என்ற ஜி.எம்.எல். பிரகாஷ்	93
சுந்தர ராமசாமி	103
பிரபஞ்சன் என்ற பிரபஞ்ச கவி	114
'அம்பை' என்ற சி.எஸ். லெட்சுமி	122
அசோகமித்திரன்	130
'தீபம்' நா. பார்த்தசாரதி	137
க.நா.சு.	145
தி. ஜானகிராமன்	149
கண்ணதாசன்	154
எனது எடிட்டர் 'சோ'	160

முன்னுரை

உறவினர்களைவிட நண்பர்கள்தான் அடிக்கடி ஞாபகத்திற்கு வருகிறார்கள். உறவினர்களைவிட நண்பர்களுடன்தான் அதிகமாகப் பழகியிருக்கிறேன். பொழுதுகளைச் செலவிட்டிருக்கிறேன். திருநெல்வேலிப் பகுதியில் இதை 'வெளிவட்டாரப் பழக்கம்' என்பார்கள். இந்த வெளிவட்டாரப் பழக்கம் எனக்கு அதிகம். பேசி உறவாடுகிறவர்களாக மட்டுமில்லை. வாழ்க்கையில் கைதூக்கிவிட்டவர்கள் நிறையப்பேர். அவர்களை எல்லாம் மறக்கவே முடியாது.

முதலில் எழுத்துலக, பத்திரிகையுலக நண்பர்களைப் பற்றி எழுதிப் பார்க்கலாம் என்று தோன்றியது. இவர்களில் கவிஞர் கண்ணதாசனிடமும், சோவிடமும் அவர்களுடைய பத்திரிகைகளில் வேலை பார்த்திருக்கிறேன். 'சோ' மறைந்துவிட்டார். ஆனால் அவரது துக்ளக் இதழில் இன்றும் பணி புரிந்து வருகிறேன். இவர்கள் மட்டுமல்ல வல்லிக்கண்ணன், தி.க.சி., சுந்தர ராமசாமி, நா. வானமாமலை, வெ. கிருஷ்ணமூர்த்தி, நா. பார்த்தசாரதி, ஜி.எம்.எல். பிரகாஷ் போன்றோரும் மறைந்துவிட்டனர். ஆனால், அவர்களுடன் கழித்த பொழுதுகள், பேசிய பேச்சுகள் மனதில் இன்னமும் அழியாமலிருக்கின்றன. பெரும்பாலும் அவர்களுடன் கழித்த பொழுதுகளைப் பற்றித்தான் இதில் எழுதியிருக்கிறேன்.

திருலோக சீதாராமுடன் எனக்கு நேரடி அறிமுகமில்லை. ஆனால், அவரது உருவமும், உடையும், குரலும் பலரையும் போல் என்னையும்

கவர்ந்தது. வ.க. மூலமாக அவரைப் பற்றி நிறையக் கேள்விப்பட்டிருக்கிறேன். உணாச்சிகரமான அந்த மனிதரைப் பற்றியும் எழுத வேண்டுமென்று தோன்றியது.

எழுத்துலகத்திற்கு அப்பாலும் ஏராளமான நண்பர்கள் இருக்கின்றனர். இலக்கியப் பத்திரிகைகளை எனக்கு அறிமுகம் செய்து வைத்த முத்துக்கிருஷ்ணன், என் பால்யகால நண்பன் ரவி என்ற ரவிக்குமார், செல்வகுமார், டவுன் சுடலைமாடன்கோவில் தெரு ராகவன், அம்பி என்ற ராஜகோபால். ஜி.எஸ். என்ற ஜி. சுப்பிரமணியன் என்று இந்தப் பட்டியல் நீள்கிறது. எல்லோருடைய மனவுலகமும் அபூர்வமானவை. அவர்களுடன் கழித்த பொழுதுகள் மனோரம்மியமானவை. அவர்களைப் பற்றியும் எழுத ஆசை.

இலக்கிய – எழுத்துலக வாசகர்களுடன் தொடர்புகொள்ள எளிதாக இருக்குமென்று நினைத்துத்தான், இத்தொகுப்பிலுள்ள எழுத்தாளர்களுடனான எனது தொடர்பை எழுத நேர்ந்தது, இத்தொகுப்பை இப்போது 'காலச்சுவடு' பதிப்பகம் விரிவுபடுத்தப்பட்ட பதிப்பாக வெளியிடுகிறது. 'இதை வெளியிட வேண்டும்' என்று கண்ணனிடம் சொன்னதும் உடனே சம்மதித்தார். முதல் பதிப்பில் விடுபட்டிருந்த கண்ணதாசனைப் பற்றிய கட்டுரை இதில் இடம்பெறக் கண்ணன்தான் காரணம். "சோ'வைப் பற்றி விரிவாக எழுதித்தாருங்கள்" என்றார். கண்ணதாசனிடமும், சோவிடமும் நான் பணிபுரிந்ததை நினைவில்கொண்டு உரிமையுடன் கேட்டார். கண்ணனுக்கு என் நன்றி.

சென்னை 24   வண்ணநிலவன்
26.11.2018

வல்லிக்கண்ணன்

எனக்கு இந்தப் புனைபெயரைச் சூட்டிய ஒரு பிரபல படைப்பாளியை முன்வைத்தே ஆரம்பிக்கலாம் என்று தோன்றுகிறது. அப்போது நான் வண்ணநிலவனல்ல; வெறும் ராமச்சந்திரன். இன்றைய இலக்கிய வாசகத் தலைமுறைக்கு *க்ரியா, காலச்சுவடு, தமிழினி* போன்ற, புதுமையான படைப்புகளை வெளியிடும் பதிப்பகங்களின் பெயர்கள் அறிமுகமாகியிருக்கும். ஓரளவு *அன்னம், அகரம்* போன்ற பதிப்பகங்களின் பெயர்களும் நினைவுக்கு வரலாம். ஆனால் முப்பது வயதாகும் இன்றைய நவீன இலக்கிய வாசகருக்கு வாசகர் வட்டம், தென்மொழிகள் புத்தக டிரஸ்ட், பெர்ல் பப்ளி கேஷன்ஸ், நவயுகப் பிரசுராலயம், ஸ்டார் பப்ளிகேஷன்ஸ், அமுத நிலையம், மல்லிகை பதிப்பகம், ஜோதி பிரசுராலயம் போன்ற பதிப்பகங்களின் பெயர்கள் அநேகமாக கேள்விப்படாததாகவே இருக்கலாம். இவையெல்லாம் 50கள் முதல் 70கள் வரை மிகுந்த செல்வாக்குடன் இருந்தவை. (இவற்றில் சில இன்றும்கூட இருக்கின்றன.) பெர்ல் பதிப்பகம் பம்பாயைத் தலைமையிடமாகக் கொண்டு இயங்கி வந்தது. இப்பதிப்பகம் ஏர்னெஸ்ட் ஹெமிங்வே, வில்லியம் ஃபாக்னர் போன்ற அமெரிக்க இலக்கிய கர்த்தாக்களின் பல முக்கியமான நாவல்களைத் தமிழில் மொழிபெயர்த்து வெளியிட்டது. அப்படி தமிழில் மொழிபெயர்க்கப்பட்ட நாவல் 'தாத்தாவும்

பேரனும்'. இதை மொழிபெயர்த்தவர் வல்லிக்கண்ணண். ஃபாக்னரின் 'மங்கையர் கூடம்' என்ற நாவலை க.நா.சு. மொழிபெயர்த்திருந்தார் என்று ஞாபகம்.

பாளையங்கோட்டை கதீட்ரல் உயர்நிலைப் பள்ளியில் 60களின் ஆரம்பத்தில் படித்துக்கொண்டிருந்தபோது பள்ளி நூலகத்தில் *பெர்ல்* பதிப்பக வெளியீடுகளெல்லாம் இருந்தன. அவற்றை எடுத்துப் படித்த ஒரே அசட்டு மாணவன் நானாகத்தான் இருந்திருப்பேன். இப்படித்தான் வல்லிக்கண்ணன், க.நா. சுப்ரமண்யம் போன்ற எழுத்தாளர்களின் பெயர்கள் எனக்குப் பரிச்சயமாகின.

ஒன்பதாவது (அப்போது ஃபோர்த் ஃபார்ம்) படித்துக் கொண்டிருந்தபோது கணக்கு வகுப்புகளுக்குப் போகப் பயந்து இரண்டு மாதமாகப் பள்ளிக்கூடமே போகவில்லை. மாவட்ட மைய நூலகமே கதி என்று கிடந்தேன்; ஏராளமான நாவல்களைப் படித்தேன். நாவல் படிக்கிற பழக்கம் நாலாவது ஐந்தாவது படிக்கும்போதே தொற்றிக்கொண்டிருந்தது. அமுதசுரபி, கலைமகளில் வல்லிக்கண்ணனின் சிறுகதைகள் ஒன்றிரண்டு தட்டுப்பட்டன. கதைகளெல்லாம் நெல்லைத் தமிழில், அந்த வட்டாரத்தைப் பற்றியே இருந்தன. 'வல்லிக்கண்ணன்' என்ற பெயரின் மீது மிகுந்த மனநெருக்கத்தை அந்தக் கதைகள் ஏற்படுத்தின. பின்னர் புதுமைப்பித்தன், சுந்தர ராமசாமி சிறுகதைகளைப் படித்தபோதும் அவர்கள் கதைகளிலிருந்த வட்டார மொழியும் விவரங்களுமே என்னை அவர்கள் எழுத்தின் பக்கம் ஈர்த்தன. அழகிரிசாமி, ராஜநாராயணன் கதைகளைப் படித்தபோதும் ஆரம்பகால வாசகனான எனக்கு, அவர்கள் எழுத்துகளின் மீது ஒரு பிடிப்பும் இலக்கியத்தின் மீது ஓர் அபிமானம் ஏற்படவும் இதுவே காரணம்.

1965இல் *தீபம்* பத்திரிகையை நா. பார்த்தசாரதி ஆரம்பித்தார். ஏற்கெனவே முத்துக்கிருஷ்ணன் என்ற நண்பரின் மூலம் தாமரை அறிமுகமாகியிருந்தது. 'தீபம்' இதழை முத்துக்கிருஷ்ணன் தவறாமல் வாங்குவார். ஜங்ஷன் ஹிந்து ஹைஸ்கூலுக்கு எதிரே இருந்த இளங்கோ ஸ்டோர்ஸுக்குத்தான் தாமரையும் தீபமும் வரும். தீபத்திலும் வல்லிக்கண்ணனது சிறுகதைகள் வெளிவந்தன.

வல்லிக்கண்ணன் ஒன்று, திருநெல்வேலிக்காரராக இருக்க வேண்டும்; அல்லது, திருநெல்வேலிப் பகுதி பற்றி நன்கு பரிச்சயமானவராகவாவது இருக்க வேண்டும் என்பது என் முடிவு. திருநெல்வேலியில் எந்தத் தெருவில் இருப்பார்? தாமிரவருணி பற்றியெல்லாம் அவர் கதைகளில் வர்ணனைகள்

வருகின்றன. ஒருவேளை, வண்ணார்பேட்டைக்காரராக இருப்பாரோ? இல்லை, கொக்கிரகுளத்துக்காரரா? சிக்கிலிங் கிராமத்துக்காரராகவோ சிந்து பூந்துறைக்காரராகவோகூட இருக்கலாம். மனம் அவ்வப்போது வல்லிக்கண்ணனை நினைத்து அலைபாய்ந்து தானே ஓய்ந்துவிடும். 62 வாக்கில் துவங்கிய இந்த மனத்தேடல் 70 வரை தொடர்ந்தது. தீபமும் தாமரையும் வாங்குகிற இளங்கோ ஸ்டோர்ஸ்காரரிடமே கேட்டால் கூடத் தெரிந்துகொண்டிருக்கலாம். ஆனால் ரொம்பப் பழகிய ஆட்களைத் தவிர அடுத்த மனுஷர்களிடம் வாய்திறந்து பேசத்தான் முடியாதே. நம் கொன்னல் (திக்குவாய்) வெளியே தெரிந்துவிடுமோ என்ற கூச்சம், பயம்.

பாளையங்கோட்டை வக்கீல் ஒருவரிடம் 69ஆம் வருடத்திலிருந்து வேலை பார்த்து வந்தேன். 69 ஜூன் வாக்கில் ஒரு கட்டுக்குத்தகை வழக்கு சம்பந்தமாக தென்காசியைச் சேர்ந்த தீப. நடராஜன் என்ற கட்சிக்காரர் வக்கீலிடம் வந்தார். வருவாய்த்துறை அதிகாரிதான் அந்த வழக்கை விசாரித்து வந்தார். தீப. நடராஜனுக்காக எங்கள் வக்கீல் ஆஜரானார். பத்துப் பதினைந்து நாள்களுக்கொரு தடவை வாய்தா வரும். வாய்தா சம்பந்தப்பட்ட தகவலைத் தென்காசிக் கட்சிக்காரருக்குத் தெரியப்படுத்துவோம்.

ஒருநாள் தென்காசிக்காரர் தீப. நடராஜனிடமிருந்து டி.கே.சி. நினைவு நாள் என்று குறிப்பிட்டு ஓர் அழைப்பிதழ் வந்தது. அப்போதுதான் தெரியும் அந்தத் தீப. நடராஜன் வேறு யாருமல்ல டி.கே.சி.யின் பேரன் என்று! அழைப்பிதழில் டி.கே.சி.யின் அத்யந்த சீடரான வித்வான் ல. சண்முக சுந்தரம் போன்றோரின் பெயர்களுடன் வல்லிக் கண்ணன் – ராஜவல்லிபுரம் என்று போட்டிருந்தது. பல வருஷங்களாகத் தேடிக்கொண்டிருந்த வல்லிக்கண்ணன் எங்கே இருக்கிறார் என்று தெரிந்துவிட்டது. ராஜவல்லிபுரத்தில்தான் இருக்கிறார். ராஜவல்லிபுரம் பக்கத்தில்தான். 9ஆம் நம்பர் டவுன் பஸ் ராஜவல்லிபுரம் போகும். தாழையூத்திலிருந்து கிழக்கே செல்லும் சீவலப்பேரி சாலையில், தாழையூத்து ரயில்வே ஸ்டேஷனிலிருந்து இரண்டு மைல் போனால் ராஜவல்லிபுரம் வந்துவிடும்.

அப்போது இன்லேண்ட் லெட்டர் பத்து பைசா. ஒரு இன்லேண்டில் வல்லிக்கண்ணனுக்குக் கடிதம் எழுதினேன். முகவரி என்ன எழுதுவது? வீட்டுக் கதவிலக்கம், தெருப்பெயர் எதுவும் தெரியாது. அழைப்பிதழில் அதெல்லாம் எப்படி இருக்கும்? வெறுமனே திரு. வல்லிக்கண்ணன், எழுத்தாளர், ராஜவல்லிபுரம், திருநெல்வேலி தாலுகா என்று முகவரி

எழுதித் தபாலில் சேர்த்தேன். எப்படியோ, நாலாம் நாளே முத்தான கையெழுத்தில் (வ.க.வின் கையெழுத்து கடைசிவரை அப்படியேதான் இருந்தது.) வல்லிக்கண்ணனிடமிருந்து பதில் வந்துவிட்டது. சந்தோஷம் பிடிபடவில்லை. அன்று அந்தக் கடிதத்தை எத்தனை தடவை படித்தேனென்று நினைவில்லை. திரும்பத் திரும்பப் படித்துச் சந்தோஷப்பட்டேன். நான் பதிலெழுத, வ.க. பதிலெழுதவென்று, எங்கள் நட்பு கடிதம் மூலம் தொடர்ந்துகொண்டிருந்தது. 'தேடுங்கள் கண்டடைவீர்கள்' என்று பைபிளில் சொல்லியிருக்கிறது. இது முக்காலும் உண்மை. என் வாழ்வில் நிதர்சனமாகப் பல சந்தர்ப்பங்களில் கண்டுணர்ந்த ஒரு பேருண்மை இது. நம்முடைய விருப்பம் ஆத்மார்த்தமானதாக இருந்தால், அது அப்படியே நிறைவேறத்தான் செய்கிறது. யாரோ நம் கையைப் பிடித்து அந்த இடத்துக்கு அழைத்துச் சென்றுவிடுவதுபோல், நம் விருப்பம் நிறைவேறுகிறது. நான் வல்லிக்கண்ணனுடன் தொடர்பு கொண்டபோது அவர்களுக்கு ஐம்பது வயதிருக்கலாம். எனக்கு இருபது இருபத்தொரு வயது. ஆச்சரியமான ஸ்நேகம்தான்.

ஒருவிதத்தில் பார்த்தால் வல்லிக்கண்ணன் மூலம்தான் நம்பிராஜன் (விக்ரமாதித்யன்), வண்ணதாசன், கலாப்ரியா, தி.க.சி. போன்றோரின் இலக்கிய சிநேகம் எல்லாம் கிடைத்தது. வல்லிக்கண்ணனோடு கடிதத் தொடர்பு தவறாமல் நடந்து கொண்டிருந்தது. அந்தக் கடிதத்தையெல்லாம் வெகுகாலத்திற்குப் பத்திரப்படுத்தி வைத்திருந்தேன். (பிறகு அவற்றை நண்பர் விக்ரமாதித்யன் பெரிய மூட்டையாகக் கட்டி எடுத்துச் சென்றார்.)

வ.க.வுடன் கடிதத் தொடர்பு ஏற்பட்டு, சில மாதங்கள் கழிந்தபிறகுதான் ஒரு ஞாயிற்றுக்கிழமை மாலை, வ.க.வைப் பார்ப்பதென்று பாளையங்கோட்டையிலிருந்து புறப்பட்டேன். பெருமாள்புரத்துக்கும் ராஜவல்லிபுரத்துக்கும் ஒரு டவுன் பஸ் உண்டு. ஆனால் அது எப்போது வருமென்று நிச்சயமில்லை. ஜங்ஷனிலிருந்து அடிக்கடி 9ஆம் நம்பர் பஸ் இருந்தது. அதனால் ஜங்ஷன் போய் பஸ் ஏறினேன். பஸ் புறப்படச் சற்று நேரமிருந்தது. மனமெல்லாம் இனம் புரியாத படபடப்பு; ஜங்ஷனிலிருந்து ராஜவல்லிபுரத்துக்கு 25 பைசாவோ, முப்பது பைசாவோதான்.

ரயில்வே கேட்களில் காத்திருப்பது ஓர் அருமையான, மனத்துக்குப் பிடித்தமான அனுபவம். ஒவ்வொரு ஊருக்கும் ஒவ்வொரு கோயிலுக்கும் தெருவுக்கும் ஒரு தனி முகமிருக்கிற மாதிரி, ரயில்வே கேட்களுக்கென்றும் தனி அடையாளமுண்டு. ஒவ்வொரு ரயில்வே கேட்டுக்கும் ஒவ்வோர் அழகுண்டு. இக்கால வேகமான, சௌகரியம் தேடும் வாழ்வு பல அபூர்வமான

விஷயங்களை இழந்து மூளியாகிவிட்டது. அவற்றிலொன்று ரயில்வே கேட்கள். குறுக்குத்துறை போகிற வழியிலிருக்கிற ரயில்வே கேட்டில் இரண்டு புறமும் மணல், செங்கல் ஏற்றி வருகிற மாட்டு வண்டிகள் காத்திருக்கும். ஆற்றில் குளித்துவிட்டு வருகிற ஆண்களும் பெண்களும் ஈரத் துணிகளுடன் கேட்டுக்குள் நுழைந்து வருவார்கள்.

திருநெல்வேலி ஜங்ஷனிலிருந்து ராஜவல்லிபுரம் போகிற போது ஒவ்வொரு பயணியும் இரண்டு கேட்களைக் கடக்க வேண்டியதிருக்கும். அவற்றில் ஒன்று தச்சநல்லூர் ரயில்வே கேட் (இந்த இடத்தில் மேம்பாலம் வந்துவிட்டது). இன்னொன்று தாழையூத்து ஸ்டேஷனருகே உள்ள கேட். ஐம்பதுகளில் *தினமலர்* திருநெல்வேலியிலிருந்து அச்சாகி வந்தது. தினமலர் அலுவலகம் தச்சநல்லூர் ரயில்வே கேட்டினருகே உள்ள பழைய பிரிட்டிஷ் காலத்திய பிரம்மாண்டமான கட்டடத்தில்தான் இயங்கி வந்தது. இந்தக் கட்டடம் இன்றும் இருக்கிறதென்று நினைக்கிறேன். ரோட்டரி இயந்திரம் அதனுள் நிறுவப்பட்டிருந்தது. காம்பவுண்டினுள் இலவம் பஞ்சு மரங்கள் இருந்தன. கட்டடத்தைப் பார்த்தாலே பழைய ஹிந்திப் படங்களில் வருகிற வில்லன்களின் ஜாகை போலிருக்கும். அப்போது அந்தக் கட்டடம் மட்டுமே அந்த இடத்தில் தனியாக இருந்தது. எதிரிலும் பக்கத்திலும் வயல்கள். மேற்கே காம்பவுண்டுச் சுவரையொட்டி ரயில்வே தண்டவாளம் சென்றது. கேட்டின் மேற்குப் பகுதியில் தச்ச நல்லூர் ஊர் ஆரம்பமாகும்.

ஒரு ஜதை தண்டவாளங்கள்தான் இருந்தன. வடக்கே மதுரை, சென்னை செல்லும் ரயில்களும் கிழக்கே தூத்துக்குடி செல்லும் ரயில்களும் அந்தத் தண்டவாளத்தைப் பயன்படுத்தி வந்தன. எப்போதாவதுதான் ரயில்கள் போகும். சாயந்திர நேரங்களில் கொஞ்சம் ரயில் போக்குவரத்து பரபரப்பாக இருப்பது போலிருக்கும். மற்றபடி அந்தத் தண்டவாளங்கள் சும்மாதான் கிடந்தன. ராஜவல்லிபுரம் பஸ் தச்சநல்லூர் கேட்டில் நின்றுவிட்டது. கேட் சாத்தப்பட்டிருந்தது. வயல் பக்கமிருந்து குளிர்ந்த காற்று வீசியது. பத்திரிகை, எழுத்து, கதை என்றாலே சிறுவயது முதல் கொள்ளை ஆசை. ஒரு அலாதியான சந்தோஷம். வாசிப்பில் ஏற்படும் லாகிரி, போதை என்றே சொல்ல வேண்டும். அந்தப் போதை இந்த எழுபது வயதிலும் இருப்பது ஆச்சரியமாக இருக்கிறது. பக்கத்திலிருந்த தினமலர் அலுவலகத்தைப் பரவசத்துடன் பார்த்தேன்.

கல்யாண வீட்டுச் சளம்பல்களில் எரிச்சலில்லாத ஒரு பாந்தமான உணர்வு ஏற்படும். தெளிவாக இல்லாத அந்தப்

பேச்சுக் குரல்கள் இல்லையென்றால் கல்யாண வீடே களை கட்டாது. அந்த மாதிரித்தான் பஸ்களில் பயணம் செய்யும்போது பயணிகள் பேசிக்கொள்ளும் சளம்பல்களும். வயல்காட்டுக் காற்றும் பிரயாணிகளின் சளம்பல்களும். வ.க.வைப் பார்க்கப் போகும் பரவசமும் இனம் காண முடியாத, கலவையான உணர்வுப் பெருக்காக உள்ளே பிரவஹித்துக்கொண்டிருந்தது. வ.க. எழுதிய கதைகளெல்லாம் மாறிமாறிச் சித்திரம்போல் ஞாபகத்துக்கு வந்துகொண்டிருந்தன. வ.க. கதைகளில் வரும் வயதான மனிதர்கள், குழந்தைகள், பெண்கள், திருநெல்வேலிப் பேச்சு வழக்கெல்லாம் மனத்தில் புரண்டுகொண்டிருந்தன.

நாலு வார்த்தை பேசுவதற்குள் கொன்னல் வந்து பாடாய்ப் படுத்தும். இதனால் யாருடனும் பேசவே பயம். பஸ்ஸில் ஸ்டாப்பிங் பெயரைச் சொல்லி டிக்கெட் வாங்கிவிட்டாலே என்னைப் பொறுத்தவரை அது ஒரு பெரிய சாதனைதான். இரண்டே இரண்டு வேட்டிதான். 1977 வரை அநேகமாக ஸ்நேகிதர்களின் சட்டைகள்தான் போடக் கிடைத்தன. அதனால் என் சட்டைகளெல்லாமே தொள தொளவென்றிருக்கும். ஏற்கெனவே உபயோகிக்கப்பட்டதால் சாயம் போயிருக்கும். ஆனால் எனக்கு அந்தச் சட்டைகள் கிடைத்ததே பெரும் பாக்யம். முப்பது ரூபாய் சம்பளம்; இரண்டு வேளைச் சாப்பாடு. இரவு படுக்க இடம்; இதுதான் என் வக்கீல் குமாஸ்தா வாழ்க்கை.

எஸ்.எஸ்.எல்.சி. யில் வெறும் 236 மார்க்தான். கதீட்ரல் ஹைஸ்கூல் ஹெட்மாஸ்டர் சொர்ணபாண்டியன் சர்ட்டிபிகேட் புஸ்தகத்தைக் கையில் கொடுக்கும்போது, 'ஏலே, தலை தப்பினது தம்பிரான் புண்ணியம் போலிருக்கேல்லே' என்று என் மார்க்கைப் பார்த்துவிட்டு வருத்தத்துடன் சொன்னது இன்னமும் காதுக்குள் கேட்டுக்கொண்டிருக்கிறது. திருநெல்வேலியில் ஆயிரக்கணக்கான பேர் எந்தக் கதியுமில்லாமல், இரண்டு வேளை சாப்பிடுவதே பெரிய சாதனையாக, யோகமாகக் கருதி வாழ்ந்துகொண்டிருந்தார்கள். அவர்களில் நானும் ஒருவன். கடையனிலும் கடையன். என்னையும் ஒரு பொருட்டாக மதித்துக் கடிதங்கள் எழுதிய அந்தப் பெரிய மனுஷரை நினைத்து நினைத்துக் கண்களில் நீர் பெருகிக்கொண்டிருந்தது.

ராஜவல்லிபுரத்தில், ஊருக்குள் நுழைந்ததும் ஒரு பஸ் நிறுத்தம் உண்டு. அதேபோல் ஊரின் கிழக்கு எல்லையிலும் ஒரு நிறுத்தம் உண்டு. கடைசி நிறுத்தம்தான் வ.க. வீட்டுக்குச் சற்றுப் பக்கம். ஆனால், எனக்கு இது தெரியாததால் ஊரினுள் நுழைந்ததும், முதல் நிறுத்தத்திலேயே இறங்கிவிட்டேன். 'எழுத்தாளர் வல்லிக்கண்ணன் வீடு எது' என்று விசாரித்தேன்.

சரியாகத் தெரியவில்லை. இறங்கிய இடத்திலிருந்து நேரே தெற்கு நோக்கி நடந்தேன். சற்று அகலமான தெருதான். பாதையெங்கும் மழையில் கரைந்துபோன கருங்கல் ஜல்லிகள், ஆட்டுப் புழுக்கைகளின் கொச்சை வாடை. வலதுபுறம் கண்ணுக் கெட்டிய தொலைவுவரை பச்சைப் பசேலென்ற வயல்வெளி. இடதுபுறம் மட்டுமே வீடுகள். ஓட்டுக்கை, மட்டப்பா போட்ட வீடுகள். பழைய கதவுகள், சிறு சிறு ஜன்னல்கள். ஆடுகளும் கோழிகளும் ஓர் அந்நியோன்ய உணர்வுடன் தெருவோரத்தில் திரிந்தன. எப்போதாவது ஒன்றிரண்டுபேர் தென்பட்டனர்.

ஒரு பழைய, சிதிலமாகித் தரையோடு தரையாக உட்கார்ந்திருந்த தேருடன் அந்தத் தெரு முடிந்துவிட்டது. திருநெல்வேலி கோர்ட்டில் காப்பியிஸ்ட் (நகலெடுக்கும் அலுவலகம்) அலுவலகத்தில் வேலை பார்க்கும் ஆர்.ஜி.எஸ். தனது வீட்டுக்கு அருகில்தான் இருக்கிறார் என்று வ.க. கடிதத்தில் எழுதியிருந்த நினைவு. அநேகமாகத் தினசரி ஒரு தடவையாவது வழக்குகள் சம்பந்தப்பட்ட தீர்ப்பு நகல்களுக்காக காப்பியிஸ்ட் ஆபீஸ் போக வேண்டியதிருக்கும். பார்த்தால் ஆர்.ஜி.எஸ். பிரியத்தோடு விசாரிப்பார். ‘மாமா(வ.க.)கிட்டே ஏதாவது தகவல் சொல்லணுமா?’ என்று கேட்பார். தினசரி சைக்கிளில் ராஜவல்லிபுரத்திலிருந்து அவர் வந்து போய்க்கொண்டிருந்தார். அவர் வீட்டைத் தெரிந்துவிட்டால்கூட வ.க. வீட்டுக்குப் போய்விடலாமே?

நினைத்துக்கொண்டிருந்தபோதே வயதான பெரியவர் தோளில் துண்டுடன் வந்துகொண்டிருந்தார். ‘இங்கே எழுத்தாளர் வல்லிக்கண்ணன்னு...’ என்று தயங்கிக்கொண்டே கேட்டேன். ஒரு கணம் யோசித்தார். பக்கத்தில் ஆறேழு வீடுகள் தள்ளித் திரும்பும் ஒரு முடுக்கைக் (சந்து) காட்டி ‘அதிலேதான் இருக்காஹ. கேட்டாச் சொல்லுவாங்க’ என்றார். ஒருவழியாகக் கண்டுபிடித்துவிட்டேன். சிறு முடுக்கின் இறுதியில் வ.க. வீடு இருந்தது. மட்டப்பா (மேல்தளம் செங்கற்கள் பதிக்கப்பட்டது) போட்ட வீடு. நீளமான திண்ணை. நன்றாகக் கொழுக்கக் கரைந்த சாணக்கரைசல் தெளிக்கப்பட்ட முற்றம். திண்ணையில் ஒரு நீளமான பெஞ்ச் கிடந்தது. அதன்மீது ஒரு முதியவர் உட்கார்ந்திருந்தார்.

‘வல்லிக்கண்ணன் சார் வீடுதானே?’

‘தம்பியைப் பார்க்கணுமா? உக்காருங்க வந்திருவான் . . . ஆத்துக்குப் போயிருக்கான்’ என்று சொல்லிக்கொண்டே தோளில் கிடந்த துண்டினால் தட்டி பெஞ்சில் பக்கத்தில் உட்காரச்

சொன்னார். உள்ளேயிருந்து தினமணி, தீபம் எல்லாம் எடுத்து வந்து தந்தார். வீட்டின் உள்ளிலிருந்து வெள்ளைச் சேலை கட்டிய வயதான அம்மாள் கூன் விழுந்த முதுகுடன் மெதுவாக வந்து கண்களை இடுக்கிக்கொண்டு பார்த்தார்.

'தம்பியைப் பார்க்க வந்திருக்காரு . . .' என்று அவரிடம் சொல்லிவிட்டு என்னிடம் 'எங்க அம்மா' என்றார் அந்த முதியவர். அவர் வல்லிக்கண்ணனின் மூத்த அண்ணன், கல்யாணி அண்ணாச்சி.

'உக்காருங்க ஐயா . . . வார நேரந்தான்,' என்றார் அவர்கள் தாயார்.

'எசக்கி போயிட்டாளா?' என்று மகனிடம் கேட்டார்.

'வீட்டுக்குத்தான் போயிருக்கா. வந்துருவா,' என்றார் வ.க.வின் அண்ணாச்சி. எல்லோருக்கும் மூத்தவர் அவர்தான். அவருக்கு அடுத்ததுதான் 'அசோகன்' என்ற ரா.சு. கோமதிநாயகம். மூன்றாவது கடைக் குட்டிதான் 'வல்லிக்கண்ணன்' என்ற ரா.சு. கிருஷ்ணசாமி. 'இசக்கி' என்பது அவர்கள் வீட்டில் ஒரு நபராகவே ஆகிவிட்ட இசக்கியம்மாள்.

சிறிது நேரத்தில் வ.க. வந்துவிட்டார். வேட்டியும் துண்டும் தான். கல்யாணி அண்ணாச்சியை விடக் கொஞ்சம் மாநிறம். நான் எழுந்து நின்று கை கூப்பினேன். 'உக்காருங்க . . . நீங்க பாளையங்கோட்டை உ.நா. ராமச்சந்திரனா?' என்று கேட்டார். 'ஆமாமா . . .' எப்படி இவ்வளவு சரியாகச் சொன்னார் என்று ஆச்சரியமாக இருந்தது. சிறிது நேரம் பெஞ்சிலேயே உட்கார்ந்து பேசிக்கொண்டிருந்தோம். 'வாங்க உள்ள போயி உக்காருவோம்,' என்று அழைத்துச் சென்றார். வலதுபுறம் நீளவாக்கில் ஓர் அறை இருந்தது. சுவரோடு சுவராக புஸ்தக ஷெல்புகள். மர நாற்காலிகள். நாற்காலிகளிலும் வெள்ளை வெளேரென்று தூசி. தன் துண்டினால் தூசியைத் தட்டித் துடைத்துக்கொண்டே, 'ம், உக்காருங்க. சிமெண்ட் பேக்டரி தூசி . . . ஊரெல்லாம் இப்பிடித்தான். வர்ற வழியிலே பாத்திருப்பீங்களே? மரம் மட்டை, வயக்காடெல்லாம் வெள்ளை வெளேர்னு இருந்திருக்குமே . . . உக்காருங்க' என்றார். (தாழையூத்து சிமெண்ட் பேக்டரியை வைத்து தாமரையில் 'காளவாய்' என்ற அருமையான சிறுகதையை வ.க. எழுதியிருக்கிறார்.)

ஷெல்பில் புஸ்தகங்கள்ளெல்லாம் காக்கி அட்டை போடப்பட்டு அழகாக அடுக்கிவைக்கப்பட்டிருந்தன. நான் கையெழுத்துப் பத்திரிகை நடத்துகிறேன் என்றதும், வ.க. தான்

நோட்டில் எழுதிவைத்திருந்த கையெழுத்துப் பத்திரிகையை என்னிடம் காண்பித்தார்கள். 'அப்பப்போ தோணுகிறதை எழுதி நானே பத்திரிகை மாதிரிப் பண்ணிடுவேன்,' என்றார்.

அவர்கள் வீட்டில் எப்போதும் ரவா உப்புமா விசேஷம். கல்யாணி அண்ணாச்சி சாப்பிடக் கூப்பிட்டார்கள். பட்டகசாலையை அடுத்து இரண்டாங்கட்டு மாதிரி சிறு அறை. அதற்குக் கிழக்கே சமையலறை. இரண்டாங்கட்டிலிருந்து இறங்கினால் நீளமான தாழ்வாரம். கிழக்கு மூலையில் கிணறு. சாப்பிட்டுவிட்டு வந்து திரும்பவும் உட்கார்ந்து பேசினோம். ரொம்பக் கூச்ச சுபாவமும் தயக்கமுமுள்ள நான் கூட ரொம்ப சகஜமாகப் பேசினேன். எனக்கே அது ஆச்சரியமாக இருந்தது.

வ.க.வின் உரையாடல்களில் ஏராளமான தகவல்களும் ஞாபக சக்தியை வியக்கவைக்கும் பல பழைய சம்பவங்களும் நினைவுகளும் இடம் பெறும். புதுமைப்பித்தன், கு.ப.ரா.வின் கதைகளில் பலவற்றைத் தலைப்புடன் வ.க.வினால் அப்படியே ஞாபகத்துக்குக் கொண்டுவரமுடியும். (இதேபோல அபாரமான நினைவாற்றலுள்ள இன்னொரு இலக்கிய உலக நண்பர் ஜி.எம்.எல். பிரகாஷ். பிரகாஷ், மௌனியின் பல கதைகளை அப்படியே வரி பிசகாமல் சொல்வார்.)

பல பத்திரிகையாளர்கள், எழுத்தாளர்களைப் பற்றிய நுணுக்கமான தகவல்கள்கூட வ.க.வுக்குத் தெரிந்திருக்கும். சினிமா குறித்து *ஹிந்து*வில் அவ்வப்போது எழுதும் 'ராண்டர்கை' பற்றி 70களின் தொடக்கத்திலேயே வ.க. விபரமாகச் சொல்லி யிருக்கிறார்கள்.

அவர்களது 'ஆண்சிங்கம்' என்ற சிறுகதைத் தொகுப்பைப் படிக்கக் கேட்டு வாங்கிக்கொண்டு புறப்பட்டேன். பஸ் நிறுத்தம் வரை உடன் வந்து வழியனுப்பி வைக்கும் பழக்கம் வ.க.வுக்கு எப்போதும் உண்டு. ராஜவல்லிபுரம் பஸ் முப்பது, நாற்பது நிமிடங்களுக்கு ஒரு முறைதான் வரும். எவ்வளவு நேரமானாலும் பஸ் வரும்வரை நின்று பேசிக்கொண்டிருப்பார்கள். அன்றும் அப்படித்தான் நடந்தது.

பிறகு பலமுறை வ.க.வைச் சந்தித்தேன். சமயங்களில் கல்யாணியும் (வண்ணதாசனும்) நானும்கூடச் சேர்ந்தே போவோம். அப்போது எனக்கு இலக்கியம் பற்றிப் பெரிய அபிப்பிராயமெல்லாம் எதுவுமில்லை. இப்போதும் கூட இப்படித்தான். பொதுவாக வ.க. எந்தப் படைப்பைப் பற்றியும் நன்றாக இல்லை என்று சொன்னதில்லை. 'இன்னும் நல்லா எழுதியிருக்கலாம்' என்று சமயங்களில் சொல்வதுண்டு.

அதுதான் அப்படைப்பைப் பற்றிய விமர்சனம். பொதுவாக நல்ல அம்சங்களைப் பாராட்ட வேண்டும் என்பார்கள். இது அவர்களது வழிமுறை. வாசகனுக்குப் படைப்பிலுள்ள அம்சங் களை எடுத்துச் சொல்வதுதான் விமர்சகனின் வேலை என்பது வ.க. கட்சி.

எழுத்து பற்றி, சி.சு. செல்லப்பா பற்றியெல்லாம் வ.க.தான் சொன்னார்கள். ஒரு புது உலகத்தை *எழுத்து* இதழ்கள் என் முன்னே விரித்தன. அதுவரை நான் படித்த சிறுகதைகள், கவிதைகளுக்கும் *எழுத்து* சிறுகதைகள், கவிதைகளுக்கும் பெரும் வித்தியாசம் இருந்தது. பள்ளிநாள்களில் படித்த பெர்ல் பப்ளிகேஷன்ஸ், தென்மொழிகள் புத்தக டிரஸ்ட் மொழிபெயர்ப்பு நூல்களில் விட்ட கண்ணிகளை *எழுத்து* இதழ்கள் இணைப்பது போலிருந்தது. வ.க.வைப் பார்க்கச் செல்லும்போதெல்லாம் மனம் சிறகடித்துப் பறந்தது. ஏதோ ஓர் அபூர்வமான உலகினுள் நுழைந்துவிட்டது போலிருந்தது. 58, 59களில் ஸ்ரீவைகுண்டம் பஞ்சாயத்து லைப்ரரியில் படித்த எமிலி ஜோலாவின் நாணா, நாணாவின் தாய், ஜெர்மினால் போன்ற மொழிபெயர்ப்பு நூல்களில் தரிசித்த உலகுக்கும், *எழுத்து* இதழ்களின் பக்கங்களில் தரிசித்த படைப்புலகுக்கும் ஏதோவொரு தொடர்பிருப்பது புகைமூட்டம்போல் தெரிந்தது. அது என்ன தொடர்பு என்பதை விளங்கிக்கொள்ள முடியவில்லை. ஏதோ ஓர் ஒற்றுமை மனத்தில் தட்டுப்பட்டது.

சி. கனகசபாபதி பிச்சமூர்த்தியின் கவிதைகளைப் பற்றி எழுதியிருந்த கட்டுரைகளை எழுத்துவில் படித்துவிட்டு, பிச்சமூர்த்தி மீது ஒரு பிரேமையே எழுந்தது. அந்த பிரேமை விளங்கிக்கொள்ள இயலாத மனப்புதிராகத்தான் தோன்றுகிறது. பாளையங்கோட்டை மத்திய நூலகத்தில் படித்த நேருவின் தங்கை கிருஷ்ணா ஹத்திசிங்கின் அந்தத் தலைப்பு மறந்துபோன புஸ்தகம், ஜிம் கார்பெட்டின் ‘குமாயும் புலிகள்’ இதெல்லாம் ஏதோவொரு எழிலும் பரவசமும்மிக்க வாசக அனுபவத்தை, அபூர்வமான லாகிரியை மனத்தில் மூட்டியிருந்தன.

அவையெல்லாம் தனித்தனிக் கண்ணிகளாக மனத்தில் புரண்டுகொண்டிருந்தன. வ.க.வுடனான தொடர்பும் அவர்கள் தந்த எழுத்து இதழ்களும் புஸ்தகங்களும் அந்தக் கண்ணிகளை இணைத்தன. இணைத்த அந்த ஆரம் எது? அந்தச் சங்கிலி எது? பதில்தான் தெரியவில்லை. சித்திரை வெய்யிலில் வந்தவுடன் ஒரு சொம்புத் தண்ணீரைக் குடித்ததும் மனத்தில் படரும் அந்தப் பேருவகை மாதிரித்தான் இதுவும்.

உரையாடல்கள் என்பவை பலவகைப்பட்டவை. சிலருடன் பேசிக்கொண்டிருக்கும்போது, பேச்சுக்குப் பேச்சு தங்களுடைய அபிப்பிராயத்தைச் சொல்ல வேண்டும் என்று நினைப்பார்கள். சிலர் எதிரே இருப்பவருடைய அபிப்பிராயம் எவ்வளவுதான் வித்தியாசப்பட்டாலும் அதை வெளியே சொல்லாமல் மௌனமாக இருப்பார்கள். சிலர் நாசூக்காகத் தாங்கள் நினைப்பதைச் சொல்லிவிட்டுச் சும்மா இருப்பார்கள். சிலருடன் பேசும்போதே, உரையாடல் என்பது முறுக்கேறி விவாதமாகி, இனி நேரில் பார்த்துப் பேச முடியாதபடி, பகையாகவே முற்றி விடும்.

வ.க. எதையும் ஆணித்தரமாக, முகத்திலடிக்கிற மாதிரிப் பேசவே மாட்டார்கள். அவர்களது கட்டுரைகள்கூட இப்படித்தான் இருக்கும். கட்சி கட்டி நிற்கிற உத்தேசமே வ.க.வுக்குக் கிடையாது. எதையும் ஸ்தாபிக்க வேண்டும், தன் வாதத்தை நிலைநிறுத்த வேண்டும் என்ற எண்ணமே வ.க.வுக்குக் கிடையாது.

வ.க.வின் கட்டுரைகள் மேம்போக்கானவை, ஆழமில்லாதவை என்று கூறப்படுவதற்குக் காரணம், வ.க.விடம் வாதம் செய்கிற போக்கு அறவே இல்லாமல் போனதுதான். பெரும்பாலும் எல்லாவற்றையும் ரசிக்கிற மனோபாவம் வல்லிக்கண்ணனுடையது. தன்னைப் பற்றிய தகவல்களைக்கூட ஒரு மூன்றாவது மனிதன் சொல்வதைப் போலத்தான் வ.க. சொல்வார்கள். ஒரு விட்டேற்றியான மனம். அதேசமயம் பிறருடைய கஷ்டங்களைக் கண்டு உருகிவிடும் மனம் வ.க.வுடையது.

ஞாயிற்றுக்கிழமைகள்தான், அதுவும் ஞாயிற்றுக்கிழமை மதியத்துக்கு மேல்தான் எனக்குச் சொந்தமான நேரம். வ.க. தினசரி சாயந்திரம் ஆற்றங்கரைவரை வாக்கிங் போவது தப்பாது. ராஜவல்லிபுரம் ஊருக்கும் ஆற்றுக்கும் ஒரு மைலாவது இருக்கும். நான் சீக்கிரமாகப் போய்விட்டால், அவர்களுடன் சேர்ந்தே ஆற்றுக்குப் போவேன். தாமதமாகிவிட்டால் வீட்டில் போய்த் தேடிவிட்டு ஆற்றங்கரைக்குச் செல்வதுண்டு. சில சமயம் பாதி வழியிலேயே ஆற்றிலிருந்து திரும்பும் அவர்களை எதிர்கொள்ளவும் நேர்ந்திருக்கிறது.

ராஜவல்லிபுரம் ஆற்றுப் பகுதிக்குச் 'செப்பரை' என்று பெயர். ஆற்றின் கரை மீது அழகான சிவன் கோயிலும் கோயிலின் முன்னே ஒரு ஓடாத தேரும் உண்டு. கோயிலைச் சுற்றி ஏராளமான பனைமரங்கள். அந்தக் கோயிலில் திருவாதிரை விழா ரொம்ப விசேஷம். அந்தக் கோயில், ஓடாத தேர், பனை மரங்கள், ஆறு இவற்றைத் தவிர அங்கே மனித சஞ்சாரமே கிடையாது. எப்போதாவது ஆடு மேய்க்கிறவர்களோ வயல்களில்

வேலை செய்பவர்களோ தென்படுவார்கள். மற்றபடி அவ்வளவு அமைதியான ஆற்றங்கரையைப் பார்ப்பது அபூர்வம். தூரத்தில் ஏதாவது பனையிலிருந்து, காய்ந்த ஓலை கீழே விழுகிற சத்தம் கூடத் துல்லியமாகக் கேட்கும் அமைதி அது. 'நான், எனது' என்ற நம் மனத்தின் இருப்பையே அழித்துவிடும் பேரமைதி அது.

அப்படியொரு ஞாயிற்றுக்கிழமை மாலை ராஜவல்லிபுரம் சென்றிருந்தபோதுதான் வ.க.வின் வீட்டிலிருந்த கல்யாணி அண்ணாச்சி, 'ஊர்லேருந்து செல்லப்பா வந்திருக்கார். அவரோட தம்பி ஆத்துக்குப் போயிருக்கான்,' என்று சொன்னார்கள். வேக வேகமாக ஆற்றை நோக்கி நடந்தேன். வழக்கமாக வ.க. குளிக்கும் இடத்தில் வ.க.வும் அவருடன் இன்னொரு முதியவரும் ஆற்றில் இறங்கிக் குளித்துக்கொண்டிருந்தனர்.

என்னைப் பார்த்தும் வ.க.வுக்கு ஒரே சந்தோஷம். செல்லப்பாவைக் காட்டி, 'இவர்தான் சி.சு. செல்லப்பா,' என்று அறிமுகம் செய்துவைத்தார்கள். 'இவர் ராமச்சந்திரன். பாளையங்கோட்டையில் இருக்கார்'. அவர்கள் குளித்துக் கரையேறும் வரை எனக்கு எதுவுமே பேசத் தோன்றவில்லை. *எழுத்து* என்ற அந்த மகத்தான பத்திரிகையின் ஆசிரியர் இந்த மனிதர்தானா? அவ்வளவு பெரிய மனிதரை இவ்வளவு சர்வசாதாரணமாக ஆற்றங்கரையில் பார்க்கிறபோது, இது சொப்பனமா, நிஜமா என்ற பரவசம் என்னை ஆட்கொண்டிருந்தது.

செல்லப்பா தொடங்கியிருந்த 'எழுத்து பிரசுர'த்தின் புஸ்தகங் களை பள்ளிகளிலும் கல்லூரிகளிலும் விற்பதற்காகத்தான் செல்லப்பா வந்திருந்தார். ஒரு வாரமோ பத்து தினங்களோ அவர், வல்லிக்கண்ணன் வீட்டில் தங்கியிருந்தார். இருவரும் நெல்லைப் பகுதிகளிலும் சுற்றியுள்ள ஊர்களிலுமுள்ள கல்வி நிறுவனங்களுக்குச் சென்று எழுத்து பிரசுர நூல்களை விற்பனை செய்தனர்.

ஒருமுறை ராஜவல்லிபுரம் சென்றிருந்தபோது, நான் எழுதிவைத்திருந்த இரண்டு சிறுகதைகளை எடுத்துச்சென்று வ.க.விடம் கொடுத்தேன். 'கதை சரியாக வந்திருக்கிறதா?' என்று தெரிந்துகொள்ள ஆசை. பத்து நாள்களுக்குப் பிறகு எனக்குத் தபாலில் தூத்துக்குடியிலிருந்து வெளிவரும் *சாந்தி* என்ற (அந்நாளைய பிளிட்ஸ், கரண்ட் போன்ற டேபுளாய்ட் சைஸ்) பத்திரிகை வந்திருந்தது. அதைப் புரட்டினேன். நான் வ.க.விடம் கொடுத்திருந்த சிறுகதையொன்று 'மண்ணின் மலர்கள்' என்ற தலைப்பில் *சாந்தி*யில் வெளிவந்திருந்தது. எழுதியவர்: வண்ணநிலவன் என்று இருந்தது. கொடிய வறுமை, சரியான

படிப்புமில்லை. உயிரோடு வாழ்வதே பெரிய சமாச்சாரம் என்ற நிலையிலிருந்த ஒரு மனிதன், கதை எழுதி அது பிரசுரமும் ஆகும் என்றால் அதை எப்படி நம்புவது என்ற நிலையில்தான் இருந்தேன். வ.க.வுக்கு நன்றி தெரிவித்துக் கடிதம் எழுதினேன். அவர்கள் உற்சாகப்படுத்தி நீண்ட கடிதம் எழுதியிருந்தார்கள். ராமச்சந்திரன் வண்ணநிலவனாகி விட்டான்.

நான் எழுதுவது இலக்கியமா அல்லது வெறும் பிதற்றலா என்பது எனக்குத் தெரியாது. ஆனால், ஏதோ கொஞ்சம் தெரிந்து வைத்திருந்த எழுத்துதான் இன்றும் ஏதோவொரு வடிவில் எனக்குச் சோறு போடுகிறது. அதற்காக இந்த பாஷைக்கும் 'வண்ணநிலவன்' என்று ஒரு விலாசத்தைக் கொடுத்த வல்லிக்கண்ணனுக்கும் என்றென்றும் நான் கடன்பட்டவன்.

‘விக்ரமாதித்யன்’ என்ற நம்பிராஜன்

பெரிய நகரமும் அல்லாத சிறு குக்கிராமத்திலும் சேராத ஒரு ஊர் வாசுதேவநல்லூர். தென்காசி மதுரை சாலையில் புளியங்குடிக்கு அடுத்த ஊர் வாசுதேவநல்லூர். அக்காலப் பள்ளிப் பூகோள புஸ்தகங்களில் ‘மழை மறைவுப் பிரதேசம்’ என்ற வாக்கியம் இடம்பெறும். மலைப் பகுதியில் மழை பெய்யும் என்பது விஞ்ஞான ஐதீகம். அல்லது நம்பிக்கை. வாசுதேவநல்லூருக்கு மேற்கே சிறிது தூரம் சென்றாலே மலைத்தொடர் வந்துவிடும். இது மேற்குத் தொடர்ச்சி மலைதான். ஆனால் வாசுதேவநல்லூர் பகுதியில் மழை பெய்தால் அபூர்வம். மிக மிகக் குறைவான மழைதான் பெய்யும். பெரும்பாலும் சோளம், கம்பு போன்ற புஞ்சைப் பயிர்கள்தான். ஒருவிதமான கரிசல் மண்ணும் சுண்ணாம்புப் பாறைகளும் உள்ள பகுதி. ஊரின் கிழக்கே சங்கரன் கோவில் சாலையில் ‘தாருகாபுரம்’ என்ற சிறு ஊர் வரும். இந்த ஊரில் ஒரு பழைய ஜமீன் குடும்பம். அக்குடும்பத்தின் காரியஸ்தர் அழகுசுந்தரம். நல்ல உயரமான ஆகிருதி. சரளமான ஆங்கிலம். அவரது மூத்த ஆண்வாரிசுதான் அ. நம்பிராஜன். இவர்தான் கவிஞர் விக்ரமாதித்யனும்.

1970 மார்ச் வாக்கில் நம்பிராஜனும் அவரது நண்பர் சுப்பு அரங்கனாதனும் ஒரு ஞாயிற்றுக்கிழமை மாலை என்னைத் தேடி வந்தார்கள். என் முகவரியைக் கொடுத்து உதவியவர் வல்லிக்கண்ணன்.

இருவரும் பாபநாசம் திருவள்ளுவர் தமிழ்க் கல்லூரியில் தமிழ் படிக்கச் சேர்ந்து, பாதியிலேயே கைவிட்டிருந்தார்கள். ரங்கனாதனுக்குப் பாளையங்கோட்டை சேவியர் கல்லூரியில் இடம் கிடைத்திருந்தது. ஆனால் அங்கும் படிப்பைத் தொடருவதா – வேண்டாமா என்ற சஞ்சலத்திலிருந்தார். ஸ்ரீவைகுண்டம் ஏரலுக்கருகே உள்ள பெருங்குளத்தில், சற்று வசதியான வீட்டுச் செல்லப்பிள்ளை அவர்.

எதற்கும் இருக்கட்டுமென்று, பாளையங்கோட்டை வ.உ.சி. மைதானத்தின் வடகோடியில் இருந்த டாக்டர் திருமதி ஜேசுபாதத்தின் வீட்டின் மாடியில் வாடகைக்கு அறை அமர்த்திப் போட்டிருந்தார். (இரண்டு மாதமோ என்னவோ சேவியர் கல்லூரி வகுப்புகளுக்குப் போனார். அவர் மனநிலைக்கு ஊரும், கல்லூரிச் சூழலும் ஒத்துவரவில்லை. திரும்பவும் பாபநாசம் திருவள்ளுவர் கல்லூரியிலேயே ரங்கனாதன் சேர்ந்துவிட்டார்.) பின்னால் மனோன்மணியம் சுந்தரனார் பல்கலைக்கழகத் துணைவேந்தரான க.ப. அறவாணன் அப்போது திருவள்ளுவர் கல்லூரியில் ஆசிரியராகப் பணியாற்றினார். அவரது பிரியத்துக்குரிய மாணவர்கள் நம்பிராஜனும், சுப்பு. அரங்கனாதனும். நம்பிராஜனுக்கு அறவாணன் பேரிலும் அவரது மனைவி தாயம்மாள் அறவாணன் பேரிலும் மிகுந்த மரியாதை உண்டு. தாயம்மாள் அறவாணன் உணவு பரிமாறுவதைப் பற்றிப் பல முறை நெகிழ்ந்து பேசியுள்ளார். நம்பிராஜனுக்குத் தமிழுணர்வு ஊட்டியவர் அறவாணன் என்றே சொல்ல வேண்டும். நம்பிராஜனது குருபக்தி என்னை ஆச்சரியப்படுத்திய ஒன்று. இத்தனைக்கும் அவர் அறவாணனிடம் ஒரு வருடம் கூட முழுமையாகப் படித்ததில்லை என்றே நினைக்கிறேன்.

வ.க.வுக்குக் கடிதங்கள் எழுதிக்கொண்டிருந்த என்னை நம்பிராஜனும் சுப்பு. அரங்கனாதனும் இப்படித்தான் தேடி வந்தார்கள். 'வ.க.வுக்குக் கடிதம் எழுதுகிற வாசகனுக்கே இப்படியெல்லாம் ஆட்கள் தேடி வந்து பார்க்கிற பெருமை கிடைக்கிறது' என்றால் அதை யாராவது வீணடிப்பார்களா? நானும் அரை இலக்கியக்கர்த்தா போல் என்னைப் பாவித்துக் கொண்டு, நான் படித்திருந்த அல்லது தெரிந்து வைத்திருந்த இலக்கிய ஆசிரியர்களின் பெயர்களையெல்லாம் பேச்சினிடையே பயன்படுத்தினேன். க. நா. சு. என்றேன். தாஸ்தாயெவ்ஸ்கி என்றேன். வில்லியம் ஃபாக்னர் என்றேன். ஜெயகாந்தனின் முத்திரைக் கதை களைச் சிலாகித்தேன். ஆல்ஃப்ரட் ஹிட்ச்காக்கின் ஸைக்கோ, ரியர் விண்டோவையும் சிலாகித்த அதே வாயினால் ஸ்ரீதரின் காதலிக்க நேரமில்லையையும், போலீஸ்காரன் மகளையும் வானளாவப் புகழ்ந்தேன்.

பீர்பாத் ஹோட்டலில் நான் அவர்களுக்குச் செய்த டீ உபசாரத்தில் நெகிழ்ந்து போயிருந்தபோது, ஆனந்தவிகடனில் படித்த டபிள்யூ.ஆர். ஸ்வர்ணலதாவின் 'தெருவிளக்கு' மர்மத் தொடரையும், தமிழ்வாணனின் 'மணிமொழி நீ என்னை மறந்துவிடு' தொடரையும் படித்து ரசித்ததை எல்லாம் சொல்லலாமா வேண்டாமா என்று யோசனையாக இருந்தது. 'இதையெல்லாம் ரசிப்பவன் என்ன இலக்கிய ரசிகன்' என்று எடைபோட்டுவிடுவார்களோ என்று பயம்.

ஆனால், இந்தக் கால இலக்கியக் கர்த்தா, இலக்கிய ரசிகர்களைப் போலில்லை அவர். தன் மதிப்பிற்குரிய பேராசிரியர் க.ப. அறவாணன் வீட்டில் தான் படித்துச் சந்தோஷப்பட்ட *நடை* என்ற புதுமையான இலக்கியப் பத்திரிகை பற்றிய ரசனையையும் என்னுடன் பகிர்ந்து கொண்டார்; கண்ணதாசன், ஜெயகாந்தன் உரைநடைகள் தன்னை வசீகரித்ததையும் நம்பிராஜன் பரவசத்துடன் கூறினார்.

அன்று இரவு, டாக்டர் ஜேசுபாதத்தம்மாள் வீட்டு மாடியறையில் நாங்கள் மூவரும் வெகுநேரம் பேசிக் கொண்டிருந்தோம். வீட்டின் முன்னால் மரங்களும் பூச்செடிகளும் ஏராளமாக இருந்தன. அவர்கள் வீட்டுக் காம்பவுண்டின் வடக்கு ஓரத்தில் தனியாக 'அவுட் ஹவுஸ்' போன்ற வீடு ஒன்று இருந்தது. அந்த வீட்டு மாடிப் பகுதியில்தான் ரங்கனாதன் வாடகைக்குக் குடியிருந்தார். வண்ணதாசனுடைய 'வேர்' என்ற சிறுகதை அம்மாத தீபத்தில் வெளிவந்திருந்தது. அந்தக் கதை பற்றி ரங்கனாதன் ஆர்வமாகப் பேசினார். இரவு இரண்டு இரண்டரை மணி வரை அவர்களுடன் பேசிக்கொண்டிருந்துவிட்டுத் திரும்பினேன். நம்பிராஜன் ஞாபகமாக வண்ணதாசனின் முகவரியைக் கொடுத்து, அவரைப் போய்ப் பாருங்கள் என்றார். மறுநாள் அவர் வாசுதேவநல்லூர் சென்றுவிட்டார். வாசுதேவநல்லூரிலிருந்து வாரம் ஒரு கடிதமாவது எழுதுவார். நாங்கள் நடத்திவந்த *பொருநை* பத்திரிகைக்கு ஞாபகமாகக் கவிதைகள் அனுப்பி வைத்தார்.

அவரால் வாசுதேவநல்லூரிலும் இருக்கமுடியாத சூழ்நிலை. ஊரிலிருக்கிறார் என்று நினைத்துக்கொண்டிருக்கும்போதே, குன்றக்குடியிலிருந்து கடிதம் வரும். குன்றக்குடி முன்னாள் ஆதீனகர்த்தரிடம் அவருக்கு நல்ல பரிச்சயமும் செல்வாக்குமிருந்தது. அதனால் அங்கு ஆதீனத்தில் சிறிதுகாலம் பணியாற்றினார். ஆதீன நூலகத்தில் படித்த 'அம்மா வந்தாள்' நாவலைப் பற்றி அவர் ஒரு அருமையான கடிதம் எழுதியிருந்தார். குன்றக்குடியிலிருக்கிறார் என்று நினைத்துக்கொண்டிருக்கும்போதே, கல்கத்தாவில் அவரது

அக்கா வீட்டிலிருந்து கடிதம் எழுதினார். அப்போது அங்கு தசரா நடந்துகொண்டிருந்தது. கல்கத்தா தசரா நாள்களைப் பற்றி, காளி கோயிலுக்குப் போயிருந்தது பற்றி, ராமகிருஷ்ண மடம் பற்றி, ஹௌரா பற்றியெல்லாம் உணர்ச்சியும் ஜீவனும் ததும்ப எழுதியிருந்தார். தாகூரின் கதைகளிலும் சரத்சந்தரின் கதைகளிலும் பரிச்சயமாகியிருந்த அந்தக் கனவுமயமான வங்க மண்ணைப் பற்றி நம்பிராஜன் எழுதியிருந்தது மனசைத் தொட்டது.

அவரது கடிதங்கள், நேர்ப்பேச்சு எல்லாமே நமக்கு உற்சாகமூட்டுவதாக இருக்கும். அடுத்த வேளைச் சாப்பாடு எங்கே என்று தெரியாது. இப்படி ஒரு நாளல்ல பல நாள்கள் தொடர்ந்திருக்கிறது. ஆனால், அவர் வாயிலிருந்து சோர்வாக ஒரு சொல்கூட வந்ததில்லை. இன்னும் அவரது இந்தக் குணம் மாறவில்லை. நாம் ஏதாவது கஷ்டத்தைச் சொல்லிப் புலம்பினால் அதை அமைதியாகக் கேட்டுக்கொண்டிருந்துவிட்டு, 'யோவ், என்னையா இதெல்லாம் ஒரு விஷயமாய்யா? எல்லாம் சரியாயிரும்யா ... பேசாம இரும்' என்பார்.

அவரிடமுள்ள இன்னொரு நல்ல குணம், யாரைப் பற்றியும் குறை சொல்லி நான் கேட்டதில்லை. விமர்சித்தால் கூட அது பகையுணர்விலோ, ஆத்திரத்திலோ சொன்னதாக இராது. ரொம்ப வேடிக்கையாக ஏதாவது ஒரு வார்த்தை சொல்லுவார். அவ்வளவுதான். அவர் குடிப்பதைப் பற்றிப் பல தடவை மிகக் கடுமையாகச் சத்தம் போட்டிருக்கிறேன். வேறு மனிதர்களாக இருந்தால் என் முகத்திலேயே விழிக்கமாட்டார்கள். ஆனால், இன்று வரை அவர் எப்போதும் போல் என்னிடம் சகஜமாகவும், பிரியத்தோடும்தான் இருக்கிறார்.

அவர் எந்த ஊரிலிருந்தாலும் நானும் என் நெருங்கிய நண்பர் குமாரும் நடத்திவந்த எங்கள் கையெழுத்துப் பத்திரிகைக்குக் கவிதைகள் அனுப்பி வைத்துவிடுவார். சென்னை, குன்றக்குடி, கல்கத்தாவெல்லாம் சுற்றிவிட்டு, கடைசியில் திருநெல்வேலி அம்மன் சன்னதியில் அவரது பெரியப்பாவின் கட்பீஸ் துணிக்கடையிலேயே வேலை பார்த்தார். அவர்கள் வீட்டிலேயே சாப்பாடு, தங்கல் எல்லாம். அந்தப் பெரியப்பா வீடு கல்லத்தி முடுக்குத் தெருவில் இருந்தது.

அவருடைய பெரியப்பாவின் கட்பீஸ் துணிக்கடையில் அவர் வேலைபார்த்து வந்தபோது, ஒருநாள் இரவு ஒன்பது மணிக்கெல்லாம் வக்கீலாபீசில் சொல்லிக்கொண்டு அவசர அவசரமாகச் சைக்கிளை எடுத்துக்கொண்டு டவுனுக்குக்

கிளம்பினேன். பாளையங்கோட்டை முருகன்குறிச்சிப் பகுதியிலிருந்து பல நாள்கள் டவுனுக்குப் பத்து அல்லது பன்னிரண்டு நிமிடங்களில் சென்றிருக்கிறேன். அது ஒரு பித்து பிடித்த நிலை. அன்றும் அப்படிப் பத்தே நிமிடங்களில், அவர் வேலை பார்த்த கடை அடைக்கும் முன்பாகவே போய்ச் சேர்ந்தேன். என்னை நம்பிராஜன் எதிர்பார்க்கவில்லை. அவருடைய பெரியப்பா என்னைப் பார்த்த விதமே ஒரு மாதிரியாக இருந்தது. சந்தர்ப்ப சூழ்நிலை தெரியாமல் நடந்துகொள்வது எனக்குக் கைவந்த கலை.

எப்படியோ கடையில் சொல்லிவிட்டு என்னுடன் வந்தார். பூதத்தார் முக்கில் ஒரு இட்லிக்கடை உண்டு. இரண்டு பேரும் சாப்பிட்டோம். அப்படியே கீழ ரதவீதி தெற்கு ரதவீதி வழியாகப் பேசிக்கொண்டே வந்து மேலரத வீதியில் தொண்டர் சன்னதிப் பக்கம் வந்தோம். பூட்டிக்கிடந்த ஒரு கடையின் கருங்கல் படிக்கட்டில் உட்கார்ந்து பேசினோம், பேசினோம், அப்படிப் பேசினோம்.

அது ஒரு பலசரக்குக் கடை. வெங்காயம், வற்றல், மல்லியின் கலவையான பலசரக்கு வாசனை எங்களைச் சுற்றி இருந்து கொண்டே இருந்து. படித்த நாவல், கணையாழிக் கவிதை, சினிமா, ஜெயகாந்தனின் மேடைப் பேச்சு, கண்ணதாசனின் பாடல்கள், விகடனில் வெளிவரும் முத்திரைக் கதைகள், அவருடைய அப்பா வேலை பார்த்த ஜமீன்தார் குடும்பம் பற்றி என்று, எதை எதையோ தொட்டுத் தொட்டுப் பேச்சு நீண்டுகொண்டே இருந்தது. ராயல் டாக்கீஸில் செகண்ட் ஷோ முடிந்து ஆட்களெல்லாம் போய்விட்டார்கள். லாலா சத்திர முக்குக் கடையில் டீ சாப்பிட்டுவிட்டு வந்து மறுபடியும் அந்த வெங்காய, மல்லி வாசனைக்குள் பேசினோம். காலைநேர முதல் டவுன் பஸ் கூட வந்துவிட்டது. கோயில் வாசல் பக்கம் வந்து காபி சாப்பிட்டுவிட்டு நான் பாளையங்கோட்டைக்கும் அவர் வீட்டுக்குமாகப் பிரிந்தோம்.

இதுபோல் ஒருமுறையல்ல பல நாள்கள் நானும் நம்பிராஜனும் விடிய விடியப் பேசிக்கொண்டிருந்திருக்கிறோம். அவருக்கு என் பேரில் எப்போதும் ஒரு விசேஷமான பிரியமுண்டு. அவர் கையில் பணமிருந்தால் என்னைச் செலவழிக்கவே விடமாட்டார். எனக்காக அவர் பல விஷயங்களில் நிறைய மெனக்கிட்டும் இருக்கிறார்.

அப்போது கவிஞர் கண்ணதாசன், *கடிதம்* என்ற பத்திரிகையை நடத்திக்கொண்டிருந்தார். கண்ணதாசன், ஜெயகாந்தன் இரண்டு பேருடைய உரைநடையுமே எங்களுக்குப் பிடிக்கும். வெகுஜன

வாசிப்பிற்காக எழுதப்பட்ட அருமையான தமிழ் நடைக்குச் சொந்தக்காரர்கள் கண்ணதாசனும் ஜெயகாந்தனும் என்பதில் எங்களுக்குள் அந்நாட்களில் கருத்து வேறுபாடில்லை (இது பற்றி இன்று அவரது நிலை என்னவென்று எனக்குத் தெரியாது.)

இறந்து போன பத்திரிகையாளர் மீசைக் கார்க்கி பற்றி, சம்பத்துடன் தமிழ்த் தேசியக் கட்சியிலெல்லாம் இருந்த ஆர்.எஸ். பாண்டியனின் உரை பற்றி, கவிதா ஹோட்டல் மக்களன்பன் (மலைக்கள்ளன் படத்துக்கு வசனம் எழுதியவர்) பற்றி, கந்தர்வன் பற்றி, அவருடைய பிரியத்துக்கும் அபிமானத்துக்கும் உரிய ஆசிரியர் க.ப. அறவாணன் பற்றி, தாயம்மாள் அறவாணன் உணவு பரிமாறியதைப் பற்றி, தி.க.சி. தாமரைக்கு வரும் கதை களைத் தரப்படுத்தி வைக்கும் விதம் பற்றியெல்லாம் அவர் வர்ணிப்பதைக் கேட்டுக்கொண்டே இருக்கலாம். அவர் ஒரு ரசிகர். எல்லோருமே ரசனையுள்ளம் கொண்டவர்கள்தான். ஆனால், அதை ஒரு கலைஞனுக்குரிய அழகுணர்ச்சியுடன் விவரிக்கவும் தெரிந்தவர் விக்ரமாதித்யன். அவர் வாசுதேவ நல்லூரிலிருந்து தென்காசிக்கு பஸ்ஸில் வந்ததைக்கூட அவ்வளவு அருமையாகக் கோபுலுவின் சித்திரம் போல் சித்திரிப்பார்.

நான் அவரைச் சந்திக்கிறவரை எனக்குச் சங்க இலக்கியத்தி லெல்லாம் அவ்வளவாக ஈடுபாடே கிடையாது. பள்ளிக்கூடத்தில் படித்த கவிதைகளோடு எல்லாம் சரி. ஆனால், சங்க இலக்கியத்தின் நுட்பத்தையும், மேன்மையையும் சொல்லிப் படிக்க வைத்தவர் நம்பிராஜன்தான். குறுந்தொகை பற்றி என்னிடம் பலமுறை சொல்லியிருக்கிறார். இதேபோல், முத்தொள்ளாயிரம் பற்றி க.நா.சு எழுதிய கட்டுரையும் என்னை சங்க இலக்கியத்தின் பக்கம் ஈர்த்தது. இவையெல்லாம் 1970, 71இல் நடந்தவை.

என்னைப் பொறுத்தவரை இரண்டு பேர் ஒரு நாவலையோ, சிறுகதையையோ 'படி' என்று சொன்னால், அதை நம்பித் தைரியமாகப் படிப்பேன். அந்த இரண்டு பேருக்கும் பிடித்த அந்தப் படைப்புகள் நமக்கும் நிச்சயமாகப் பிடித்திருக்கும். ஒருவர் க.நா. சுப்பிரமணியம். இன்னொருவர் நம்பிராஜன். க.நா.சு.வுடன் நேரில் பழக்கம் ஏற்பட்டது 85, 86இல்தான். ஆனால், அதற்குப் பத்துப் பன்னிரண்டு வருடங்களுக்கு முன்பே அவர் எழுதிய 'படித்திருக்கிறீர்களா?' கட்டுரைகளிலிருந்து பல நாவலாசிரியர்களைத் தேடிப் படித்துத் திளைத்திருக்கிறேன். இதே போல் நம்பிராஜன் ஒரு நாவலைச் சிபாரிசு செய்தால், அது சரியான தேர்வாக இருந்த காலம் ஒன்றிருந்தது. எங்கள் மூவருக்குள்ளும் நிகழ்ந்த ரசனை மாற்றத்தில் பின்னாட்களில் க.நா.சு. சிபாரிசு செய்த பல நவீன எழுத்தாளர்களையும்,

நம்பிராஜன் சமீபகாலமாகச் சிலாகித்துப் பேசும் புதுமையான தற்காலப் படைப்புகளையும் என்னால் ரசிக்க முடியவில்லை. என்னைப் பொறுத்தவரை இருவருமே தாராளவாதிகளாகி விட்டதுபோல் தோன்றுகிறது. மௌனியின் புதுமையையும், நகுலனின் புதுமையையும் ஏற்றுக்கொண்டு ரசிக்க முடிகிறது. ந. முத்துசாமியின் பல சிறுகதைகளின் நடையையும், சிவசங்கரா, ஆர். பழனிவேலு போன்றவர்களின் சிறுகதைகளையும் அவற்றின் நவீன உத்தி, உருவ அமைப்புகளுக்காகவே ரசிக்க முடிகிறது. ஆனால், சமீபத்திய, 80களுக்குப் பின் தோன்றிய நவீனத்துவத்தில் வறட்டுத் தனமும், கலையல்லாத வெட்டி அரட்டைத்தனமும்தான் மலிந்துள்ளன. (இது பற்றி விரிவாகவே எழுத வேண்டும்; பின்னர்.)

திருநெல்வேலியிலேயே இருந்தால் முன்னேற்றமில்லை என்று தோன்றியது. எம்ப்ளாய்மெண்ட் எக்ஸ்சேஞ்சில் பதிந்து வைத்து ஏழெட்டு வருடங்களாகியும் ஒரு கார்டு கூட வந்ததில்லை. 1973 ஜனவரியிலோ பிப்ரவரியிலோ நம்பிராஜன் சென்னைக்குச் சென்றிருந்தார். அப்போது எம்.ஜி.ஆர். புதிதாகக் கட்சி ஆரம்பித்திருந்தார். எம்.ஜி.ஆரின் ஆதரவு பெற்ற கவிஞராக நா. காமராசன் இருந்தார். அந்தக் காலத்தில், புதுமைப்பித்தன் ‘சோதனை’ என்ற பேரில் பத்திரிகை நடத்த நினைத்திருந்தார். புதுமைப்பித்தனுடைய ஆசையை நா. காமராசன் நிறைவேற்றினார். அவருடைய ‘கருப்பு மலர்கள்’ என்ற கவிதைத் தொகுப்பு வந்திருந்து, நா. காமராசன் மிகுந்த கவனத்துக்குரியவராக இலக்கிய உலகில் கருதப்பட்டிருந்தார். வானம்பாடியிலும் அவரது நீண்ட கவிதைகள் வெளிவந்திருந்தன. சற்று அலங்காரமான அவரது தமிழ் நடை கவனம் பெற்றிருந்தது. ‘சோதனை’ பத்திரிகையை நா. காமராசன் முழுக்க முழுக்க இலக்கியப் பத்திரிகையாகவே நடத்த ஆசை கொண்டு துவக்கினார். சோதனை இதழ் வெளியீட்டு விழா எம்.ஜி.ஆர். தலைமையில் நடந்தது. அதில் உதவியாசிரியராக நம்பிராஜன் சேர்ந்திருந்தார். இன்னொரு உதவியாசிரியர் இராம. சுப்பையா. இராம. சுப்பையா நிர்வாகப் பொறுப்பையும் ஏற்றிருந்தார்.

இராம. சுப்பையா, எம்.எஸ். தியாகராஜன் என்ற பெயர்களெல்லாம் இன்றைய இலக்கிய வாசகர்களுக்கோ, இலக்கியவாதிகளுக்கோ தெரியாது. இருவருமே சிறு பத்திரிகைகளில் ஒரு காலத்தில் எழுதியவர்கள். இராம. சுப்பையா கவிதைகளும் விமர்சனங்களும் எழுதியவர். மைலாப்பூர் நல்லியில் வேலை பார்த்து வந்தார். இலக்கியவாதிகளிடம் மிகுந்த அபிமானம் கொண்டவர்.

அப்போது நா. காமராசன் லாயிட்ஸ் ரோட்டில்–ஜட்ஜ் ஜம்புலிங்க முதலியார் ரோடு சந்திக்கும் முனையிலுள்ள வீட்டின் மாடியில் குடியிருந்து வந்தார். அவரது வீடுதான் 'சோதனை' பத்திரிகை அலுவலகம். இராம. சுப்பையாவும் நம்பிராஜனும் அங்கேயே ஒரு அறையில் தங்கியிருந்தனர். (ஜட்ஜ் ஜம்புலிங்க முதலியார் தெருவின் இன்னொரு முனையில் மணியனின் வீடும், இந்துமதியின் வீடும் இருந்தது.)

சென்னையில் ஏதாவது வேலைக்கு ஏற்பாடு செய்ய வேண்டுமென்று மூன்று பேருக்குக் கடிதங்கள் எழுதினேன். பாப்பையா அண்ணாச்சி என்ற என் உறவினர், இன்னொருவர் தி.க.சி., மற்றொருவர் நம்பிராஜன். நம்பிராஜன் 'தைரியமாகப் புறப்பட்டு வாருங்கள்' என்று எழுதிவிட்டார்.

73 ஜூன் 22ஆம் தேதி காலை பாண்டியன் எக்ஸ்பிரஸில் சென்னை எழும்பூரில் இறங்கி விசாரித்துக்கொண்டு 23பி பஸ் பிடித்து லாயிட்ஸ் ரோட்டிலிருந்த 'சோதனை' அலுவலகம் சென்றேன். என்னிடம் இரண்டு வேட்டியும், சட்டைகளும்தான் இருந்தன. சட்டைப் பையில் ஒரு ரூபாயும் சில்லரையும்.

நம்பிராஜனும் இராம. சுப்பையாவும் ரொம்பக் கனிவோடு என்னை நடத்தினார்கள். நம்பிராஜன் என்னை அழைத்துக் கொண்டு முதன்முதலாக தி.க.சி.யிடம் சென்றார் (அப்போது நா. காமராசன் தன் குடும்பத்துடன் சொந்த ஊருக்குச் சென்றிருந்தார்.) தி.க.சி. செக்ரட்டேரியட்டில் வேலை பார்த்து வந்த கந்தர்வனுக்குக் கடிதம் தந்தார்கள். கந்தர்வன், கண்ணதாசனின் தம்பி இராம. கண்ணப்பனிடம் சொல்லி, கண்ணதாசன் மாத இதழில் 150 ரூபாய் சம்பளத்தில் வேலைக்குச் சேர்த்துவிட்டார்.

கண்ணதாசன் மாத இதழ் ஏற்கெனவே ஒருமுறை லேடி மாதவன் நாயர்ரோடு என்ற முகவரியிலிருந்து 1972 வாக்கிலோ என்னவோ வெளிவந்து நின்று போயிருந்தது. இடையே சிறிது காலம் *கடிதம்* என்ற இதழ் வந்தது. பிறகு திரும்பவும் 1973 வாக்கில் *கண்ணதாசன்* வெளிவர ஆரம்பித்தது. இம்முறை கண்ணதாசனைப் பொறுப்பேற்று நடத்திய ராமச்சந்திர ரெட்டியார் தெலுங்கில் ஒரு குழந்தை பத்திரிகையும், கண்ணதாசனின் இன்னொரு தம்பியான பஞ்சு அருணாசலத்தின் ஆசிரிய மேற்பார்வையில் 'பிலிமாலயா' என்ற சினிமா மாத இதழையும் நடத்திவந்தார். அதனுடன் கண்ணதாசனையும் நடத்துவதென்று ஏற்பாடு. ராமச்சந்திர ரெட்டியாரின் வீடு தி. நகர் சோமசுந்தரம் தெருவில் இருந்தது. அதற்கு அடுத்த தெருவான வியாசராவ் தெருவில் தான் இராம. கண்ணப்பன் குடியிருந்து வந்தார். ராமச்சந்திர ரெட்டியாரைச் சந்திப்பதற்காக,

இராம. கண்ணப்பனிடம் விடைபெற்றுக் கொண்டு வந்தபோது இரவு ஒன்பது மணிக்கு மேலிருக்கும். ரெட்டியார், 'காலையில் வேலைக்கு வந்துவிடுங்கள்' என்று சொல்லி விட்டார். காலை பிரான்ஸிஸ் ஜோசப் தெரு அலுவலகத்துக்கு என்னை அழைத்து வந்து, எப்படி புரூப் திருத்தவேண்டும் என்பதை நம்பிராஜன் சொல்லித் தந்தார்.

நாங்கள் அடிக்கடி சென்று சந்திக்கும் எழுத்தாளராக அசோகமித்திரன் இருந்தார். தி. நகர் பஸ் நிலையமருகே தாமோதர ரெட்டி தெருவில் அசோகமித்திரன் குடியிருந்து வந்தார். 1973 ஜூலை வாக்கில் அசோகமித்திரன் அயோவா பல்கலைக்கழக அழைப்பின் பேரில் புறப்பட்டுச் சென்றார். அவரை வழியனுப்ப மீனம்பாக்கம் விமான நிலையத்துக்கு நானும் நம்பிராஜனும் சென்றிருந்தோம். இந்துமதியும் வந்திருந்தார். சுப்பிரமண்ய ராஜுவும் வந்திருந்த நினைவு.

1974 ஜனவரி பொங்கல் மலருடன் கண்ணதாசன் நின்று விட்டது. நம்பிராஜன் இடையே சிறிது காலம் குன்றக்குடி, வாசுதேவநல்லூரெல்லாம் சென்றுவிட்டு சென்னை வந்திருந்தார். திருவல்லிக்கேணி ஜானி ஜான்கான் ரோட்டில் மரபுக் கவிஞரும் பாரதிதாசன் கவிதாமண்டலத்தைச் சேர்ந்தவருமான நாரா. நாச்சியப்பன், நாவல் ஆர்ட் பிரிண்டர்ஸ் என்ற அச்சகத்தை நடத்திவந்தார். சி.சு. செல்லப்பாவின் எழுத்து பிரசுர வெளியீடுகள் போன்ற புஸ்தகங்கள் இங்கு அச்சாகின. நாச்சியப்பனிடம் நம்பிராஜன் புரூப் ரீடராக வேலை பார்த்தார்.

சோதனை பத்திரிகை நின்று அவர் வாசுதேவநல்லூருக்குச் செல்லும் முன்பு பல நண்பர்களிடம் என்னை அறிமுகப்படுத்தி வட்டுச் சென்றிருந்தார். சுப்பிரமணிய ராஜு, அகிலன் கண்ணன், முருகேச நாயக்கர் மேன்ஷனிலிருந்த நண்பர்கள் ஆர். கண்ணன் என்ற வேய்ங்குழல் வேந்தன், வேல்முருகன், கவிஞர் ஆனந்தின் தந்தையான ஒய். ஆர். கே. சர்மா போன்ற பல நண்பர்களிடம் நல்ல அறிமுகத்தை ஏற்படுத்திக் கொடுத்தார்.

அகிலன் கண்ணனின் உதவியால் கணையாழியில் வேலை கிடைத்தது. அப்போது கணையாழி, பெல்ஸ் ரோட்டில் கஸ்தூரிரங்கனின் உறவினரான சுந்தரராஜன் நடத்திவந்த 'கலா கார்ட்டன்ஸ்' என்ற அச்சகத்திலிருந்து வெளிவந்து கொண்டிருந்தது. அப்போது ஞானக்கூத்தன் சைடோஜி தெருவிலோ அதன் அருகிலோ குடியிருந்துவந்தார். ஆலங்காத்தா பிள்ளை தெருவிலிருந்த மெஸ்ஸில் மாசச் சாப்பாட்டு டிக்கெட் புஸ்தகத்தை நானும் நம்பிராஜனும் வாங்கி வைத்திருந்தோம். ஒரு சாப்பாடு ஒரு ரூபாய். நம்பிராஜனை அவரது அப்பா,

கூட்டுறவுப் பயிற்சி வகுப்பில் சேர்த்துவிட்டதால், அவர் திரும்பவும் திருநெல்வேலி சென்றுவிட்டார். நானும் ஒன்றிரண்டு மாதத்தில் கணையாழி வேலை ஒத்துவராமல் திருநெல்வேலிக்கே சென்றுவிட்டேன்.

அவர் திருநெல்வேலி ஆற்றுப் பாலத்தையொட்டி இருந்த என்.ஜீ.ஓ. சங்க அலுவலகக் கட்டடத்தில் தங்கியிருந்து, கூட்டுறவாளர் பயிற்சிக் கல்லூரியில் படித்து வந்தார். ஜங்ஷ பெருமாள் கோவில் தெருவிலுள்ள ஒரு ஆச்சி வீட்டில் பதி சாப்பாடு. அவருடன் ஒரு வாரம் போலத் தங்கியிருந்தேன். பிறகு நாகர்கோவில் சென்று சுந்தர ராமசாமி வீட்டிலும் *தெறிகள்* பத்திரிகை ஆசிரியர் உமாபதி வீட்டிலும் சில நாள்கள் இருந்தேன். உமாபதி தன் சொந்த ஊரான விருதுநகருக்குத் திரும்பி வந்தபோது என்னையும் அழைத்துக் கொண்டுவந்து திருநெல்வேலியில் இறக்கிவிட்டார். தாஸ்தாயேவ்ஸ்கியின் 'இடியட்' நாவல் வால்யூம்களைக் கொடுத்துப் படியுங்கள் என்றார். எனக்கு டால்ஸ்டாயும், செகாவும், துர்கனேவும்தான் பிடித்த ரஷ்ய எழுத்தாளர்கள். தாஸ்தாயேவ்ஸ்கி அவ்வளவாக என்னைக் கவரவே இல்லை; அவரது சில சிறுகதைகளைத் தவிர. 'இடியட்' ஒரே வறட்டுத்தனமாக இருந்தது. நம்பிராஜன் அறையிலேயே போட்டுவிட்டு, சென்னையில் கிடைத்த 'அன்னை நாடு' தினசரியில் சேர்வதற்காக கல்யாணி உதவியுடன் மெட்ராஸ் புறப்பட்டுவிட்டேன்.

அன்னைநாட்டில் வேலை பார்த்து வந்தபோது, நம்பிராஜனும் சென்னை வந்து சேர்ந்தார். தான் எழுதிவைத்திருந்த 'கடல்' என்ற குறுங்கவிதைகளின் தொகுப்பைக் காட்டினார். அவை நன்றாக இருந்தன. பிறகு இக்குறுங்கவிதைகள்தான் மீராவின் அன்னம் வெளியீடாக வெளிவந்தன. அதுதான் அவரது முதல் தொகுப்பு. அதற்கு 'ஆகாசம் நீல நிறம்' என்று தலைப்பு வைத்திருந்தார். நான் 1976இல் துக்ளக்கில் சேர்ந்த பிறகு எங்கள் சந்திப்புகள் மிக நீண்ட இடைவெளிகளைக் கொண்டிருந்தன. இப்போது அவர் தமிழ் இலக்கிய உலகம் நன்கறிந்த கவிஞர். நான் அவரது பழைய நண்பர்களில் ஒருவன்.

வண்ணதாசன்

அது 1950கள். திருநெல்வேலியில் மிகப்பெயர் பெற்ற பள்ளிக்கூடம் சாஃப்டர் உயர்நிலைப்பள்ளி. பிரதான பள்ளிக் கட்டடம் நெல்லையப்பர் ஹைரோட்டில் முனிஸிபல் ஆபீஸ் (இன்று கார்ப்பரேஷன்) கட்டடத்துக்கு அருகே உள்ளது. ஊரின் உள்ளே, மேற்குப் பகுதியிலும் கிழக்குப்பகுதியிலும் இப்பள்ளியின் கிளைகள் நடுநிலைப் பள்ளிகளாக இயங்கி வந்தன. மேற்குக் கிளை குற்றால ரோட்டில் செயல்பட்டது. கிழக்குக் கிளை ஈஸ்டர்ன் பிராஞ்ச், தெற்குப் புதுத் தெருவில் இருந்தது. இரண்டாவது வகுப்பிலிருந்து ஆறாவது வகுப்புவரை இங்கேதான் படித்தேன். நான் ஆறாவது படித்துக்கொண்டிருந்தபோது ‘வண்ணதாசன்’ இதே பள்ளியில் எட்டாவது படித்திருக்கிறார். 1959இல் நான் இந்தப் பள்ளியைவிட்டு மாறினேன். ஸ்ரீவைகுண்டத்தில் இரண்டு வருடம், பிறகு பாளையங்கோட்டையில் எஸ்.எஸ்.எல்.சி. வரை படித்துவிட்டு ஏதேதோ வேலைகளில் அல்லாடி விட்டு 1969இல் வக்கீல் குமாஸ்தாவாக ஜீவனோபாயம் செய்து கொண்டிருந்தபோது தான், 1959இல் விடுபட்ட ஈஸ்டர்ன் பிராஞ்ச் தொடர்பு மீண்டும் தொடர்ந்தது.

ஈஸ்டர்ன் பிராஞ்சில் எவ்வளவோ பேர் உடன் படித்தவர்கள். வளாகத்திலிருந்து ராமையா படித்தான். தச்சநல்லூரிலிருந்து வள்ளிக்கண்ணு, கீழ்ப்புதுத்தெரு செல்லப்பா, மேலரதவீதி பாம்பே ஸ்டோர்ஸ் ஹமீது, தெற்கு ரதவீதியில் டி.எஸ்.

என்ற டி. சுப்பிரமணியம், கனகராயமுடுக்குத் தெரு செந்தில், பாலகிருஷ்ணன், வெங்கடகிருஷ்ணன், சுடலைமாடன் கோயில் தெருவிலேயே போத்தி ஹோட்டலில் வேலை பார்த்தவரின் மகனான ராகவன், வண்ணதாசன் வீட்டுக்கு எதிர்வீட்டிலிருந்த, அவரது சின்னத்தாத்தா மகனான சிவசங்கரன், (சிவசங்கரன்தான் எங்கள் ஆறாம் வகுப்பு மானிட்டர் – வகுப்புத் தலைவன்).

சிவசங்கரன் இருந்த அந்த வளவுக்குப் பலதடவை சென்றிருக்கிறேன். எதிர்வீட்டிலிருக்கிற பையனின் பெயர் கல்யாணி என்ற கல்யாண சுந்தரம் என்றுகூடத்தெரியாது. அப்போது தெரிந்துகொள்ள வேண்டிய வேளை வரவில்லை.

சுயபுராணம் பேசுவது கூச்சமாகத்தான் இருக்கிறது. ஆனால் இது சுயபுராணம் மட்டுமேயல்ல. அக்காலச் சமூக வாழ்வும் இதில் துலங்கத்தானே போகிறது. தாதன் குளத்தில் 'கொழும்புப் பிள்ளை அல்லது கருத்த முத்தையாபிள்ளை' என்றால் சிறுபிள்ளை கூட, அந்த நீளமான மட்டப்பா போட்ட வீட்டில் கொண்டுவிட்டு விடும். வீடு தார்சா, உள்தார்சா, பட்டகசாலை, ரெண்டாங்கட்டு, அடுப்படி, புறவாசல் என்று வீடு நீண்டு கிடக்கும். ரெண்டாங்கட்டில் இருபத்தைந்து மூட்டை நெல் கொள்ளும் பெரிய குதிர். புறவாசலில் பெரிய மாட்டுக்கொட்டகை, மாட்டுக்கொட்டகைக்கு அப்பால் பெரிய தோட்டம்.

இந்த வீட்டுக்கு எதிரே தெற்குப்பக்கம் இன்னொரு வீடும் சொந்தமாக இருந்தது. அதை 'தெக்குவீடு' என்போம். பக்கத்தில் காடு இருந்தது. காட்டில் பெருங்கொண்ட புஞ்சை நிலங்கள். ஏராளமான பனைகள், கருங்குளத்தில் மூன்று வயல்கள். 'பூ'வுக்கு இரண்டு வண்டி நெல்வரும். இவை எல்லாம் ஒன்பதாவது படிக்கும்போது மாயமாக மறைந்துவிட்டன. எஸ்.எஸ்.எல்.சி. பரீட்சைக்குப் பீஸ் பதினாறு ரூபாய்தான். இதற்கு வழியில்லை. மதுரைக்கு எழுதி அங்கிருந்த உறவினர் அந்தப் பணத்தை அனுப்பி உதவினார். இருந்த பாத்திர பண்டங்கள்கூட அடகுக்கடைகளைத் தஞ்சம் அடைந்தன. மண் பாத்திரங்கள் வாங்கும்படியாயிற்று. இதுவும் முடியாமல் 1968 வாக்கில் வீடே இல்லாமல் போய்விட்டது. மூன்று தங்கைகளும் கிறிஸ்தவப் பள்ளிகளில் சாப்பிட்டுத் தங்கிப் படித்தார்கள். அம்மாவும் ஒரு பெண்கள் உயர்நிலைப்பள்ளியில் சமையல் வேலைக்குச் சேர்ந்துவிட்டாள். அப்பா நண்பர்களை அண்டி வாழ்ந்தார்கள். நானும் என் பள்ளி நண்பன் வீட்டில் அடைக்கலம் புகுந்தேன். சாப்பாடு, படுக்கை எல்லாம் அங்கேதான். அந்தக் குடும்பம் வாங்கித் தந்த வேலைதான் குமாஸ்தா உத்யோகம்.

கவலைகளை மறக்கப் புஸ்தகங்கள் படிக்க ஆரம்பித்தேனா, இல்லை நிஜமாகவே அப்பாவின் கல்கி ரசிக மனம் என்னிடமும் குடியேறியதா என்று தெரியவில்லை. படிப்பதும், சினிமா பார்ப்பதும் வெகு ஆனந்தமாக இருந்தன. புஸ்தகம் என்பது வஸ்து அல்ல. அதுவும் உயிருள்ள ஜீவன்தான். அந்த ஆசிரியர் நம்முடன் தன் அனுபவங்களைப் பகிர்ந்து கொள்கிறார்.

அவர் பேசுகிறார், சிரிக்கிறார். கவலைப்படுகிறார். 'ஜிம் கார்பெட்' எப்படியிருப்பாரென்று தெரியாது. ஆனால், அவரது 'குமாயும் புலிகள்' உயிருள்ளவரை மறக்கவே முடியாத புஸ்தகம். அந்தக் காடுகள், அவர் நேசிக்கும் அந்தப் புலிகள் இவை எல்லாம் அந்தக் காகிதத்தில் உயிருடனிருக்கின்றன. கார்லோஸ் காஸ்டநாடாவின் டான் சுவானுடன் அந்தச் செம்பாறைகள் நிரம்பிய பீடபூமியில் நாமும் அலைந்து திரிகிறோம். க்ரியா ராமகிருஷ்ணனை சந்தித்தது பற்றி பி.பி.சி.யின் முன்னாள் இந்திய செய்தியாளர் மார்க்டுவல்லி தனது புஸ்தகத்தில் குறிப்பிடும்போது மனம் உவகை கொள்கிறது. அம்மா வந்தாளில், சேலத்தில் தன் அக்கா வீட்டில் மதியம் சாப்பிட்டுவிட்டு மாடியில் அப்பு படுத்திருக்கும் காட்சியை ஏன் பலமுறை படிக்கத் தோன்றுகிறதென்று தெரியவில்லை. அதே ஜானகிராமன் எழுதிய 'உதய சூரியன்' போல், இன்னொரு பிரயாண நூலை இன்னமும் படிக்கவில்லை. இன்கிரீட் பெர்க்மனின் அந்த வாழ்க்கை வரலாற்றில் பெர்னாட்ஷா, அவரைத் திரும்பவும் வா என்று சொல்லியும் இன்கிரீட் பெர்க்மன் ஏன் செல்லவில்லை. இதே போல் அந்த பிரிட்டனில் அவர் சந்தித்த மாபெரும் கலா விற்பன்னரான இயக்குனர் ஹிட்ச்காக் பற்றியும் ஏதோ பட்டும் படாமலும் சொல்லிவிட்டு நகரும் பகுதிகளின் பின்னே இருப்பது என்ன? நேருஜியுடனான சந்திப்பு கூட இப்படியொரு பூடகத்துடன் நகர்கிறது.

அதற்காக ஹிட்ச்காக் மீதான மரியாதை குறைந்துவிடுமா என்ன? நெல்லை பார்வதியில் அவரது படங்கள் பலவற்றைப் பார்த்துப் பிரமித்திருக்கிறேன். ஸைக்கோ, ரியர்விண்டோ, பேர்ட்ஸ் என்று எல்லாம் நாலே நாலணா டிக்கெட்டில் பார்த்தது. சவுண்ட் ஆஃப் மியூசிக், பென்ஹர், ஹன்ச் பேக் ஆஃப் நாட்டர்டாம் என்று எத்தனை கிளாஸிக்குகள் அந்த நாலணாவில்.

○○○

நவீன தமிழ் இலக்கியத்தின் அடையாளம் மணிக்கொடியிலிருந்து தொடங்குகிறது. பிறகு *கிராம ஊழியன், கலாமோகினி, தேனீ,*

காந்தி, சுதந்திரச் சங்கு என்று சில ஆயிரம் விற்பனை மட்டுமே கொண்ட பத்திரிகைகள் இலக்கியத்துக்கு முக்கியத்துவம் கொடுத்து வெளிவந்தன. *தினமணி, சுதேசமித்திரன்* போன்றவை தினசரிகளாக இருந்தாலும், தரமான சிறுகதைகளுக்கும் இலக்கிய விஷயங்களுக்கும் அவை இடமளித்தன. *விகடனும், கல்கியும்,* பிறகு *குமுதமும்* வெகு ஜன ரசனைக்குரிய பத்திரிகைகளாக இருந்தன. கலைமகளில் கி.வா.ஜ. இருந்தவரை தரத்தோடு வெளிவரக் கடும் பிரயத்தனம் செய்தார். மஞ்சரியும் த.நா. சேனாபதியோடு தன் தரத்தை முடித்துக்கொண்டது. க.நா.சு. *சூறாவளி, சந்திரோதயம்* என்று பத்திரிகை நடத்தியிருக்கிறார்.

பிறகு சரஸ்வதியை விஜயபாஸ்கரனும், 'எழுத்துவை சி.சு. செல்லப்பாவும் தரமான இலக்கிய பத்திரிகையாக நடத்தினார்கள். 'தாமரை' கட்சி சார்பில் வெளிவந்தாலும் அதிலும் இலக்கியமே பிரதானமாக இருந்தது.

விகடன், கல்கி, குமுதம் இவற்றின் ஜனரஞ்சக அம்சங் களுக்கும், *எழுத்து, சரஸ்வதி, தாமரை* போன்ற தீவிர இலக்கியப் பத்திரிகைகளுக்கும் நடுவாந்திரமாகச் சில பத்திரிகைகள் 'மிடில் மேகஸின்' தரத்தில் அவ்வப்போது வந்தன. ஆனந்த் தியேட்டர் அதிபர் மறைந்த உமாபதி *உமா* என்ற பத்திரிகையையும், இன்னொரு காங்கிரஸ் பிரமுகரும் எம்.பி.யாக இருந்த வருமான கே.டி. கோஸல்ராம் *புதுமை* என்ற மாதப் பத்திரிகையையும் நடத்தினார்கள். புதுமையில் தான் வண்ணதாசனின் முதல் சிறுகதை வெளிவந்திருக்கிறது. இந்த மிடில் மேகஸின் வரிசையில் *அமுதசுரபி, கலைமகள், தீபம், சுபமங்களா, கணையாழி* இவை யெல்லாம் சேரும். நடை, கசடதபற, அஃக் போன்றவை முழுக்க முழுக்க அதிநவீன இலக்கியத்தை உத்தேசித்து நடத்தப்பட்டவை.

தீபத்தில் வெளிவந்த 'வேர்' கதைதான் நான் படித்த வண்ணதாசனின் முதல் சிறுகதை. அதன் மிருதுவான தமிழ் நடையை எனக்குப் பிடித்திருந்தது. அச்சிறுகதையை திருநெல்வேலிக்காரர் எழுதிய கதை என்பதை உணர்ந்துவிடலாம்.

வல்லிக்கண்ணன், வண்ணதாசன் என்று பார்த்துவிட்டு, வெறும் வாசகனாக இருந்த என்னையும் பார்க்க வந்திருந்தவர்க ளென்று விக்ரமாதித்யனையும், அவரது நெருங்கிய ஸ்நேகிதனான சுப்பு. அரங்கநாதனையும் பற்றி ஏற்கெனவே இத்தொடரில் குறிப்பிட்டிருக்கிறேன்.

முருகன்குறிச்சி பீர்பாத் ஹோட்டலில் டீ சாப்பிட்டுக் கொண்டிருந்த போது, அரங்கநாதன் வேர் கதையில் தொடக்கத்தில் வரும், 'ஜன்னல் கம்பிகளின் டைமன் விளிம்புகள்'

என்ற வர்ணனையைக் குறிப்பிட்டுச் சிலாகித்தார். எனக்கும் அந்தக் கதை பிடித்திருக்கிறதென்று சொன்னதும், நம்பிராஜன் 'வண்ணதாசன் டவுனில்தான் இருக்கிறார். சொள்ளமாடன் கோயில் தெருலதான் வீடு' என்றார்.

'அப்படியா?' என்று ஆச்சரியப்பட்டேன்.

'அட்ரஸ் தாரேன். போய்ப் பாருங்கள்' என்றார்.

'போய்ப் பார்' என்றால் உடனேவா போய் விட முடியும்? ஆலாபனை எல்லாம் செய்ய வேண்டாமா? வழக்கம்போல கடிதம் எழுதினேன். 'வேர்' கதையைவிடவும் அவரிடமிருந்து வந்த பதில் கடிதம், குற்றாலச் சாரல் போலவே பூந்தூறலாக மனசைக் குளிர்வித்தது. அவருக்கென்று ஒரு தனிப்பார்வை, அதைச் சொல்லுகிற தொனி, அந்த அழகான கையெழுத்து, அந்த உரைநடையின் மதுரம். 'இலக்கியம்' புஸ்தகத்திலும், இலக்கியப் பத்திரிகையிலும்தான் இருக்க வேண்டுமென்பதில்லை; கடிதத்திலும் இருக்கலாம் என்பதை அவரிடமிருந்து வந்த கடிதங்கள் சொல்லின. வக்கீலய்யா வீட்டுப் பழைய 21 இஞ்ச் ஹெர்குலிஸ் சைக்கிளில் நண்பர்கள் கொடுத்த சட்டைகளைப் போட்டுக்கொண்டு திரிந்த ஒரு பராரிக்கு அடுக்கடுக்காக வல்லிக்கண்ணன், நம்பிராஜன், சுப்பு அரங்கநாதன், இப்போது வண்ணதாசன் என்று ஒரே இலக்கிய நண்பர்கள் குழாம்.

'ஏக்கம்' என்பது ஆசையின் இன்னொரு பெயர். 'ஆசைக் கயிற்றில் ஆடும் பம்பரம்' என்று, பரம ஞானியான பட்டினத்தார் உலக வாழ்வையே ஒற்றை வரியில், ஒரு சூத்திரம் போல் சொல்லிவிட்டார். நாம் அனுபவிக்கும் இத்தனை லௌகீக சாதனங்களும், குழந்தைகள், மனைவி, குடும்பம், சமூகம், அரசியல் உலகம், மீடியா சகலமும் மனித ஆசையின் வெளிப்பாடுதான். சாமியார்களாய், உலகைத் துறந்தவர்கள் போல, ஆனால் உலகத்திலேயே சுற்றிக் கொண்டிருப்பவர்கள் கூட துறவறத்தின் மீது கொண்ட ஆசையால்தான் இப்படித் திரிகிறார்கள். ஒருவன் குடிப்பதற்காக ஏங்குகிறான். ஒருவன் இறைவன் தரிசனம் தரமாட்டாரா என்று ஏங்கி அதற்காகவே வாழ்கிறான். இன்னொருவன் நாலு பேர் நம்மைப் பாராட்ட மாட்டார்களா என்று அலைகிறான். வேறொருவன் விஞ் ஞானத்தில் எதிர்கொள்ளப்போகும் முடிவை நினைத்து ஏங்கி அதிலேயே காலம் பூராவையும் செலவிடுகிறான். பெண்களின் மீதான ஏக்கம், சங்கீத ஏக்கம், பக்தி ஏக்கம், நாட்டின் மீதான ஏக்கம், குடும்பத்தின் மீதான ஏக்கம் என்று எல்லோருமே ஏதாவதொரு ஏக்கத்தினால் பீடிக்கப்பட்டு, அதை அடைவதற்காகப் பேயாய் அலைந்துகொண்டிருக்கிறோம்.

பாடப் புத்தகங்களின் மீது கவனமும் ஏக்கமும் இருந்திருந்தால் என் வாழ்வே திசைமாறிப் போயிருக்கும். ஆனால் பாடப் புஸ்தகங்களை விட நூலகங்களிலுள்ள, தேர்வு எழுதத் தேவையிராத புஸ்தகங்கள் என்னை வசீகரித்தன. சினிமா பார்க்க வேண்டும் என்று மனம் ஏங்கியது. ஸ்நேகிதர்களுடன் மணிக்கணக்காகப் பேச வேண்டும் என்று ஏங்கியது. தங்கள் எழுத்தால் வசீகரித்த எழுத்தாளர்களைப் பார்க்க வேண்டும் என்று மனம் ஏங்கியது.

வண்ணதாசனின் கடிதங்களுக்காக மனம் ஏங்கிக் கிடந்தது. அவரது மொழியின் வசீகரம் தரும் அந்த ஆனந்த லகரியில் எப்போதும் திளைத்துக் கிடக்க மனம் தவியாகத் தவித்தது. அவரது சிறுகதைகளை விடக் கடிதங்களில், அவர் மனம் பெருக்கெடுத்து ஓடுவது பளிச்சென்று தெரியும். அது அவரது விசேஷமான மொழியின், எண்ணத்தின் பிரவாஹம். ஜரிகையும், பட்டு நூலும் வெவ்வேறு பொருள்கள். ஆனால் பட்டுச் சேலையில் இரண்டும் எப்படி நெருடலே இல்லாமல் அவ்வளவு இயல்பாக முயங்கிப் பிணைந்து கிடக்கின்றன. இந்த இரண்டற்ற ஒருமைதான் பரவசத்தின் வித்து. மொழியும் எண்ணமும் அவரது கடிதங்களில் அப்படிப் பின்னிப் பிணைந்து முயங்கிக் கிடக்கின்றன. இந்தச் சங்கமத்தைத் தேடி தபால்காரரை எதிர்பார்த்துக் காத்திருக்கும் கணங்கள் கம்பியின் மேல் நடப்பது போன்ற கணங்கள்.

○ ○ ○

நவீன நாவல் மரபு, சிறுகதை மரபு என்பது மேற்கிலிருந்து அடித்த காற்றுதான். பதினாறாம் நூற்றாண்டிலேயே செர்வாண்டிஸ் தன் காலத்திய சமூகப் பழக்க வழக்கங்களைக் கேலி செய்து 'டான் க்விக்ஸாட்' எழுதி விட்டான். இந்தக் கேலி, நமது பாரம்பரிய தெனாலிராமன் கதைகளிலும் மண்டிக் கிடக்கிறது. புதுமைப்பித்தன், அவரது அடியொற்றி நடந்த தொ.மு. சிதம்பர ரகுநாதன் ஆகியோரிடம் விமர்சன மனோபாவமுடன் கூடிய கேலி இருக்கிறது. வல்லிக்கண்ணனின் கேலி சற்று அடக்கமான கேலி. உலகச் சிறுகதைகளில் ஒன்றாக மதிக்கக்கூடிய வ.க.வின் 'பெரிய மனுஷி' இதமான இலக்கிய நடை கொண்டது.

பு.பி.யும், தொ.மு.சி.யும், வ.க.வும் பார்த்து, அனுபவித்த அதே திருநெல்வேலி வாழ்வைத்தான் வண்ணதாசனும் தனது 'தனுமை'யிலும், 'வேர்' கதையிலும், 'ஒரு உல்லாசப் பயண'த்திலும், பிற்காலத்திய 'கனிவு, கிருஷ்ணன் வைத்த வீடு' முதலான கதைகளிலும் சொல்கிறார். அதே வளவு வீடுகள், ஆச்சிமார்கள், ஆறு, குற்றாலம், பனை வடலிகள்,

தேரி மணல்வெளி, குடிகாரர்கள், விபச்சாரிகள், விடலைப் பையன்கள், சம்சாரிகள் என்று எத்தனையோ திருநெல்வேலிப் பக்கத்து மனிதர்கள் திரும்பத் திரும்ப வருகிறார்கள். ஆனால் இவரது முன்னோடிகளுக்கும் இவருக்குமுள்ள வித்தியாசம், தனித்துவம் எது? அது இவரது விசேஷமான மொழிநடைதான்.

அவர் பொதுவாகத் தனது கதைகளுக்கோ, கவிதைகளுக்கோ மெனக்கெடுவதே இல்லை. தீபத்திலிருந்து பொங்கல் மலருக்கோ, சுதந்திர தினமலருக்கோ கதை கேட்டு, நா.பா. தன் அழகான கையெழுத்தில் கருப்பு மையினால் கார்டு எழுதினால் போதும்... அனேகமாக எழுதுவதைக் கடைசி நேரம் வரை தள்ளிப் போடுவார். 'கதை அனுப்பி விட்டீர்களா' என்றால், உதட்டைப் பிதுக்கிச் சிரிப்பார். 'எழுதணும்' என்பார். கடைசி நேரத்தில் எழுதி அனுப்பிவிடுவார்.

வண்ணதாசனின் 'ஒரு அருவியும், மூன்று சிரிப்பும்' என்ற சிறுகதை நம்பிராஜனுக்கு ரொம்பப் பிடித்தமானது. தாமரையில் சி. கல்யாண சுந்தரம் என்ற பெயரில் கவிதைகள் எழுதியிருக்கிறார். பொதுவாக அவர் அதிகம் பேசமாட்டார். ஆனால் நாம் பேசுவதை ரொம்பக் கவனமாகக் கேட்பார்.

ஆரம்பத்தில் ஞாயிற்றுக்கிழமைகளில் அவரைச் சந்தித்துக் கொண்டிருந்தவன். பிறகு ஒருநாள் விட்டு ஒருநாள் சந்திக்க ஆரம்பித்தேன். என்னைப் பொறுத்தவரை என்னுடைய கடுமையான வேலைகளுக்கு இடையே நேரம் கிடைப்பதும், அவரைப் பார்க்கப் பாளையங்கோட்டையிலிருந்து டவுனுக்குச் சென்று வருவதும் மிகச் சங்கடமான விஷயங்கள். ஆனால் காலை ஆற்றில் குளித்துவிட்டு அப்படியே ஈரத்துணியுடன் கூட அவரைப் போய்ப் பார்த்துப் பேசிவிட்டு வந்திருக்கிறேன். பத்து நிமிஷம்தான் அவருடன் இருக்க முடியும். நான் 8.30 மணிக்கெல்லாம் ஆபீஸ் வந்தாக வேண்டும். பைத்தியம் போல் அவரைத் திரும்பத் திரும்பச் சந்தித்துக்கொண்டிருந்தேன். அவரிடம் பேசினால் கிடைக்கிற சந்தோஷத்துக்காக அவரைத் திரும்பத் திரும்ப ஓயாமல் சந்தித்தேன். அவருக்குத் தொந்திரவாகக்கூட என் சந்திப்புகள் இருந்திருக்கின்றன. ஆனால், அவருடனிருக்கும் க்ஷணங்கள் எனக்கு ஆனந்த லகரியை அளித்தன. இத்தனைக்கும் நடுவில் அவரிடமிருந்து வாரம் இரண்டு மூன்று கடிதங்களாவது வரும். எட்டு மணிக்கு அவரைப் பார்த்துவிட்டு வந்திருப்பேன். காலை முதல் தபாலில் அவரிடமிருந்து கடிதம் வரும். சாரலில் நனைவது போன்ற அவருடைய கடிதங்கள் தந்த குளிர்ச்சியையும், மதுரத்தையும் விவரிக்க வார்த்தைகளே இல்லை.

கல்யாணியுடன் எனக்கு அறிமுகம் ஏற்பட்டபோது அவர் பி.காம் முடித்துவிட்டு வேலையை எதிர்பார்த்திருந்தார். அவர் இருப்பது பெரும்பாலும் அவர் வீட்டு மாடியில்தான். மிக நீளமான மாடி அது. அதற்கு அவர்கள் வீட்டின் உட்பக்கமாகவும் செல்லலாம். வெளியே வளவிலிருந்தும் செல்லலாம். மாடியின் மையத்தில் அருமையான ஊஞ்சல் ஒன்று உண்டு. ஊஞ்சலுக்கு எதிரே ஒரு மேஜையும் நாற்காலியும் கிடந்தன. மேஜையையொட்டி நாலு ஐந்து தட்டுள்ள சுவர் அலமாரி. அலமாரி நிறையப் புஸ்தகங்கள் பிதுங்கி வழியும். அந்த அறையில் இரண்டு பெரிய ஜன்னல்கள். ஜன்னல் வழியே பார்த்தால் கீழே சதுரமான வளவு தெரியும். மேற்குச் சுவரில் ஒரு பிரம்மாண்டமான நிலைக்கண்ணாடி. ஆறேழு அடி உயரமிருக்கும். வெளியே சிறு வராந்தா, ஊஞ்சலில் உட்கார்ந்து மணிக்கணக்காகப் பேசுவோம். பேசுவோம் என்பதை விட என் தொணதொணப்பை அவர் மணிக்கணக்காகக் கேட்பார். இருட்டியதும் நாற்காலிகளை வராந்தாவில் எடுத்துப்போட்டு எட்டு ஒன்பது மணிவரை கூடப் பேசிக்கொண்டிருப்போம். 'அப்ப வரட்டுமா' என்று சொல்லிவிட்டு மறுபடியும் பிரிய மனமில்லாமல் பேசிக்கொண்டிருப்பேன். புறப்படுகிற நிலையிலேயே நின்றபடி ஒரு அரைமணி நேரமாவது பேசுவோம். 'லேட் ஆயிட்டுதுன்னா போறது சிரமமாயிருக்கும் புறப்படுங்க' என்று ஞாபகப்படுத்துவார். மறுபடியும் காலையில் ஏழரை மணிக்குப் போய் நிற்பேன். 'அடப்பாவி... என்னய்யா இது? ராத்திரி தூங்கினீங்களா இல்லையா?' என்பார். இப்படி நகமும் சதையுமாக அவருடன் மூன்று வருடங்கள் இருந்தேன்.

நாங்கள் பேசிக்கொண்டிருக்கும்போது கலாப்ரியா சமயங் களில் மின்னல்போல் வருவார். இரண்டு மூன்று நிமிஷங்கள் நின்று கொண்டே பேசிக்கொண்டிருப்பார். 'கசடதபற'ல வந்த நா. சேதுராமன் கதையைப் படிச்சீங்களா?' என்றோ, 'ராயல்ல நதின்னு ஒரு படம் போட்ருக்கான். ரொம்ப அருமையா இருக்கு' என்றோ ரெண்டு வார்த்தை பேசுவார். மேஜையில் கிடந்த ஏதாவது புஸ்தகத்தைப் புரட்டுவார். சட்டென்று 'வாரேன்' என்று சொல்லிக்கொண்டே இறங்கிப்போய்விடுவார்.

பாளையங்கோட்டையில் தசரா ரொம்ப விசேஷம். கல்கத்தா தசரா பண்டிகைக் கொண்டாட்டம் பற்றிக் கேள்விப்பட்டிருக்கிறேன். பார்த்ததில்லை. ஆனால் எனக்குத் தெரிந்தவரை மிகப் பிரமாதமாக தசரா கொண்டாடப்படும் ஊர்கள் தமிழ்நாட்டில் இரண்டே இரண்டுதான். ஒன்று பாளையங்கோட்டை, இன்னொன்று குலசேகரன்பட்டிணம். குலசேகரன்பட்டிணத்தில் கடைசித் தசராவன்றுதான் ரொம்பக்

கோலாகலமாக இருக்கும். ஆனால், பாளையங்கோட்டை தசராவோ பத்து தினங்களும் கோலாகலமாக இருக்கும். ஒரு வருஷ தசராவின்போது நானும் கல்யாணியும் ஒருநாள் இரவெல்லாம் விடிய விடியக் கச்சேரிகளும், கும்பங்களும் பார்த்தோம்.

கல்யாணிக்கு என்னைப் போலவே பல கடித நண்பர்கள் இருந்தார்கள். பெங்களூரிலிருந்து அன்பழகன் என்பவர் பல வருடங்கள் கடிதம் மூலமாகவே தொடர்பு கொண்டிருந்தார். இருவருமே நேரில் பார்த்ததே இல்லை. அப்போது மதுரை மருத்துவக் கல்லூரியில் படித்து வந்த 'அருணகீதாயன்' என்ற மருத்துவ மாணவரும் கல்யாணிக்குக் கடிதம் மூலம் அறிமுகமாகி யிருந்தார்.

சிவகாசியில் வேலை பார்த்த கே. ராமசாமி என்ற எழுத்தாளர் தீபத்தில் எழுதியிருக்கிறார். அவரும் கல்யாணியின் கடித நண்பர். இடைச் செவலிலிருந்து கி. ராஜநாராயணனும் அவ்வப்போது எழுதுவார். சென்னையில் இருந்தாலும், ராஜவல்லிபுரத்தில் இருந்தாலும் வல்லிக்கண்ணனின் கடிதம் தப்பாது. சென்னையிலிருந்து தி.க.சியும், கல்யாணியின் அண்ணன் கணபதி அண்ணாச்சியும் அவ்வப்போது எழுதுவதுண்டு. நம்பிராஜனும் நானும் ஸ்நேகமான பிறகு நாங்கள் எழுதும் கடிதங்களும் சேர்ந்துகொண்டன.

நான் அவரைச் சந்தித்தபோது, அவரது மிக நெருங்கிய திருநெல்வேலி நண்பர்களில் அட்வகேட் முருகவேள், அட்வகேட் பாலு, அலெக்ஸாண்டர் போன்றோர் முக்கியமானவர்கள். மதுரையில் பேட்டா ஷோ ரூமில் வேலை பார்த்து வந்த சொக்கலிங்கமும், அவரது சகோதரியும் வண்ணதாசனின் நெருங்கிய குடும்ப நண்பர்கள்.

இன்னொரு மிக முக்கியமான மனிதர் சக்தி கணபதி. சக்தி கணபதி ஓவியர். நான் இன்றுவரை இவரைப் பார்த்ததில்லை. சக்தி கணபதி பற்றி அடிக்கடி கல்யாணி எனக்கு எழுதிய கடிதங்களிலும் பலமுறை குறிப்பிட்டிருக்கிறார். பல தடவை சக்தி கணபதியைச் சிலமணி நேர இடைவெளிகளில், கல்யாணி வீட்டுக்குச் சென்றபோது தவறவிட்டிருக்கிறேன்.

கல்யாணி ஒரு ஓவியரும் கூட. இது பலருக்குத் தெரிந்திராது. இந்தியன் இங்கில் அவர் வரைந்த பல படங்களை நான் எடுத்துச் சென்று பத்திரப்படுத்தியிருக்கிறேன். எங்கள் 'பொருநை' பத்திரிகையை அவரது படங்கள் அலங்கரித்தன. ஆராய்ச்சி பத்திரிகை நிறுவனரான பேராசிரியர் வானமாமலையின்

தூண்டுதலின் பேரில் ராஜபாளையம், மதுரை எழுத்தாளர்கள் ஆளுக்குக் கொஞ்சம் பணம் போட்டு 'புதிய முளைகள்' என்ற சிறுகதைத் தொகுப்பு ஒன்றை 1972ஆம் வருட வாக்கில் கொண்டு வந்தனர். அதற்கு அட்டைப்படம் போட்டவர் கல்யாணிதான். நான்தான் கல்யாணியிடம் சொல்லிப் படம் போடச் சொன்னேன். எனது சிறுகதை ஒன்றும் (வெ. கிருஷ்ணமூர்த்தியின் மேற்பார்வையில் எழுதிக் கொடுத்த சிறுகதை அது.) அத்தொகுப்பில் இடம் பெற்றுள்ளது. இந்த நூலின் வெளியீட்டு விழா மதுரை காலேஜ் ஹவுஸில் நடந்தது. பா. ஜெயப்பிரகாசம் அப்போது திருநெல்வேலியில் பொது ஜனத்தொடர்பு அதிகாரியாகப் பணியாற்றி வந்தார். அவருடன் கல்யாணி, கலாப்ரியாவுடன் நானும் ஜீப்பில் மதுரை சென்று வந்தோம்.

சக்தி கணபதியைப் பற்றி பேசத் தொடங்கினால் கல்யாணிக்கு நேரம் போவதே தெரியாது. சக்தி கணபதி பின்னாட்களில் கன்னியாகுமரியில் கடை போட்டிருந்தார். சுந்தர ராமசாமியிடம் அவரைப் பற்றிப் பேசிக்கொண்டிருந்தபோது, ராமசாமி என்னைக் கன்னியாகுமரிக்கு அழைத்துச் சென்றார். அவரது கடைக்கும் சென்றோம். துரதிருஷ்டவசமாக அன்று கடையில் அவர் இல்லை. இன்றுவரை சக்தி கணபதியைப் பார்க்கவே இல்லை. ஆனால் கல்யாணி, சக்தி கணபதியைப் பற்றி என் மனத்தில் வரைந்துள்ள அந்தச் சித்திரம் இன்னும் அழியாமலிருக்கிறது. இதேபோல, அவரைப் பெரிதும் கவர்ந்த கோவில்பட்டி செல்லத்தாயக்கா பற்றியும் கல்யாணி என்னிடம் பலமுறை பேசியிருக்கிறார்.

❍ ❍ ❍

கல்யாணி வீட்டில் படிப்பதற்கு நிறைய நாவல்களும், இலக்கியப் பத்திரிகைகளும் ஏராளமாகக் கிடைத்தன. கு.ப.ரா.வின் 'அகல்யை' நாடகம், க.நா.சு.வின் 'இலக்கிய விசாரம்' என்ற முக்கியமான புஸ்தகமெல்லாம் கல்யாணியின் புஸ்தக அலமாரியிலிருந்து எடுத்துச்சென்று படித்தவைதான். 'இலக்கிய விசாரம்'தான் எளிமையாகவும், தெளிவாகவும் எது இலக்கியம் என்பதை எனக்குச் இனம் காண்பித்தது. க.நா.சு.வின் இந்தச் சிறு புஸ்தகம் அப்படியே என்னுள் நுழைந்து மனதை வியாபித்துக்கொண்டது. புதுமைப்பித்தனின் 'சாபவிமோசனம்' கதையை விட கு.ப.ரா.வின் 'அகல்யை' நாடகம் மிகவும் பிடித்திருந்தது. தீபனின் 'அரும்பிய முல்லை' என்ற நூலைப் பற்றி க.நா.சு. 'படித்திருக்கிறீர்களா' கட்டுரைகளில் எழுதியிருக்கிறார். இதுவும் கல்யாணியிடம் படிக்கக் கிடைத்தது.

லா.ச.ரா.வின் ‘புத்ர’, ‘அபிதா’, தி. ஜானகிராமனின் ‘அம்மா வந்தாள்’, க. சுப்பிரமணியனின் ‘வேரும் விழுதும்’, சா. கந்தசாமியின் ‘சாயா வனம்’, ந. சிதம்பர சுப்பிரமணியனின் ‘மண்ணில் தெரியுது வானம்’ போன்ற வாசகர் வட்ட வெளியீடுகளெல்லாம் அவரிடமிருந்தன.

எல்லா இலக்கியப் பத்திரிகைகளுக்கும் கல்யாணி சந்தா கட்டிவிடுவார். *தாமரை, தீபம், கணையாழி, கசடதபற, அஃக், வானம்பாடி*, நூலகம் பத்திரிகை கூட கல்யாணி வீட்டுக்கு வந்த நினைவு. என்னை இலக்கிய ரீதியாக உருவாக்கியதில் கல்யாணிக்குப் பெரும் பங்கு இருக்கிறது. இதை அவர் வகுப்பெடுப்பதுபோல் செய்யவில்லை. ஆனால், அவர் எழுதிய கடிதங்கள், அவரது ஆழமான ஸ்நேகிதம், அவர் வீட்டில் படித்த பல புதினங்கள், பத்திரிகைகள் இப்படி எல்லாமாகச் சேர்ந்து என்னை உருவாக்கியிருக்கின்றன என்று தோன்றுகிறது.

ஒருமுறை ‘கசடதபற’ நண்பர்களில் ஒருவராகவும் ‘பதி’ என்ற பெயரில் கவிதைகளும் எழுதி வந்த மஹாகணபதி, திருநெல்வேலிக்கு வந்தார். அவர் பணிபுரிந்து வந்த மபத்லால் கம்பெனியின் ஷோ ரூம் திறப்பு விழா சம்பந்தமாக வந்தவர் கல்யாணி, கலாப்ரியாவை எல்லாம் சந்தித்து விட்டுச் சென்றார்.

இன்னொரு சமயம், வானம்பாடியில் கவிதைகள் எழுதி வந்த கங்கை கொண்டான், தன் நண்பர் மணிமொழி என்பவருடன் ஜங்ஷன் நெல்லை லாட்ஜில் தங்கியிருந்தார். இரவு பத்து மணிக்கு மேல் நானும் கல்யாணி, கலாப்ரியாவும் அவரை லாட்ஜில் சந்தித்தோம். கலாப்ரியா கவிதை பற்றி கங்கைகொண்டானுடன் நிறையப் பேசினார். கல்யாணியும் இடையிடையே பேச்சில் கலந்துகொண்டார். நான் வெறும் பார்வையாளன் மட்டுமே. இலக்கிய பிரமுகர்களுடன் உடனிருந்து பேசுகிற சந்தோஷம்.

1971 என்று நினைவு. கல்யாணியின் மூத்த தங்கையின் திருமணம் அவர்கள் வீட்டிலேயே பிரமாதமாக நடந்தது. வளவை அடைத்து பெரிய கொட்டகைப் பந்தல். அலங்காரமான மணமேடை. அந்த மாத தாமரையில் என்னுடைய யுகதர்மம் என்ற சிறுகதை வெளியாகியிருந்தது. மகளது திருமணத்துக்காக விடுமுறையில் வந்திருந்த சமயத்தில்தான் தி.க.சி.யை முதல்முதலாகப் பார்த்தேன். ஏற்கெனவே ‘மயான காண்டம்’ என்ற சிறுகதை தாமரையில் வெளியாகி தி.க.சி. யுடன் கடிதத் தொடர்பு ஏற்பட்டிருந்தது. திருமணத்துக்கு கி. ராஜநாராயணன், ராஜபாளையத்திலிருந்து கொ.மா. கோதண்டம், பூ.அ. துரைராஜ், கொ.ச. பலராமன் போன்ற தாமரை எழுத்தாளர்களெல்லாம்

வந்திருந்தனர். (இந்தச் சமயம் நடந்த ஒரு சம்பவத்தை பின்னர் கி. ராஜநாராயணனைப் பற்றிய கட்டுரையில் குறிப்பிடுகிறேன்.)

திருமணத்துக்கு வந்திருந்த ராஜபாளையம் எழுத்தாளர்களில் கொ.ச. பலராமன் தியாஸபிகல் சொஸைட்டி பற்றி அதிக ஈடுபாட்டுடன் பேசினது இன்னும் நினைவிருக்கிறது. கல்யாணி வீடு இருக்கும் சுடலைமாடன் கோவில் தெருவின் பின்னாலுள்ள சேரன் மகாதேவி ரோட்டில் (பேட்டை ரோடு என்றும் சொல்வார்கள்) தியாஸபிகல் சொஸைட்டியைச் சேர்ந்த ஒரு முதியவர் இருந்தார். அவர்கள் வீட்டின் முன்புற கேட் சுவரின் மீது இரண்டு யானை முகங்கள் பதிக்கப் பட்டிருக்கும். 'யானை வைத்த வீடு' என்பார்கள். அவர் வீட்டுக்கு அழைத்துக்கொண்டு போக முடியுமா என்றார் பலராமன். மிகுந்த விருப்பத்துடன் பலராமனை அந்த யானை போட்ட வீட்டுக்கு அழைத்துச் சென்று, அவர் பேசிவிட்டுத் திரும்பும் வரை உடனிருந்தேன். பலராமனுக்கு என் பேரில் அலாதிப் பிரியமே ஏற்பட்டு விட்டது. பலராமன் உரக்கப் பேசுவார். ரொம்பக் கலகலப்பான மனிதர். அவருடன் ஐந்து நிமிஷம் பேசினாலே தெரிந்துவிடும், அவர் சூதுவாது இல்லாத மனிதர் என்பது. ஆனால் வாழ்வு பல புதிர்களையும், ஆச்சரியங்களையும் கொண்டது. அதற்குப் பிறகு அவரை நான் சந்திக்கவே இயலாமல் போயிற்று. அந்த நல்ல மனிதர் இறந்துவிட்டார்.

அந்தத் திருமண வீட்டுக்கு நம்பிராஜனும் வந்திருந்தார். அவர் தி.க.சி. யுடனே இருந்து கல்யாண வேலைகளைக் கவனித்துக் கொள்ள வேண்டியிருந்தது. திருமணம் முடிந்து இரண்டு மூன்று நாள்கள்கூட நம்பிராஜன் தி.க.சி. வீட்டிலேயே இருந்தார். திருமணத்திற்கு, மறுநாள் மதியம் நானும் அவரும் பாப்புலர் டாக்கீஸில் 'கனிமுத்துப் பாப்பா' என்ற படம் பார்த்துவிட்டு தி.க.சி. வீட்டுக்குத் திரும்பினோம். கல்யாண வீட்டில் அவரைத் 'தேடு தேடு' என்று தேடியிருக்கிறார்கள். நம்பிராஜன் மீது எந்தத் தவறுமில்லை. அவரை சினிமாவுக்கு இழுத்துச் சென்றது நான்தான்.

'யோவ் பார்த்தீரா? ஒம்ம கூடச் சேர்ந்ததுக்கு என்ன ஆச்சு பார்த்தீரா?' என்றார். என்னுடைய சினிமாப் பித்தினால் அவருக்குத் தர்ம சங்கடத்தை ஏற்படுத்திவிட்டேன். நான் 'கனிமுத்துப் பாப்பா'வைப் பார்க்க விரும்பிய காரணமே, அந்தப் படத்தில் ஏ.எம். ராஜா நீண்ட இடைவெளிக்குப் பிறகு ஒரு பாடல் பாடியிருந்தார் என்பதுதான். 'செந்தாமரையே செந்தேனிலவே' என்ற அந்தப்பாடல் ராஜாவின் மதுரமான குரலில் இழைந்தது.

என்னைவிட சீனியர் எழுத்தாளர் கல்யாணிதான். வயதிலும், எழுத்தனுபவத்திலும் அவர்தான் மூத்தவர். ஆனால் துரதிருஷ்டவசமாக இலக்கியச் சிந்தனையின் சிறந்த மாதச் சிறுகதைப் பரிசு எனக்குப் பிறகுதான் அவருக்குக் கிடைத்தது. என்றாலும் வட்டியும் முதலுமாக இரண்டு ஆண்டுகள் அவரது சிறுகதைகளே ஆண்டின் மிகச் சிறந்த சிறுகதைகளாகவும் தேர்ந்தெடுக்கப்பட்டன. அவர் ஒரு அருமையான தமிழ்ச் சிறுகதையாசிரியர் என்பது இவ்விரண்டு பரிசுகளாலும் உறுதியாயிற்று. 'தனுமை' கதைக்கு ஆண்டின் சிறந்த சிறுகதைக்கான பரிசை அவர் பெற்று விட்டுத் திரும்பும்போது, மதுரை ஸ்டேஷனில், அந்த அதிகாலையில், நெல்லை எக்ஸ்பிரஸில் சந்தித்தேன். அப்போது நான் மதுரையிலிருக்க நேர்ந்திருந்தது. நான் பிழைப்புக்காக அல்லாடிக் கொண்டிருந்த நாள்கள் அவை. அவர் எனக்குச் செய்துள்ள உதவிகளுக்கு கணக்கே இல்லை. எனக்கு நல்ல வேலை வாங்கித்தர வேண்டுமென்று அவர் ரொம்ப முயற்சி செய்தார். ஆனால், கல்யாணியின் நல்லெண்ணத்தைவிட விதி வலிமையானதல்லவா? அதுதான் எப்போதும் வெல்கிறது. ஆனால், நாம் நமது புத்திசாலித்தனம், தர்க்க அறிவு இவற்றால் விதியின் வலிமையைப் பார்த்தும் பாராதவாறு செல்கிறோம். செல்வம், புத்தி இவற்றில் எவ்வளவு பலவானாக இருந்தாலும் சரி எல்லோருமே விதியின் கைகளில் அகப்பட்ட விளையாட்டுப் பொம்மைகள்தான். மிகப் பெரிய விஞ்ஞானியாக இருந்தாலும் சரி, பெரும் ஜனத்திரளைத் தன் பின்னே வரச் செய்யும் ஆகர்ஷண மிக்க தலைவரானாலும் சரி, உலகின் பெரும் செல்வந்தர்களில் ஒருவரானாலும் சரி, யாராலும் விதியின் பிடியிலிருந்து தப்பவே முடியாது. இது ஒரு பேருண்மை. யுகயுகாந்திரமானாலும் மாறாத உண்மை. நானும் விதியின் கையிலொரு விளையாட்டுப் பொம்மைதான்.

ஜெ.பி. என்ற
பா. ஜெயப்பிரகாசம்

அதே எழுபதுகளின் தொடக்கத்தில் இன்னொரு மனிதர் அறிமுகமானார். அவரை நாங்கள் ‘ஜெ.பி.’ என்போம். ஜெ.பி. என்ற பா. ஜெயப்பிரகாசம் அப்போது நெல்லை மாவட்ட மக்கள் தொடர்பு அதிகாரியாகப் பணியாற்றி வந்தார். கலாப்ரியாதான் அவரை அறிமுகம் செய்து வைத்தார். ஜங்ஷன் ஸ்டேட் பாங்க் கிளைக்கு எதிரே இருந்த ஒரு புதுக்கட்டடத்தின் மாடி அறையில்தான் ஜெ.பி. தங்கியிருந்தார். அப்போது அவருக்குத் திருமணமாகவில்லை.

அவருக்கு வானம்பாடி நண்பர்களுடன் நல்ல பழக்கமிருந்தது. மலையாள சினிமாப் படப் பாடல்களடங்கிய அப்துல்ரஹ்மானுடைய நோட்டு அவரிடமிருந்தது. வயலாரின் பல பாடல்கள் அந்த நோட்டிலிருந்தன. செம்மீன் பாடல்களெல்லாம் எழுதப்பட்டிருந்தன.

ஜங்ஷன் பாலஸ் டி. வேல்ஸிலும், ராயலிலும், பாப்புலரிலும், மது, சத்யன் நடித்த அருமையான திரைப்படங்களைப் பார்த்துத் தீராது அந்நாள் களில். ரங்காராவைத் தெரிந்த மாதிரி, கே.பி. கொட்டாரக்கராவைத் தெரியும்.

எம்.வி. ராஜம்மா மாதிரி கவியூர் பொன்னம்மா அங்கே. அடூர்பாஸி நடிக்காத படங்களே ஒரு சமயம் மலையாளத்தில் இல்லை. சத்யனும், மதுவும் முத்துராமனின் நடிப்பை நினைவுபடுத்துவார்கள். அடுத்தடுத்து இரண்டு மூன்று முறை ஊர்வசி பட்டம் பெற்றவர் சாரதா. மலையாளப் பட உலகின் முன்னணி நாயகி. அவர் நடித்த 'நதி' என்ற படம் ஒரு நவீன திரைக்காவியம். ஓளவும்தீரவும், கரகாணக் கடல், ஆபிஜாத்யம், கிராஸ் பெல்ட் என்று மலையாளப் படங்களிலும், தகழி, பி. கேசவதேவ், பொன்குன்னம் வர்க்கி, பொற்றேகாட் என்று மலையாள இலக்கியங்களிலும் மூழ்கித் திளைத்த காலமது. 'செம்மீன்' பார்த்து வாயடைத்துப் போயிருந்த நாள்களது.

அந்தக் கவித்துவமான நாள்களில்தான், ஜெ.பி. தந்த அப்துல்ரஹ்மான் நோட்டின் மலையாளத் திரையிசைப் பாடல்கள் எங்களையெல்லாம் கட்டிப்போட்டிருந்தது. வண்ணதாசன் 'நல்லா இருக்கு' என்றதோடு சரி. ஆனால், கலாப்ரியாவும் நானும் அந்த மலையாளத் திரைப்பாடல்கள் நோட்டில் லயித்துக் கிடந்தோம்.

ஜெயப்பிரகாசத்தின் அலுவலகம் பாளையங்கோட்டையில், திருவனந்தபுரம் சாலையில், குலவணிகர்புரம், ரயில்வே கேட்டுக்குச் சற்று முன்னால் இருந்த ஒரு பங்களா வீட்டில் இருந்தது. அந்த வீடு சமீபத்தில் ஒன்றிரண்டு வருடங்களுக்கு முன்புவரை கூட அப்படியேதான் இருந்தது.

ஜெ.பி.யின் குரல் மிருதுவானது. அதிகம் அதிர்ந்து பேசாதவராக இருந்தார். அனேகமாகத் தினசரி மத்தியானம் இரண்டரை மணிக்கு மேல் அவரைப் பார்த்துப் பேசுவதை வழக்கமாகக் கொண்டிருந்தேன். அவரது அலுவலகத்திலும் ஒரு அருமையான நூலகமிருந்தது. அந்த நூலகத்தில் இருந்த நாவல்களைப் பார்க்கும்போது அவரே அந்த நூலகத்தை ஏற்படுத்தியிருக்க வேண்டுமென்று தோன்றுகிறது.

ஒரு நாள் கல்யாணியைப் பார்க்கச் சென்றிருந்தேன். ஜெ.பி. கொடுத்த ஒரு நாவலைப் பற்றிப் பரவசப்பட்டு பேசிக் கொண்டிருந்தார். 'கோபால் (கலாப்ரியா) எடுத்துட்டுப் போயிருக்கான். கண்டிப்பாப் படிச்சுப் பாருங்க' என்றார். கலாப்ரியா படித்துவிட்டு என்னிடம் கொடுத்தார். அதற்கு முன்பே அந்த நாவலாசிரியரின் நாவலொன்றை நாங்கள் படித்திருந்தோம். என்றாலும், அவரது முதல் நாவலான அது எங்களை நிலைகுலையச் செய்துவிட்டது. அது கதையல்ல. நடுத்தர வர்க்கத்தின் இதிகாசம். காலத்தால் அழியாத அமர

சிருஷ்டி. அதுவரை நான் படித்திருந்த எல்லாச் சிறுகதைகளும், நாவல்களும் எங்கோ காணாமல் போய்விட்டன. எல்லாவற்றையும் முந்திக் கொண்டு அந்த நாவலே மனத்தை ஆக்கிரமித்திருந்தது. அந்த நாவல்தான் 'மோகமுள்'.

ஜெ.பி. அதோடு விடவில்லை. இன்னொரு நாவலைத் தந்தார். அது பற்றி 'எழுத்து'வில் ஒரு கட்டுரை படித்த மங்கலான ஞாபகம். அதன் ஆசிரியர் நீல. பத்மநாபன். ஏற்கெனவே வ.க. கொடுத்திருந்த அவரது 'சண்டையும் சமாதானமும்' என்ற சிறுகதைத் தொகுப்பும், தீபத்தில் படித்திருந்த 'பாலம்' என்ற சிறுகதையும் பத்மநாபனை ஞாபகத்தில் இருத்தி வைத்திருந்தன. ஜெ.பி. கொடுத்த அந்த நாவல் 'தலைமுறைகள்'.

மோகமுள்ளுக்கும், தலைமுறைகளுக்கும் சமமாகத் தமிழில் சொல்லக் கூடிய நாவல்களே இல்லை. இரண்டுமே இலக்கியத்தின் சிகரம். மோகமுள்ளைப் போலவே தலைமுறைகளும் என்னை உலுக்கிவிட்டது. தலைமுறைகளில் ஒரு இதிகாசத் தொனி இருக்கிறது. அதன் கடைசிப் பகுதி கொஞ்சம் நாடகமாக இருந்தாலும் முன்னுதாரணம் காட்ட முடியாத நவீன இதிகாசம்தான் தலைமுறைகள்.

ஜெ.பி. அதிகம் பேச மாட்டார். ஆனால் அவர் கொடுத்த புஸ்தகங்கள் அவருடைய விரிந்த அகவுலகைக் காண்பித்தன. அடுத்து அவர் படிக்கக் கொடுத்தது 'ஒரு புளியமரத்தின் கதை'யும், நகுலனின் 'நினைவுப் பாதையும்'. அப்போதுதான் தமிழின் முக்கியமான சிறுகதைகளில் ஒன்றாகவும், அவரது மறக்க முடியாத இலக்கிய சிருஷ்டியாகவும் நான் கருதும் 'அம்பலகாரர் வீடு' என்ற சிறுகதை தாமரையில் வெளிவந்தது. புதுமைப்பித்தன், மௌனி தொட்டு இன்றுவரையுள்ள அற்புதமான சிறுகதைகளைத் தொகுத்தால், அதில் பா. ஜெயப்பிரகாசத்தில் அம்பலகாரர் வீடும் இருக்கும்.

மதுரையில் நடந்த ஒரு புத்தக வெளியீட்டு விழாவுக்கு அவருடன் கல்யாணி, கலாப்ரியா, நானும் ஜீப்பில் சென்றது ஒரு மறக்க முடியாத அனுபவம். அவரே ஒரு நல்ல இலக்கிய வாசகர். சிறுகதையாசிரியர். எங்களைவிட வயதிலும் மூத்தவர். பதவியோ, மாவட்ட ஆட்சித் தலைவருக்கு இணையான பதவி. இருந்தும் அவர் எங்களுடன் பேசும்போதும், பழகும்போதும் ஒரு அபூர்வமான ஸ்நேகமிக்க மரியாதையைக் காட்டியது, இன்றுகூட எனக்குச் சந்தோஷமாக இருக்கிறது. மதுரைப் பயணம் போலவே ஒரு ஞாயிற்றுக்கிழமை நாங்கள் மூவரும் அவருடன் கி. ராஜநாராயணன் வீட்டுக்குச் சென்று வந்தோம்.

பிறகு அவர் தஞ்சாவூர் சென்றுவிட்டார். தஞ்சாவூரிலிருந்த போது அவர் எனக்கு வேலைக்காகப் பெரிதும் முயற்சி செய்தார். அவர் மனைவியின் அண்ணனான பக்தவத்சலம் அவர்களிடம் குமாஸ்தா வேலை வாங்கித்தரக் கூடப் பிரயத்தனம் செய்தார்.

தஞ்சையிலிருந்து சென்னைக்கு மாற்றலாகி வந்தபோது மந்தை வெளியில் சிருங்கேரி மடத்தினருகே குடியிருந்தார். நானும் நம்பிராஜனும் செல்வதுண்டு. எப்போது சென்றாலும் சாப்பிடாமல் விடமாட்டார். அவர் ஒரு அபூர்வமான மனிதாபிமானி. தமிழின் முக்கியமான சிறுகதையாசிரியர்.

கலாப்ரியா

கலாப்ரியாவை வண்ணதாசன் மூலமாகத் தான் தெரியும். வண்ணதாசனுடனான ஆரம்பகாலச் சந்திப்புகளின்போது ஒரு மாலை, அவருடன் மாடியில் பேசிக்கொண்டிருந்தபோது திடீரென்று வந்து நின்ற கலாப்ரியாவை, 'இவன்தான் கோபால், கலாப்ரியாங்கிற பேர்ல கவிதைகள் எழுதுறான்' என்று கல்யாணி (வண்ணதாசன்) கலாப்ரியாவை அறிமுகம் செய்து வைத்தார். நான் என் பள்ளி நாள்களில் மதியழகன், சந்திரன் என்ற பெயர்களில் ஒரு குயர் நோட்டுக்களில், பாளையங்கோட்டை சரோஜினி பூங்காவில் (இப்போது இந்தப் பூங்காவில் பாதி இல்லை), பாவை விளக்கில் சிவாஜிகணேசன் குப்புறப்படுத்துக் கொண்டு 'வண்ணத்தமிழ் பெண்ணொருத்தி' என்று கவிதை எழுதுவாரே அந்த மாதிரிக் கற்பனையில் மிதந்து எழுதியதுண்டு. என்னைத் தவிர இன்னொரு கவிஞரை நான் திருநெல்வேலி வட்டாரத்தில் பார்த்ததில்லை. (கலாப்ரியாவைச் சந்தித்த பிறகு, திருநெல்வேலியில் இன்னொரு வக்கீல் குமாஸ்தாவான கிருஷ்ணன் அருமையான மரபுக் கவிஞராக அறிமுகமானார். இவரது கவிதைகள் 'பொருநை' என்ற எங்கள் கையெழுத்துப் பத்திரிகையில் பிரசுரமாகியிருக்கின்றன.) அவர் கவிதை எழுதுகிறார் என்பது எனக்கு ஆச்சரியமாக இருந்தது. சிறிது நேரம், நின்ற நிலையிலேயே பேசிக் கொண்டிருந்துவிட்டுச் சென்றுவிட்டார் கோபால்; அதாவது கலாப்ரியா.

சுடலைமாடன் கோவில் தெருவின் ஒருமுனை மேலரத வீதியிலும் இன்னொரு முனை பேட்டை ரோடு எனப்படும் சேரன்மகாதேவி ரோட்டிலும் சென்றுமுடியும். 'ட' வடிவிலான தெரு அது. கீழ மேலாகவும் தென் வடலாகவும் ஓடும் தெரு. கல்யாணி வீட்டைத் தாண்டியதும் கீழமேல் தெரு முடிந்து தெரு தெற்கு நோக்கி மடங்கித் திரும்பும். அந்த முனையில் ஒரு அடி பம்ப் உண்டு. அந்த அடிபம்புக்குப் பின்னால் சிறு முடுக்கு (சந்து) செல்லும். அந்த முடுக்கிலுள்ள முதல் வீடுதான் கலாப்ரியாவுடைய வீடு. எதிரும் புதிருமாக இரட்டை வீடுகளைக் கொண்ட குட்டி வளவு (காம்பௌண்ட்) அது. நீண்ட குறுகலான நடைபாதை, தாழ்வாரம் போல் நீண்டு வளவினுள் அழைத்துச் செல்லும்.

தாழ்வாரத்துக்கு எதிரே இருக்கும் வீடு மலையாள ஓடு வேய்ந்த வீடு, அதற்கு எதிரே இருந்தது மாடியுடன் கூடிய வீடு. மாடியில் நாழி ஓடுகள் வேய்ந்திருக்கும். இந்த வீட்டில்தான் கலாப்ரியாவுடைய குடும்பம் இருந்தது. எதிர் வீட்டை வாடகைக்கு விட்டிருந்தார்கள். அவருடன் பிறந்தவர்கள் நாலைந்து பேரென்று நினைவு. ஒரு அண்ணன் ராஜவல்லிபுரத்தில் கிராம அலுவலராக இருந்தார். எனக்கும் கலாப்ரியாவுக்கும் தொடர்பு ஏற்பட்ட காலத்திலேயே அவரது பெற்றோர்கள் மிகவும் தளர்ந்திருந்தார்கள். குடும்பம் பொருளாதார ரீதியாகச் சிரமப்பட்டுக்கொண்டிருந்தது. அப்போது கலாப்ரியா பாளையங்கோட்டையில் கல்லூரியில் படித்துக்கொண்டிருந்தார். கணிதத்தைச் சிறப்புப் பாடமாக எடுத்திருந்தார்.

கலாப்ரியாவை வீட்டில் சாயந்திரம் பார்ப்பது சிரமம். காலையில் கல்யாணி வீட்டுக்குச் செல்லும் போதெல்லாம் அனேகமாகக் கலாப்ரியாவையும் அவரது வீட்டில் சென்று பார்ப்பேன். 'பொருநை'க்கும் விஷயதானம் தேவைப்படுகிறதே. கல்யாணி ராயல் சைஸ் நோட்டில்தான் எழுதுவார். கலாப்ரியா ஒரு குயர் பள்ளிக்கூட நோட்டில் எழுதுவார்.

ஹெர்குலிஸ் கம்பெனிதான் அந்த நாள்களில் இந்தியாவின் மிகப் பெரிய சைக்கிள் கம்பெனி. பிறகுதான் அட்லஸ், ஹீரோ சைக்கிள் கம்பெனிகளெல்லாம் வந்தன. சைக்கிள் ஒரு அருமையான வாகனம். ஏழைகள், நடுத்தர, மேல் நடுத்தரத் தட்டு மக்கள்கூட அப்போது சைக்கிள்களைத்தான் பயன்படுத்தினார்கள். மோட்டார் சைக்கிள், ஸ்கூட்டர் இவற்றுக்கு அடுத்தநிலை வாகனமாக இருந்தது சைக்கிள்தான்.

ஸ்கூட்டர் ஓட்டுபவர்கள் மிகக் கொஞ்சம். திருநெல்வேலி போன்ற நகரங்களில், ஸ்கூட்டர், பெண்கள் ஓட்டும்

வாகனமாகவே ஆரம்பத்தில் கருதப்பட்டது. பத்திரிகைகளிலும், திரைப்படங்களிலும் பெண்கள்தான் ஸ்கூட்டர் ஓட்டுபவர்களாகச் சித்திரிக்கப்பட்டனர். அதனால் அதை ஆண்கள் பயன்படுத்தத் தயங்கினர். மோட்டார் சைக்கிள் குறிப்பாக, ராயல் என்பீல்டின் ‘புல்லட்’ ஆண்மையின் அந்தஸ்தாகக் கருதப்பட்டது. ஸ்கூட்டருக்கும் சைக்கிளுக்கும் நடுவேயுள்ள ‘மோபெட்’ என்ற இடை ரக வாகனம் அப்போது வரவில்லை.

இந்நிலையில் சைக்கிளே ஒரு சமூக அந்தஸ்தையும், வாகன சௌகரியத்தையும் கொடுத்தது. ஹெர்குலிஸ் சைக்கிள் மிகத் தரமாகவும் இருந்தது. ஹெர்குலிஸ் தவிர பிலிப்ஸ், ராலே என்ற வேறு இரண்டு ரகங்களும் டி.ஐ. சைக்கிள் கம்பெனியால் தயாரிக்கப்பட்டன. ஹெர்குலிஸ் மாடல் கனமானது. உறுதியானது. வியாபாரிகள், கடின உழைப்பாளர்கள், அதைப் பயன்படுத்தினார்கள்.

பிலிப்ஸ் சற்று லேசான வண்டி. பெண்களும், அலுவலகம் செல்லும் ஆண்களும் பயன்படுத்தினார்கள். ராலே என்றும் ராலி என்றும் அழைக்கப்பட்டது மூன்றாவது ரக சைக்கிள். பச்சை வண்ணமுடையது. ரொம்பச் சொகுசான சைக்கிள். ராலி வண்டி வைத்திருப்பது அவரது சமூக அந்தஸ்தையும், செல்வநிலையையும் குறித்தது. சைக்கிள் வைத்திருப்பது ஒரு அந்தஸ்தா என்று இன்று தோன்றலாம். அன்று ரேடியோ, கடிகாரம், கைக்கடிகாரம் கட்டுவது, வீட்டில் ஃபோன் இருப்பது இவையெல்லாம் கூட சமூக, செல்வ நிலையைக் காண்பித்தன. ஏனென்றால், பணப்புழக்கமே இல்லாத காலமது. திருநெல்வேலியிலிருந்து சென்னைக்கு 16 ரூபாய்தான் தூங்கும் வசதியுடன் கூடிய டிக்கெட். அந்த நாள்களில் பச்சைநிற ராலி சைக்கிள் அந்தஸ்தின் சின்னமாகக் கருதப்பட்டதில் தவறென்ன? இந்த ராலி வண்டி கலாப்ரியாவிடம் இருந்தது.

அந்தப் பச்சை நிற ராலி வண்டியில்தான் அவர் குறுக்குத்துறைக்குக் குளிக்கச் போவார். சமயங்களில் பாளையங்கோட்டை காலேஜுக்கும் அதில் வருவார்.அவர் வீட்டில் இருக்கிறாரா இல்லையா, என்பதை வராந்தாவில் அவரது ராலி வண்டி நிற்பதை வைத்தே சொல்லி விட முடியும். நான் செல்லும் காலை நேரங்களில் அவர் பெரும்பாலும் மாடியில்தான் இருப்பார். நாழி ஓடு போடப்பட்ட கூரையாதலால் கல்யாணி வீட்டு மாடியைவிடக் கலாப்ரியா வீட்டுமாடி குளுமையாக இருக்கும். கல்யாணி வீட்டு மாடி, செங்கல் குத்தப்பட்ட மேல் தளத்தைக் கொண்டது. நாழி ஓடு என்றும் சொருகு ஓடு என்றும் கூறப்படும் அந்தக் கூரையில், அரைக்கோள வடிவிலான

ஓடுகளுக்கு அடியில் இன்னொரு ஓடும் இருக்கும். ஒன்றுக்குமேல் ஒன்றாக இரண்டு ஓடுகள் இருப்பதால் வெப்பம் எளிதில் உள்ளே இறங்காது. ஆனால் இந்த நாழி ஓட்டுக் கூரையில் தேள்கள் மிகுந்த விருப்பத்துடன் வாழும். கல்யாணி கருப்பு மைதான் எழுத உபயோகிப்பார். ஆனால், கலாப்ரியா நீல மையையே உபயோகித்தார். முதலில் கல்யாணி வீட்டில் தலை காட்டிவிட்டுக் கலாப்ரியா வீட்டுக்குப் போவேன். அதிகபட்சம் பத்து நிமிஷங்கள் ஒதுக்குவேன். பெரும்பாலும் கலாப்ரியாவின் அப்பா வராந்தாவில் ஈஸிசேரில் படுத்திருப்பார். கலாப்ரியா மாடியில்தான் இருப்பார். அப்போது நிறையக் குறுங் கவிதைகளைத்தான் கலாப்ரியா எழுதிக்கொண்டிருந்தார். அப்போது அவர் எழுதிய மிக நீண்ட கவிதையென்று 'என்னுடைய மேட்டு நிலம்' என்ற கவிதையைச் சொல்லலாம். இந்தக் கவிதையும், வேறு சில கவிதைகளும் 'பொருநை'யில் பிரசுரமாகியிருக்கின்றன.

'என்னுடைய மேட்டுநிலம்' கவிதை ஆங்கிலக் கவிதை போலிருந்தது. ஏனோ அக்கவிதை, நான் பள்ளியில் படித்த 'சான்ட்ஸ் ஆப் டீ' என்ற கவிதையின் உருவமும், உள்ளடக்கமும் கொண்டிருப்பது போலிருந்தது. இன்றும் எனக்குப் பிடித்த மிக அருமையான தமிழ்க் கவிதைகளிலும், கலாப்ரியாவின் கவிதைகளிலும் அதுவுமொன்று.

மிக வேகமாகவே ஆரம்பநாள்களில் கலாப்ரியா எழுதிக் கொண்டிருந்தார். தினசரி மூன்று நான்கு கவிதைகளாவது எழுதியிருப்பார். ஒரு மீள முடியாத காதலின் சோகம் அவரது கவிதையின் அடிநாதமாக இருந்தது. 'அடைய முடியாப் பொருளின் மீது ஆசை தீராது' என்பது தமிழில் நாகேஸ்வரராவ் நடித்த 'தேவதாஸ்' படத்தில் இடம் பெற்ற பாடலில் வரும் ஒரு வரி. இந்த வரியை எழுதியவர் உடுமலை நாராயண கவி. நிறைவேறாத காதலின் சோகத்தை புதுக்கவிஞர்களில் கலாப்ரியா போல் யாரும் சொல்ல முடியாது. அவரது ஆரம்ப காலக் கவிதைகள் எல்லாம் காதல் தந்த துயரத்தை ஒரு காவிய அழகுடன் சொல்பவை.

இந்தக் காதலின் சோகம் அப்படியே வாழ்ந்து கெட்ட, நடுத்தர மற்றும் அடித்தட்டு மக்களது துயராகவும் பின்னால் உருமாறுகிறது. சுயம்வரம், தீர்த்தயாத்திரை போன்ற பல நீண்ட கவிதைகளை, பிச்சமூர்த்திக்கும் – தருமு சிவராமுக்கும் பிறகு எழுதியவர் கலாப்ரியாதான். கலாப்ரியா ஒரு நவீனக் கவிஞருக்குரிய வேகத்தையும், மொழி நடையையும் கொண்டிருக்கிறார். அவருடைய சொற்கள் சாதாரணமாகப் புழக்கத்திலுள்ள சொற்கள்தான். அவரது கவிதைகளில் யதார்த்தப்பாணி அதிகம் கையாளப்படுவதால், புழக்கத்திலுள்ள

வட்டார வழக்குச் சொற்கள், பெண்களின் உடலுறுப்புகளைக் கூறும் சொற்களும்கூட இடம் பெறுகின்றன. இவற்றை அவர் தவிர்த்திருக்கலாம்.

ஆனால், குறைந்த சொற்களால் ஒரு செறிவான கவியுலகைக் கட்டி எழுப்புகிறார். அவரது கவிதைகள் கசடதபற, கணையாழி, தீபம் மூன்றிலும் தொடர்ந்து வெளிவந்து கொண்டிருந்தன. பிறகு யார் புதுப்பத்திரிகை ஆரம்பித்தாலும் அவரிடம் கவிதை கேட்கும் அளவுக்கு அவரது கவிதைகள் இலக்கிய வாசகர்களிடம் முக்கியத்துவம் பெற்றன.

அப்போது 'கசடதபற' நண்பர்கள் உள்ளங்கை அகலத்தில் ஒரு கவிதைத் தொகுப்பு கொண்டு வந்தார்கள். அதேபோல் கலாப்ரியாவின் முதல் தொகுதியான 'வெள்ளம்' என்ற தொகுதியும், உள்ளங்கை அகலத்தில் வெளிவந்தது. மதுரையில் ட்டி.ஆர். நடராஜன் என்ற கணையாழிவாசகர், இலக்கியக் கூட்டங்களும் நடத்தி வந்தார். அவர் கலாப்ரியாவின் கவிதைகள் தாகூரின் கீதாஞ்சலி போலிருப்பதாக எழுதினார். அந்தக் குற்றச்சாட்டை இலக்கிய உலகம் ஏற்கவில்லை. இன்று ட்டி.ஆர். நடராஜனைக் காணோம். ஆனால், கலாப்ரியா நிலைத்து நிற்கிறார். அவருக்கென்று தற்காலத் தமிழ்க் கவிதையுலகில் ஒரு தனி இடம் இருக்கிறது. அவரது தனித்துவமான கவிதை மொழி நடை, கவிப்பொருள், பாணி இவற்றால் அவர் மிகுந்த தனித்துவமிக்க கவிஞராக விளங்குகிறார்.

கலாப்ரியாவை அவர் எழுத ஆரம்பித்தபோதே இனம் கண்டு, தான் கலந்துகொண்ட இலக்கியக் கூட்டங்களிலும், தனது தீபம் கேள்வி – பதில் பகுதியிலும் குறிப்பிட்டு வந்தவர் நா. பார்த்தசாரதி.

அவர் மதுரையில் எம்.எஸ்.ஸி. படிக்கச் சென்ற பிறகு நான் அவரைச் சந்திப்பது குறைந்துவிட்டது. நானும் பிழைப்பு தேடி மெட்ராஸ் வந்துவிட்டேன். அவர் மதுரையில் படித்துக்கொண்டிருந்த காலத்தில் என் சிற்றப்பா வீட்டில் நடந்த திருமணம் ஒன்றுக்காக மதுரை சென்றிருந்தேன். நீண்டநாள்களுக்குப் பிறகு சேவற்கொடியோனையும், கலாப்ரியாவையும் மதுரை மேலமாசி வீதியில் சந்திக்க முடிந்தது சந்தோஷமாக இருந்தது.

ஒத்த மனோபாவம் கொண்ட சஹிருதயர்கள் எப்படி யாவது எதிர் பாராதவிதமாகச் சந்திப்பார்கள் என்பது ஒருமுறை ருசுவாயிற்று. நான் வேலை தேடிச் சென்னைக்கும் திருநெல்வேலிக்குமாக அல்லாடிக் கொண்டிருந்த நாள்களில்

ஒருமுறை திருநெல்வேலியிலிருந்து சென்னைக்கு ஸ்டேட் பஸ்ஸில் சென்றுகொண்டிருந்தேன். பஸ் திருச்சியில் நள்ளிரவு ஒரு மணிவாக்கில் நின்றிருந்தது. திருச்சி பஸ் ஸ்டாண்டில் ஏகக் கூட்டம். திருச்சியில் பஸ் எப்படியும் ஒரு அரைமணி நேரமாவது நிற்கும். நான் டீ குடித்துவிட்டு அசுவாரஸ்யமாக, டிக் கெட்டுக்கு அலைமோதும் கியூவைப் பார்த்துக்கொண்டிருந்தேன். அது திருநெல்வேலி – நாகர்கோவில் செல்லும் பஸ்களுக்கான கியூ. என்ன ஆச்சரியம். கியூவில் நின்றிருந்தவர்களில் கலாப்ரியாவும் ஒருவர். அவருக்கும் என்னை அந்த அர்த்த ராத்திரிக் கூட்டத்தில் பார்த்த ஆச்சரியம் தீரவில்லை. அவர் சுவாமிமலையில் நடந்த சுப்பிரமணிய ராஜூவின் திருமணத்தில் கலந்துகொண்டுவிட்டு ஊருக்குத் திரும்பிக் கொண்டிருந்தார்.

நெல்லை மாவட்டத்தில், ஏ.பி.சி. வீரபாகுவைத் தலைவராகக் கொண்ட 'பேங்க் ஆஃப் தமிழ்நாடு' பல ஊர்களில் செயல்பட்டு வந்தது. அந்த வங்கியில் அவருக்கு வேலை கிடைத்தது. (இந்த வங்கி 1980–களில் இந்தியன் ஓவர்ஸீஸ் வங்கியுடன் இணைந்து விட்டது.) திருமணமாயிற்று. அவர் குடும்பத்தோடு பலமுறை சென்னை வந்து வீட்டில் தங்கியிருந்திருக்கிறார். நான்தான் இன்னும் ஒருமுறைகூட குடும்பத்தோடு அவர் வீட்டுக்குச் செல்ல இயலாதவனாக இருக்கிறேன். அவர் ஒரு நல்ல கவிஞர் மட்டுமல்ல. நல்ல ஸ்நேகிதரும் கூட.

கி. ராஜநாராயணன்

கல்யாணி வீட்டு மாடிப் புத்தக அலமாரி யிலிருந்து எடுத்துப் போய்ப் படித்த புத்தகம் 'கதவு' என்ற சிறுகதைத் தொகுப்பு. தொகுப்பின் ஆசிரியர் கி. ராஜநாராயணன். ஒரு காலத்தில், வரி கட்டாவிட்டால் வீட்டுக்கதவைத் தலையாரி பிடுங்கிக்கொண்டு போய்விடுவார் என்று கேள்விப்பட்டிருந்தேன். அவ்வளவு கொடூரமான வரி வசூலிப்பை ஏழை களிடம் நிகழ்த்திக்கொண்டிருந்தார்கள். இந்த வரிவிதிப்பு அதிகாரிகள் பெரிய பணக்காரர்களின் வீட்டுக் கேட்டின் அருகில்கூடப் போகப் பயப்படு வார்கள். அவர்கள் ஆறு தலைமுறையாக வரி பாக்கி வைத்திருந்தாலும், அவர்கள் போட்ட விருந்துச் சாப்பாட்டைச் சாப்பிட்டுவிட்டு, கையில் ரூபாயையும் வாங்கிக்கொண்டு வந்து விடுவார்கள். எளியாரை வலியார் வருத்துவது காலங்காலமாக நடந்து வருகிறது. இன்றைய வரி வசூலிப்பில் கதவைப் பிடுங்கிக்கொண்டு போகிற அநியாயங்களெல்லாம் இல்லை. வரி வாங்குகிறவர்களைவிட வரி செலுத்துகிறவர்கள் இன்று பலவான்களாகி விட்டார்கள். லஞ்சம் கொடுக்கத் தயாராக இருந்தால் உலகில் என்ன வேண்டுமானாலும் செய்யலாம். ஆனால், ராஜநாராயணன் எழுதிய அந்தச் சிறுகதை, சுந்தர ராமசாமியின் 'தண்ணீர்' சிறுகதையைப் போல, ஒரு கடுமையான உண்மையைச் சொல்லும் யதார்த்தச் சிறுகதை. சோவியத் ரஷ்யா வழியே இந்தியாவிலும் கசிந்துகொண்டிருந்த சோஷலிஸ யதார்த்தவாதம்

என்ற கோணத்திலிருந்து எழுதப்பட்ட சிறுகதைகள் அவை. என்றாலும், அவை அப்பட்டமான வாழ்வுச் சித்திரங்கள்.

ஏழ்மைத் துயரல்லாத, மிருதுவான மன உணர்ச்சிகளைச் சித்திரிக்கும் சிறுகதைகளும் 'கதவு' தொகுப்பில் இருந்தன. ஆனால், கதவு போன்ற யதார்த்த வாழ்வின் நெருக்கடிகளைச் சித்திரித்த சிறுகதைகளே அத்தொகுப்பில் அதிகம். அவையே வாசகர்களையும் கவர்ந்தன. தமிழக அரசின் பரிசும் இத்தொகுப்புக்குக் கிடைத்தது.

இன்றும் இந்தியாவில் 50 சதவிகிதத்துக்கும் மேற்பட்டோர் வறுமையில்தான் இருக்கின்றனர் என்பது ஊரறிந்த உண்மை. நாற்பதுகளில் எழுதிய புதுமைப்பித்தனும் இதைத்தான் தன் பெரும்பாலான சிறுகதைகளில் சொன்னார். மெஹ்பூப்பின் 'மதர் இந்தியா'வும், சத்யஜித் ரேயின் 'பதேர் பாஞ்சாலி'யும் இதே கிராமப்புற வறுமையை வெவ்வேறு பாணிகளில் சித்திரித்தன. மடக்கி விடப்பட்ட கால் சராய், தலையில் தொப்பி, தோளில் சோற்று மூட்டை கட்டப்பட்ட கம்பு இவற்றுடன் ராஜ்கபூர் தனது ஏழைக் கதாபாத்திரத்தைப் பல படங்களில் நடித்தார். தமிழில் பராசக்தி. இது 1950-களின் கலை வெளிப்பாடு.

அநீதி இழைக்கப்பட்டவர்கள் வென்றதைத்தான் ராமாயணமும், பாரதமும் சொல்லுகின்றன. ஒடுக்கப் பட்டவர்களைச் சித்திரிப்பது ஆதிகாலந்தொட்டே இலக்கியத்தின் வேலைகளில் ஒன்றாக இருக்கிறது. ஆனால், இதைச் சொல்லும் விதத்தில்தான் ஒருவரிடம் அழுத்தம் அதிகமாக இருக்கிறது. வேறொருவர் மென்மையாகச் சொல்லுகிறார். கும்பகோணம் இரட்டையர்களைப் போல், இடைசெவல் இரட்டையர்களான கு. அழகிரிசாமி சற்று மென்மையான குரலில் பேசுகிறார். ராஜநாராயணன் சற்று உரத்த குரலில், அழுத்தமாகச் சொல்லி விடுகிறார்.

○ ○ ○

ராஜநாராயணனின் 'கதவு' தொகுப்பு, அச்சமயத்தில் படித்த பல எழுத்தாளர்களின் சிறுகதைத் தொகுப்புகளைப்போல் என் மனத்தைத் தொட்டது உண்மை. தவிர, கல்யாணி வீட்டில் அவரை 'ராஜ நாராயணன் மாமா' என்று எல்லோருமே குறிப்பிட்டுப் பேசியதும், அவரைப் பார்க்காமலேயே அவருடன் ஒரு நெருக்கத்தை ஏற்படுத்தியிருந்தது.

அபிப்பிராயங்கள் என்பது நாமே உணர்ந்து, அறிந்து ஏற்படுத்திக் கொள்வது மட்டுமல்ல. நாம் நெருங்கிப் பழகும் மனிதர்களாலும் நமது அபிப்பிராயங்கள் அல்லது 'இமேஜ்'

உருவாக்கப்படுகின்றன. கல்யாணி வீட்டில் ராஜநாராயணனை 'மாமா' என்று அழைத்தது மட்டுமன்றி, நம்பிராஜனும் போகிறபோக்கில் அவரைப் பற்றி ஒரு இமேஜை உருவாக்கி யிருந்தார். அவர் ராஜநாராயணனை எப்போது பார்த்தாரோ தெரியாது. ஆனால், கி.ரா.வை 'அவர் ஒரு கான்வர்சேஷனிஸ்ட்' என்று சொல்லியிருந்தது ராஜநாராயணன் மீது ஒரு பக்தியையே ஏற்படுத்தியிருந்தது.

இது தனி மனிதர்களால் உண்டாக்கப்பட்ட இமேஜ். அடுத்த இமேஜை உருவாக்கியது ஆனந்த விகடன். கல்கியும், விகடனும் அந்நாட்களில் என் மனங்கவர்ந்த வார இதழ்கள். விகடனில் 'என் ஊர்' என்ற சிறு கட்டுரைத் தொடர் வெளியாகிக்கொண்டிருந்தது. எழுத்தாளர்கள் தங்கள் ஊர்களைப் பற்றி எழுதிய கட்டுரைகள் புகைப்படங்களுடன் வெளியிடப்பட்டன. லா.ச.ரா. 'லால்குடி'யைப் பற்றி எழுதியிருந்தார். லால்குடி மண்ணை மிதித்ததும் அதை வாயில் போட்டுக்கொண்டதாகவோ, நெற்றியில் இட்டுக்கொண்டதாகவோ எழுதிய இடம் என்னைப் பரவசப் படுத்தியது. மௌனி 'செம்மங்குடி'யைப் பற்றி எழுதியிருந்தார். அந்த வரிசையில் கி. ராஜநாராயணன் 'இடைசெவல்' பற்றி எழுதியிருந்தார். இடைசெவல் என்ற, நெடுஞ்சாலை போர்டின் புகைப்படம் கட்டுரையுடன் வெளியாகியிருந்தது.

அப்புறம், வாசகர் வட்டம் வெளியிட்டிருந்த அந்த அற்புதமான குறுநாவல் தொகுதியில் ராஜநாராயணனது 'கிடை' என்ற குறுநாவலும் இடம்பெற்றிருந்தது. வாசகர் வட்டக் குறுநாவல் தொகுதியிலுள்ள குறுநாவல்கள் எல்லாமே இன்றும் நினைவிலிருக்கின்றன. இந்திரா பார்த்தசாரதியின் நாவல்களிலேயே நான் முதல் தரமானது என்று இன்றும் கருதும் 'உச்சிவெயில்', சார்வாகனின் 'அமரபண்டிதர்', வை. ரங்கநாதனின் 'வீதி' ஆகிய குறுநாவல்களுடன் ராஜநாராயணனின் 'கிடை'யும் அடங்கும். அந்த இளம்பருவத்தில் நான் காதல் கதைகளால் வசீகரிக்கப்பட்டது உண்மையென்றாலும், வெகுஜனப் பத்திரிகை களில் வரும் காதல் கதைகளை விட சற்று மேம்பட்ட நிலையில் 'கிடை' குறுநாவலில் காதல் சொல்லப்பட்டிருந்தது என்றே நினைக்கிறேன். எந்தக் கதாபாத்திரம் சொன்னதென்று ஞாபக மில்லை. ஒரு கிடைக்காரர் திருச்செந்தூர் சமுத்திரத் தண்ணீரைப் பார்த்து, 'மழை எப்படிப் பெய்திருக்கிறது' என்று வியந்து சொன்ன இடமும், ஆடுகளின் பெயர்களை வரிசையுடன் பட்டியலிட்டிருந்ததும் இந்த முப்பத்தைந்து வருஷங்களையும் தாண்டி வந்து ஞாபகத்தில் நிற்கிறது.

❍ ❍ ❍

கல்யாணியின் மூத்த தங்கைக்குத் திருமணம் நடந்தபோது ராஜநாராயணனும் வந்திருந்தார். அந்தக் கல்யாணத்தில்தான் அவரை முதன் முதலாகப் பார்த்தேன். கல்யாணி வீட்டு முற்றமே அழகானது. நல்ல சதுரமான முற்றம். மூன்று புறமும் அகலமான திண்ணைகள். முற்றத்தை அடைத்துக் கொட்டகைப் பந்தல். மேற்கு ஓரம் மணமேடை. மணமேடையில் சடங்குகள் நடந்துகொண்டிருந்தபோது, கல்யாணியுடைய சிற்றப்பா வீட்டின் முன்னுள்ள திண்ணையில், ராஜபாளையம் எழுத்தாளர்கள் புடை சூழ்ந்திருக்க ராஜநாராயணன் நடுநாயகமாக இருந்து பேசிக்கொண்டிருந்தார். நான் தூணோரமாக அடங்கி ஒடுங்கி உட்கார்ந்திருந்தேன். ஏதேதோ விஷயங்களைப் பற்றிப் பேசிக் கொண்டிருந்தவர்கள், அம்மாதத் தாமரை இதழில் வெளிவந்திருந்த விஷயங்களைப் பற்றிப் பேச ஆரம்பித்தார்கள். அந்த இதழில் வெளியாகியிருந்த எனது ‘யுகதர்மம்’ என்ற சிறுகதையை ராஜநாராயணன் வெகுவாகச் சிலாகித்துப் பேசினார். அவரது புகழ்ச்சி சந்தோஷமாகவும், எதிர்பாராததாகவும் இருந்தது. வானத்தில் மிதக்காத குறைதான்.

❍ ❍ ❍

எழுத்தாளர்களை 1970களில் ‘படைப்பாளிகள்’ என்று அழைத்த தில்லை. இந்தப் ‘படைப்பாளி’ கௌரவம் 1980–களில் மிக மிகப் புதிய புத்திலக்கியம் படைக்க வந்தவர்கள் சூட்டிக்கொண்டது. இவர்களிடமிருந்து இந்தப் ‘படைப்பாளி’ என்ற சொல்லைப் பிடுங்கி சினிமாவுலகினர் வைத்துக்கொண்டு விட்டனர். பாஷை யார் வீட்டு சொத்தும் அல்லதானே? என் எழுத்தாளர் தேடல், அதைத் தொடர்ந்த எழுத்தாளர் ஸ்நேகம் என்ற பட்டியலில் அடுத்து இடம்பெற்றவர் கி. ராஜநாராயணன். ராஜநாராயணனுடன் ஸ்நேகம் செய்துகொள்ள மனம் ஏங்கியது. இப்போது என் மனவுலகில் இலக்கிய விசுவாசம் அப்படியொன்றுமில்லை. ‘இலக்கியம்’ என்றில்லை. எதன் மீதுமே பெரிய வியப்பில்லை. மனம் சுக்காக உலர்ந்துவிட்டது போலிருக்கிறது. உலகின் வினைப் பொறியில் மாட்டிக்கொண்ட ஜீவனாகத்தான் என்னையும் சக மனிதர்களையும் பார்க்கிறேன்.

ஆனால், 1970–களில் கொழுந்துவிட்டெறிந்த என் வாசக மனம், ஒரு நாள் கோவில்பட்டி பஸ் ஏறி இடைசெவலில் இறங்கியது. ராஜநாராயணன் வீட்டை விசாரித்துக்கொண்டு போய் நின்றது. ஏற்கெனவே கல்யாணி வீட்டுத் திருமணத்தில் சந்தித்திருந்ததால் பெரிய அறிமுகம் தேவையாக இருக்கவில்லை. ரொம்பப் பிரியத்தோடும், ஆதரவோடும், வயது வித்தியாசத்தால் நான் மனம் விட்டுப் பேசாமல் போய்விடக்கூடாது என்ற

அக்கறையுடனும் ராஜநாராயணன் பேசினார். வல்லிக்கண்ணன் முன்னால் உட்கார்ந்திருந்த அதே பணிவோடும், பிரமிப்போடும் அவர் வீட்டின் உள் அறையில், அவர் சாய்மான நாற்காலியில் உட்கார்ந்து பேச, நான் கேட்டுக்கொண்டிருந்தேன். அவர் பக்கத்தில் ஒரு டேபிள் ஃபேன் ஓடிக்கொண்டிருந்தது. நிறையப் பழங்கால மரச்சாமான்கள். பெரிய மரப்பெட்டி. அறையின் நடுவே கருப்பு மரத்தூண் ஒன்று நின்றிருந்தது. ஒரு ஓரத்தில் நெல் மூட்டைகள். நெல் குதிர்கள். ஓலை நார்ப் பெட்டிகள். மூத்தவன் திவாகரும், இளையவன் பிரபியும் இடையே வந்து தலைகாட்டிவிட்டுப் போனார்கள். மூத்தவன் பள்ளிக்கூடம் போய்க்கொண்டிருந்தான். இளையவனின் படிப்பு அவருக்குத் திருப்தியில்லை. ஆனால் பிரபிக்குப் பறவைகள், விலங்குகள் பற்றி விசேஷ ஞானம் இருந்தது. அவனுடைய மனவார்ப்பு அப்படியிருந்தது. அதற்காக அவருக்குப் பிரபி மீது வெறுப்பில்லை. ஒரு தகப்பனாருடைய நியாயமான அக்கறைதான் அது.

கு. அழகிரிசாமிக்கும் அவருக்குமுள்ள ஸ்நேகத்தைப் பற்றி எல்லோருமே கேட்டிருப்பார்கள். நானும் கேட்டேன். விரிவாகவே அழகிரிசாமி பற்றிப் பேசினார். அழகிரிசாமியைப் பற்றி என்றில்லை, பொதுவாகவே ராஜநாராயணனின் பேச்சில் இதமான கேலி இருக்கும். அந்தக் கிராமத்தில் எப்படி வாழை இலை கிடைத்ததென்று தெரியவில்லை. கணவதி அத்தை இருவருக்கும் வாழையிலையில் பரிமாறினார்கள். திவாகர் பள்ளிக்கூடம் விட்டு வந்தவன், அந்நிய ஆளின் முன்னால் வரக் கூச்சப்பட்டுக்கொண்டு உள்ளே ஓடிவிட்டான். பிரபி எங்களுடன் பக்கத்தில் உட்கார்ந்து, எங்களுக்குச் சமமாகக் கலகலப்பாகப் பேசிக்கொண்டே சாப்பிட்டாள்.

டி.கே.சி.யுடனும், அவர் பேரன் தீப. நடராஜனுடனும் இருந்த ஆழமான நட்பு; 'ஊஞ்சல்' என்ற தலைப்பில் சுந்தர ராமசாமி, கிருஷ்ணன் நம்பி, நடராஜன், வல்லிக்கண்ணனோடு தானும் எழுதி வந்த கடிதப் பத்திரிகை பற்றி; தீப. நடராஜன் வீட்டிலிருந்து பூ தோறும் (பருவம் தோறும்) வரும் சாப்பாட்டு அரிசி பற்றி; தான் எழுத நினைத்திருக்கும் கதைகள் பற்றியெல்லாம் விரிவாகவே சொன்னார். மோர்ச் சாதம் சாப்பிடும்போது, ரசத்தையும் கொஞ்சம் விட்டுக்கொள்ளச் சொன்னார். எனக்கு அது புதுசாக இருந்தது. 'மோர்ச் சாதத்திலே ரசம் விட்டுச் சாப்பிட்டா ருஜியா இருக்கும்' என்றார். சாப்பிட்டுப் பார்த்தேன். நன்றாகவே இருந்தது. இன்றும் இந்தப் பழக்கம் தொடர்கிறது.

ராஜநாராயணன் தனக்குக் கதை எழுதவோ, சாதாரணக் கடிதம் எழுதவோ கூட அதிக நேரம் பிடிக்கும் என்றார்.

நேரமல்ல, நாள்களே கூட ஆகும் என்றார். 'ரொம்ப ரொம்ப நிதானம்' என்றார். அவர் எழுத இருந்த 'வேட்டி' என்ற சிறுகதையைப் பற்றிச் சொன்னார். சொல்லும் போதே அந்தக் கதை அவ்வளவு நன்றாக இருந்தது. விளாத்திகுளம் சுவாமிகளைப் பற்றியும், காருகுறிச்சி அருணாசலம் பற்றியும் பல தகவல்களைச் சொன்னார். 'காருகுறிச்சி எங்க கோயில்பட்டி மாப்பிளையில்லா' என்று பெருமிதத்துடன் முகம் பூரிக்கச் சொன்னது இன்றும் கண்ணுக்குள்ளேயே நிற்கிறது. விளாத்திகுளம் சுவாமிகளை 'இசை மகா சமுத்திரம்' என்றார். காருகுறிச்சி கச்சேரியை நான் கேட்டிருக்கிறேன். ஆனால், விளாத்திகுளம் சுவாமிகளைப் பார்த்ததோ, கேள்விப்பட்டதோ கூட இல்லை. அப்பேர்ப்பட்ட இசை மகா சமுத்திரத்தைப் பார்க்கக் கொடுத்து வைக்காமல் போய்விட்டதே என்று எனக்கு ஆற்றாமையாக இருந்தது.

'ஜடை' என்ற தலைப்பில் ஒரு கதை எழுதப் போவதாகவும் சொன்னார். ஜடை மூன்று பிரிவாகப் பின்னப்படுவதுபோல், அந்தக் கதையும் மூன்று கதாபாத்திரங்களைச் சுற்றிப் பின்னப்பட்டிருக்கும் என்றார். ஆனால், அந்தக் கதையை அவர் எழுதியதாகத் தெரியவில்லை. அன்று மாலைவரை அவருடனே இருந்தேன். பஸ் ஏற வேண்டுமானால் நெடுஞ் சாலைக்குத்தான் வரவேண்டும். அதன் பிறகும் பலமுறை இடைசெவல் சென்றிருக்கிறேன். ஒவ்வொரு தடவையும் மேலே சிட்டித் துண்டைப் போர்த்திக்கொண்டு, பஸ் ஸ்டாண்ட் வரை வந்து பஸ் ஏற்றி அனுப்பி வைப்பார். அன்றும் பஸ் ஏற்றிவிட வந்தார். எவ்வளவோ வேண்டாமென்று சொன்னேன். கேட்கவில்லை.

❍ ❍ ❍

சில நாள்கள் கழித்து பா. ஜெயப்பிரகாசத்துடன் கல்யாணி, கலாப்ரியா, நானும் சென்றிருந்தோம். தஞ்சை பிரகாஷுடன் ஒருநாள் அர்த்த ராத்திரியில் கதவைத் தட்டினோம். அவர் வலது கம்யூனிஸ்ட் கட்சியில் இருந்தாரோ இல்லையோ தெரியவில்லை. 'நிலப்பறி இயக்கம்' என்கிற மாதிரி ஏதோ ஒரு போராட்டத்தில், அவரையும் பிடித்துக் கொண்டு போயிருந்தார்கள். பாளையங்கோட்டை ஜெயிலிலிருந்து கடிதம் எழுதியிருந்தார். அவரைப் பார்க்க ஜெயிலுக்குப் போனேன். ஆனால் சந்திக்க முடியவில்லை.

பிறகு ஒருதடவை நா. வானமாமலை தனது 'ஆராய்ச்சி' இதழின் சார்பாக மாதந்தோறும் நடத்தும் கூட்டமொன்றுக்கு ராஜநாராயணன் வந்திருந்தார். வந்திருந்தவர்கள் எல்லோரும் பேராசிரியர்கள். ஆனால், ராஜநாராயணன் பேசியதை

எல்லோரும் உன்னிப்பாகக் கேட்டார்கள். என்ன பேசினார் என்று ஞாபகமில்லை. நான் வழக்கம்போல் மத்தியானச் சாப்பாடு (அருமையான சாம்பார் சாதம்) போட்டதும், டவுனுக்கு மேட்னி ஷோ பார்க்க ஓடிவிட்டேன். நா.வா. நடத்திய கூட்டங்களுக்கு அந்த மத்தியான சாம்பார் சாதத்துக்காகப் போன பேர்வழி நான் ஒருவனாகத்தானிருக்கும். இன்றும் எனக்கு கூட்டம், பேச்சு, அதுவும் செமினார், கருத்தரங்கம் என்றாலே அலர்ஜிதான். ஆனால், ஜெயகாந்தன், கண்ணதாசன் பேச்சுகளுக்கு மட்டும் செல்வேன். இன்றும் கூட ஜெயகாந்தன் பேசுவதைக் கேட்கச் செல்கிற பழக்கமிருக்கிறது. பொதுவாக எழுத்து, பேச்சு எல்லாமே வெட்டி சமாச்சாரம் என்பதே என் அபிப்பிராயம். 'எழுத்து' என்பது பிழைப்பு என்பது தவிர, இதில் வேறு எதுவுமில்லை. வியாஸரையோ, ஷேக்ஸ்பியரையோ படிக்காவிட்டால் ஒன்றும் குடிமுழுகிப் போகாது. அவர்கள் எழுதாமல் போயிருந்தாலும் உலகத்துக்கு எந்த நஷ்டமுமில்லை.

சென்னையில் 'பிரக்ஞை' நண்பர்கள் நடத்திய ஸ்டடி சர்க்கிளில் மார்க்ஸியம் படித்துவிட்டுக் கொஞ்ச காலம் அந்தக் கண்ணாடியைப் போட்டுக்கொண்டு அலைந்தேன். அந்த மார்க்ஸிய ஜுரவேகத்தில் ராஜநாராயணனையும் போய்ப் பார்த்தேன். எல்லாவற்றையும் விரல்நுனியில் எடுத்தெறிந்து பேசுகிறதை அவர் பொறுமையுடன் கேட்டார். 'இவனுக்கு என்னம்மோ ஆயிட்டுதே' என்று நினைத்திருக்கக்கூடும். ஆனால், அவரது பிரியத்துக்கும் உபசாரத்துக்கும் எந்தக் குறையுமில்லை. அன்றும் என்னை வழியனுப்ப வந்து காத்திருந்தார்.

ஒருதடவை இடைசெவல் சென்றிருந்தபோது கிருத்திகாவின் 'வாஸவேச்வரம்' கொடுத்துப் 'படியுங்க, ரொம்ப நல்லா இருக்கு' என்றார். அது தஞ்சை பிரகாஷ் அவருக்கு அனுப்பி வைத்திருந்த புஸ்தகம். பிரகாஷுடைய அக்னிச் சுடர் படமும் அவர் கையெழுத்தும் இருந்தது. 'இது பிரகாஷ் புஸ்தகம் போலிருக்கே' என்றேன். 'அட, இருக்கட்டுமேய்யா. நீர் படிச்சா, ஏன் என் புஸ்தகத்தைப் படிச்சேன்னா பிரகாஷ் வந்து கேக்கப் போறார்?' என்றார். இதேபோல் இன்னொரு தடவை மீராவின் 'கனவுகள் கற்பனைகள் காகிதங்கள்' அவருக்கு வந்திருந்தது. அதையும் கொடுத்துப் 'படியும்' என்றார். தனக்குப் பிடித்தமான கதைகள், புஸ்தகங்களைப் பற்றிப் பார்க்கிறவர்களிடமெல்லாம் சொல்லிச் சந்தோஷப்படுவார்.

❍ ❍ ❍

தஞ்சை பிரகாஷ் 'தாமரை'யில் அருமையான சில நாடோடிக் கதைகளைத் தஞ்சை பேச்சு வழக்கிலேயே எழுதியிருக்கிறார்.

இக்கதைகள் வருவதற்கு முன்பே ராஜநாராயணன் என்னிடம் பலமுறை நாடோடிக் கதைகள் பற்றிச் சொல்லி, அவற்றையெல்லாம் தொகுக்க வேண்டும் என்று சொல்லிக்கொண்டிருந்தார். பின்னால் இந்தக் கதைகள் 'தாய்' பத்திரிகையில் பாலியல் கதைகளாக வெளிவந்தன. பாலியல் அல்லாத கிராமப்புற வாழ்வைச் சித்திரிக்கும் பல கதைகளை அவர் சொல்லக் கேட்டிருக்கிறேன். சாகித்ய அகாடமி விருது பெற்ற பிறகு, இது போன்ற கதைகளையெல்லாம் அவர் எழுதியிருக்க வேண்டுமா என்ற ஆதங்கம் இருக்கத்தான் செய்கிறது.

ஆனால் 1970களிலேயே என்னை, கல்யாணியையெல்லாம் 'நீங்கள்ளாம் தீரவாசத்து (நதிக்கரை) எழுத்தாளர்கள். நான், பூமணி, வீர. வேலுச்சாமி, அழ. கிருஷ்ணமூர்த்தியெல்லாம் கரிசக்காட்டு எழுத்தாளர்கள்' என்பார். வேடிக்கையாகத்தான் 'நீங்கள்ளாம் தீரவாசத்து ஆட்கள்' என்று குறிப்பிடுவார். மற்றபடி எழுத்தில் கரிசல் எழுத்து, நதிக்கரை எழுத்து என்ற பேதமெல்லாம் அவரிடமில்லை. அம்பையின் 'அம்மா ஒரு கொலை செய்தாள்' கதையை அவருக்கு அந்நாளில் மிகப் பிடித்திருந்தது. அதில் கரிசல் மண்வாசனை ஏதுமில்லை. அது உலகப் பொதுவான இளம்பெண்ணின் உணர்ச்சியைச் சொல்லும் கதை. ரஷ்யாவின் செகாவ், ராஜநாராயணனுக்கு மிகப் பிரியமான எழுத்தாளர். 'செகாவ் மாதிரி எழுதணும்யா' என்று அடிக்கடி சொல்லுவார்.

ஒருமுறை அம்பை, ராஜநாராயணனைப் பார்க்க வேண்டும் என்றார். தவிர, எட்டயபுரம் அரண்மனையைச் சேர்ந்த பெண்களைப் பார்த்துப் பேசவும் அம்பை விரும்பினார். ராஜநாராயணன் இதற்கு ஏற்பாடு செய்தார். அம்பையை அழைத்துச் சென்றார். நானும் உடன் சென்றிருந்தேன்.

எட்டயபுரத்தில் இறங்கி பாரதி மண்டபம், பஸ் ஸ்டாண்டின் கிழக்கு மூலையிலிருந்த தீக்ஷிதர் சமாதி, பாரதியார் வீடு எல்லாம் பார்த்துவிட்டு எட்டயபுரம் அரண்மனைக்குச் சென்றோம். அரண்மனையின் பெரும் பகுதி பயன்படுத்தப்படாமல் பூட்டிக் கிடந்தது. ஆயுத சாலை, சமையலறை எல்லாம் பிரம்மாண்டமாக இருந்தன. அரிய பொக்கிஷமான ஒரு அறைக்கு அழைத்துச் சென்றார் ராஜநாராயணன். அது மிக நீண்ட நீள் சதுர அறை. அறையின் சுவர்களில் சட்டமிடப்பட்ட ஓவியங்கள் பல தொங்கிக் கொண்டிருந்தன. கசடதபற, நடை, அஃக் போன்ற இலக்கியப் பத்திரிகைகளில் ஓவியங்களைப் பற்றிய கட்டுரைகளைப் படித்திருந்தேன். குற்றாலம் சித்ரசபையிலும், ஆழ்வார் திருநகரி, ஸ்ரீவைகுண்டம் கோவில்களிலும் வரையப்பட்டிருந்த புராணக் காட்சிகளைச் சித்திரித்த ஓவியங்களைப் பார்த்ததுண்டு. ஆனால்

'ரியலிஸப் பெயிண்டிங்' என்பது எப்படியிருக்கும் என்பதை எட்டயபுரம் அரண்மனையில்தான் முதன் முதலாகப் பார்த்தேன். அம்பையும் நானும் பிரமித்துப் போனோம். கிராமத்தில் பார்க்கும் விவசாயிகள், நரிக்குறவர்கள் போன்றவர்களை ஜீவன் ததும்ப தத்ரூபமாக வரைந்திருந்தது.

அவை தீட்டப்பட்டு எழுபது எண்பது ஆண்டுகளாவது இருக்கும். ஆனால் சிறிது கூடக் கருக்கலையாமல், வண்ணம் மங்காமலிருந்தது. 'இதை யார் வரைஞ்சது, யார் வரைஞ்சது' என்று கேட்டுக்கொண்டே இருந்தேன். 'பாத்துக்கிட்டே வாங்க... சொல்லுதேன்' என்றார். ஒன்றிரண்டு சித்திரங்களே பார்வையிட மீதமிருக்கும்போது மெதுவாகச் சொல்ல ஆரம்பித்தார்.

'இது காசிராஜாங்கிற சின்னராஜா வரைஞ்சது. அவர் ஒரு மகா பெரிய கலைஞன்' என்று காசிராஜாவைப் பற்றி விவரித்தார். காசிராஜாவின் வாழ்க்கை எனக்கு சாந்தாராமின் திரைப்படங்களை, குறிப்பாக 'ஜனக் ஜனக் பாயல் பாஜே'யை நினைவுபடுத்தியது. மூவரும் மௌனமாக அரண்மனையின் வரவேற்பறைக்கு வந்து உட்கார்ந்தோம். தும்பைப் பூப்போல் வெள்ளைச் சேலையணிந்த ஒரு மூதாட்டி (ராஜாவின் தாயார்) எங்களை உபசரித்தார். அவரிடம் பேசிக்கொண்டிருந்து விட்டுத் திரும்பினோம். பாரதி நடந்த தெருக்களில் நடந்து, பஸ் ஸ்டாண்டுக்கு வந்து சேர்ந்தோம்.

சென்னைக்கு வந்த பிறகு ராஜநாராயணனை இடைசெவலில் சென்று பார்ப்பது குறைந்துவிட்டது. அவரும் இடைசெவலை விட்டுப் பாண்டிச் சேரிக்கு வந்துவிட்டார். ஆனால், என்னுடைய ராஜநாராயணன் இன்றும் அந்தத் தேசிய நெடுஞ்சாலையிலிருந்து சற்று உள்ளடங்கியிருக்கும் அந்த இடைசெவலில்தான் வாழ்ந்து வருகிறார். இதோ அவரது 'கோமதி'. அவள்தான் 'கன்னிமை'யின் கதாநாயகி. அதோ ஊர்மடத்தருகே நிற்பவர்தான் 'வேட்டி' கதையின் நாயகர். அதோ அந்தக் கல் வீட்டில்தான், சாவுக்கு இரவல் வாங்கிச் செல்லும் 'நாற்காலி' இருக்கிறது. ராஜநாராயணன் பாண்டிச்சேரி சென்றுவிட்டாரென்று யார் சொன்னது?

திருலோக சீதாராம்

சிறு பத்திரிகைகள் அல்லது இலக்கியப் பத்திரிகைகள் என்ற அம்சம் தமிழில் நீண்டகால மாகவே இருந்து வருகிறது. 'மணிக்கொடி' என்பது இதன் ஒரு எல்லைபோல், அல்லது துவக்கம் போல் தோன்றுகிறது. ஆனால், அதற்கு முன்பே பாரதியார் நடத்திய பத்திரிகைகள் இலக்கியப் பிரக்ஞையுடன்தான் இருந்துள்ளன. பாரதிக்கு முன்பும் கூட இந்த முயற்சியில் யாராவது ஈடுபட்டிருக்கக்கூடும். ஆனால், சமூகத்தின் ஞாபக வசதிக்காக ஒரு இடத்தைக் காலவெளியில் அடையாளம் காண்பித்து, இந்த இடத்திலிருந்துதான் இந்த விஷயம் தொடங்கிற்று என்று சொல்ல வேண்டியதிருக்கிறது. பாரதியார் தாகூரின் இலக்கியத் தகுதியை உணர்ந்திருந்ததால்தான் அவரது கதையை மொழி பெயர்த்திருக்கிறார். இப்படிச் சொல்வதால் மணிக்கொடியின் தகுதியை நான் குறைத்து மதிப்பிடுவதாக அர்த்தமில்லை. மணிக்கொடி என்பது நவீன இலக்கியப் பத்திரிகையின் அடையாளமாகச் சமூகத்தில் அங்கீகரிக்கப்பட்டுவிட்டதும், அதில் தமிழின் மிகச் சிறந்த எழுத்தாளர்கள் எழுதி, ஒரு இலக்கியப் பிரக்ஞை தமிழில் உருவாகக் காரணமாக இருந்ததும் மறுக்க முடியாத உண்மைகள்.

அதிகப் பிரதிகள் விற்பனையான வெகுஜன வாசிப்புக்குரிய இதழ்களிலும் அந்நாள்களில் பிறமொழிச் சிறுகதைகள்கூட வெளியிடப்பட்டன. மஞ்சரி, கலைமகள், அமுதசுரபியும்கூட தரமான சிறுகதைகளை வெளியிட்டிருக்கின்றன. கல்கியிலும்

விகடனிலும் ஜெயகாந்தன் எழுதி வந்த காலத்தில் சிறுகதைகளில் லேசான ஒரு கனம் இருந்தது. கல்கியில்தான் வைக்கம் முகமது பஷீரின் 'உலகப் புகழ் பெற்ற மூக்கு' என்ற அருமையான சிறுகதை வெளியானது என்றால், இன்றுள்ள வாசகர்கள் அதை நம்புவது கடினம். அதேபோல் அன்றைய விகடனில் ஜெயகாந்தனின் படைப்புகள் வெளியிடப்பட்டதும், தகழி சிவசங்கரப் பிள்ளையின் 'உள்ளும்புறமும்' என்ற நாவல், தொடராகவே வெளிவந்ததும் இன்றைய வாசகரால் நம்ப இயலாததாகக்கூட இருக்கலாம்.

வல்லிக்கண்ணன் வீட்டுக்கு இன்று போலவே அன்றும் நிறையச் சிறுபத்திரிகைகள் வந்துகொண்டிருந்தன. அவற்றில் 'சிவாஜி' என்ற பத்திரிகையும் ஒன்று. சிவாஜி திருச்சியிலிருந்து வெளி வந்தது. அதன் ஆசிரியர் திருலோக சீதாராம். இவர் துறையூரில் கு.ப.ரா. ஆசிரியராக இருந்த 'கிராம ஊழியன்' பத்திரிகையுடனும் தொடர்புகொண்டிருந்தார். வல்லிக்கண்ணனுக்கு அக்காலம் முதலே அவர் இலக்கிய ஸ்நேகிதர்.

சிவாஜி பத்திரிகை பல ஆயிரம் பிரதிகள் விற்பனையாகும் பத்திரிகையல்ல. மிகக் குறைந்த பக்கங்களே இருந்தன. ஆனால், சிவாஜி பத்திரிகையின் தீபாவளி மலர்கள் அதிகப் பக்கங்களுடன் பல சிறப்பான சிறுகதைகள், இலக்கியக் கட்டுரை களுடன் வெளிவந்தது ஞாபகம் இருக்கிறது. (இதேபோல, கும்பகோணத்திலிருந்து வெளிவந்த 'சௌராஷ்டிரமணி' என்ற பத்திரிகையின் தீபாவளி மலர்களும் இலக்கிய அம்சங்களுடன் வெளிவந்தன.) வ.க.விடமிருந்து சிவாஜி மலரை எடுத்துச் சென்று பல நாள்கள் வைத்திருந்து படித்துவிட்டுத் திருப்பிக்கொடுப்பேன். கட்டுரைகளைவிட சிறுகதைகள் நன்றாக இருந்தன என்று நினைவு. ஒருவேளை சிவாஜியில் வெளிவந்த கட்டுரைகளைவிட இதர இலக்கியப் பத்திரிகைகளில் வெளிவந்த கட்டுரைகளால் என் மனம் ஈர்க்கப்பட்டிருக்கலாம்.

ஆனால், திருலோக சீதாராமின் கட்டுரைகளில் இருந்த எளிமையும், எண்ணங்களை அவர் தொகுத்துச் சொன்ன விதமும் எனக்குப் பிடித்திருந்தது. 'இலக்கியப் படகு' என்ற அவரது கட்டுரைகளடங்கிய தொகுப்பும் வ.க. கொடுத்துப் படிக்கச் சொன்னதுதான். அக் கட்டுரைகள் ரொம்ப இதமாக இருந்தன. (வெகு காலத்துக்குப் பிறகு இது சமீபத்தில், கலைஞன் பதிப்பகத்தால் மறுபதிப்புச் செய்யப்பட்டுள்ளது.)

இலக்கியத் தன்மை என்பது சிறுகதைக்கோ, நாவலுக்கோ, கவிதைக்கோ மட்டுமே உரியதல்ல. கட்டுரைகளைக்கூட இலக்கியபூர்வமாக எழுத முடியும். இன்று வாழ்வியல் கட்டுரைகள்

பலரால் எழுதப்படுகின்றன. ஆங்கிலத்தில் ஏராளமான நூல்கள் இத்துறையில் வெளியாகியுள்ளன. ஆனால், 1950–களில் பஞ்சாயத்து போர்டு நூலகங்களில்கூட 'அப்துற் றஹீம்' என்பவர் எழுதிய வாழ்வியல் கட்டுரைத் தொகுப்புகள் இருந்தன. அவை லட்சிய மனிதனை உருவாக்கும் நோக்கத்தோடு எழுதப்பட்டன. என்றாலும் அவை எழுதப்பட்ட விதம் இலக்கியத் தன்மையுடன் இருந்ததென்றே நினைக்கிறேன். தீபனின் 'அரும்பிய முல்லை', ராகுல சாங்கிருத்யாயனின் 'வால்காவிலிருந்து கங்கை வரை', ந.மு. வேங்கடசாமி நாட்டாரின் 'பௌத்தமும் தமிழும்' 'சமணமும் தமிழும்', தி. ஜானகிராமனின் 'உதயசூரியன்', 'நடந்தாய் வாழி காவிரி' முதலான பயண நூல்கள்; பிலோ இருதயநாத்தின் பழங்குடிமக்களைப் பற்றிய கட்டுரைகள்; தொ.பொ.மீ.யின் 'கானல்வரி', நீதிபதி மகாராஜன் மொழி பெயர்த்த ஆனந்தகுமாரசாமியின் 'சிவானந்த நடனம்', சுந்தர ராமசாமியின் 'காற்றில் கலந்த பேரோசை'; ஜெயகாந்தனின் பல கட்டுரைகள் –சொல்லிக்கொண்டே போகலாம். எல்லாம் இலக்கியத் தகுதி வாய்ந்த கட்டுரைகள்.

இந்த வரிசையில் திருலோக சீதாராமின் இலக்கியப் படகும் சேரும். ரயிலில் யாசகம் கேட்பவர்கள், தான் கலந்துகொள்ளும் இலக்கியக் கூட்டங்களில் தரப்படும் சன்மானங்களைப் பற்றிக் கூட நயத்தோடு திருலோக சீதாராம் சொல்லியிருக்கிறார். அவரது சிவாஜி இதழ்களை விட இலக்கியப் படகு கட்டுரைகள் மனத்தைக் கவர்ந்தன. (இக்கட்டுரைகளும் சிவாஜியில் வெளிவந்தன என்று நினைவு.) பல ஆண்டுகளுக்குப் பிறகு சமீபத்தில்கூட, ஒரு நண்பரின் உதவியால் கிடைக்கப் பெற்றுப் படித்துப் பார்த்தேன். இத்தனை வருஷ இடைவெளிக்குப் பிறகும் எளிமையுடன் கூடிய அவற்றின் அழகு வசீகரிக்கவே செய்தது. மொழியின் வசீகரம் மட்டுமல்ல, நுட்பமான விஷயங்களை அதன் உணர்ச்சி கெடாமல், லகுவாகச் சொல்கிறார் திருலோக சீதாராம். இதற்கு, ஒரு இலக்கிய மனம் வாய்த் திறந்தால்தான் முடியும்.

அவர் பல ஊர்களுக்கும் சென்று பேசுவதையும் பாரதியார் பாடல்களைப் பாடுவதையும் வழக்கமாகக் கொண்டிருந்தார் என்று வ.க. உட்பட பல நண்பர்களும் சொல்லக் கேட்டிருக்கிறேன்.

வ.க.விடமிருந்து பெற்ற சிவாஜி இதழ்கள் அவரது பாஞ் சாலி சபதம் பற்றிய கட்டுரைத் தொகுப்பு, இவை தவிர, வ.க., திருலோக சீதாராம் பற்றிச் சொன்ன பல சிறுசிறு சம்பவங்கள் இவை எல்லாமாகச் சேர்த்து திருலோக சீதாராம்

பற்றி என் மனத்தில் ஒரு சித்திரத்தைத் தீட்டி வைத்திருந்தேன். ஏதவாது சித்திரத்தைத் தீட்டிக் களிப்பதும், பிறகு, நடைமுறையில் வேறு விதமாக இருந்தால், அதை அழிப்பதும்தானே மனத்தின் வேலை?

சென்னையில் தூங்குவதும் விழிப்பதும் தவிர வேறு எதுவுமே தெரிவதில்லை. இந்த நாற்பது வருட வாழ்வும் இப்படித்தான் கழிந்துள்ளது. வாழ்க்கை என்பது நகரத்தில் இல்லை. திருநெல்வேலி இன்னமும் கிராமத்தன்மைகளைக் கொண்டிருக்கிறது. அழிந்தது போக, எஞ்சிய அத்தன்மைகளைக் காப்பாற்றப் போராடிக்கொண்டிருக்கிறது.

இந்தோ சோவியத் கலாசாரக் கழகம் ‘இஸ்கஸ்’ என்று அழைக்கப்படுகிறது. இப்போதும் அது செயல்பட்டுவருகிறது என்றே நினைக்கிறேன். பொன்னீலன் அதன் தலைவர் என்று சில மாதங்களுக்கு முன் ஏதோ பத்திரிகையில் படித்த ஞாபகம். திருநெல்வேலி ஜங்ஷன் ஹிந்து உயர்நிலைப்பள்ளித் திடலில் இஸ்கஸ் மாநாடுகள் ஆண்டுதோறும் அப்போது நடந்தன. கோயில் திருவிழாக்கள், பொருட்காட்சிகள், பண்டிகைகள் போன்ற கலாசார அடையாளங்களுடன் இஸ்கஸ் மாநாடுகளையும் சேர்த்துக்கொள்ளலாம். அந்நாளையத் திருநெல்வேலியில் நடந்த இஸ்கஸ் கூட்டங்கள், என் போன்ற குட்டி இலக்கிய ரசிகர்களுக்கு ஏதோவொரு விதத்தில் ரசனை அபிவிருத்திக்கு உதவியாக இருந்தன.

ஒரு இஸ்கஸ் கூட்டத்தில்தான் (அல்லது மாநாட்டில்தான்) ஜெயகாந்தனின் பேச்சை முதல்முதலாகக் கேட்டேன். அந்தக் கூட்டத்தில் அவர் நினைவு கூர்ந்த ரயில் பயண ஸ்நேகிதியைப் பற்றி அடுத்த வார குமுதத்தில் ‘அடீ தைலா...’ என்று தொடங்கும் தலைப்பில் அபாரமான இலக்கிய அழகுடன் எழுதியிருந்தார். அதே ஆண்டு இஸ்கஸ் விழாவில் தான் திருலோக சீதாராமையும் பார்த்தேன்.

அவரது தோற்றம் எனக்குள் ஆச்சரியத்தை ஏற்படுத்தியது. நான் கற்பனை செய்து வைத்திருந்த திருலோக சீதாராம் வேறு. அவர், கல்கி போல் கழுத்தைச் சுற்றிப் போடப்பட்ட விசிறி மடிப்புடன் இருந்தார். ஆனால், நான் நேரில் மேடையில் பார்த்த திருலோகமோ (வ.க. இப்படித்தான் குறிப்பிடுவார்) வேறு மாதிரி இருந்தார். செங்காவி வேட்டி. அதே காவி வண்ணத்தில் ஜிப்பா. தலையை மழுமழுவென்று மொட்டையடித்திருந்தார். கையில் நீளமான கம்பும் வைத்துக்கொண்டு மேடையில் தோன்றினார். விவேகானந்தரை நேரில் பார்க்கிற மாதிரி இருந்தது. சபையை இந்தக் கோடியிலிருந்து அந்தக் கோடி

வரை நோட்டமிட்டார். அவரது தோற்றத்தைப் பார்த்ததுமே கூட்டம் வியப்பின் மௌனத்தில் ஆழ்ந்தது. தொண்டையைக் கனைத்துக் கொண்டு பாட ஆரம்பித்ததுமே விவேகானந்த பிம்பம் மறைந்து, பாரதியே காவி உடையில் பிரசன்னமாகிப் பாடியது போலிருந்தது. கனத்த சாரீரம். ஸ்பஷ்டமான உச்சரிப்பு. மடை திறந்த வெள்ளம்போல் தங்குதடையற்ற வேகம். அரைமணி நேரத்துக்குமேல் பாடியிருப்பார். பாரதி படித்த அதே பள்ளியில், அவனது மந்திரமொத்த கவிதை வரிகள் அலையலையாகப் பிரவஹித்தன. கூட்டமே கட்டுண்டு கிடந்தது. ஒரு செருமலில்லை, இருமலில்லை. ஆஹா! இப்படியும் ஒரு பாட்டருவியா? பாரதியின் வரிகளுக்கு, இப்படி உயிர்கொடுத்து ஜீவகீதமாக்கிவிட்டாரே என்ற பெருவியப்பு சபையில். பிறகு யார் யாரெல்லாமோ பேசினார்கள். ஆனால், அந்தப் பேச்செல்லாம் திருலோக சீதாராமின் பாரதியார் பாடல்களுக்கு முன்னால் எடுபடவில்லை. தனது உடை, குரல், பாடியவிதம் இவற்றால் எல்லாப் பேச்சாளர்களையும் தூக்கியடித்துவிட்டார்.

கவிதையைப் பாட்டாக, நல்ல குரல் வளத்துடன் பாடுபவர்கள் என்றதும் இன்னொரு மரபுக் கவிஞரின் பெயர் ஞாபகத்துக்கு வருகிறது. அவர் கே.சி.எஸ். அருணாசலம். கம்பீர மான சாரீரம் கே.சி.எஸ்.ஸுக்கு. தனது கவிதைகளை அவர் தானே அருமையாகப் பாடுவார். கேட்பதற்குச் சுகமாக இருக்கும்.

ஆனால், திருலோக சீதாராமுடன் நேரில் பேசும் வாய்ப்புக் கிடைக்கவில்லை. நவீன இலக்கியத்திலெல்லாம் அவருக்குப் பெரிய ஈடுபாடு இருந்திருக்குமென்று சொல்லத் தோன்றவில்லை. திருச்சி வழியாக ஊருக்குப் பஸ்ஸில் திரும்பும் போதும், சென்னை வரும்போதும் தென்னூரைத் தாண்டியதும், அந்தப் பிரதான சாலையிலிருந்த 'சிவாஜி அச்சகம்' என்ற போர்டைக் கண்கள் தானாகவே தேடும். இப்போது சிவாஜி அச்சகம் இருப்பதாகத் தெரியவில்லை. திருலோக சீதாராமும் இல்லை.

நா. வானமாமலையும் வெ. கிருஷ்ணமூர்த்தியும்

ஹைதராபாத்தையும் செகந்திராபாத்தையும் இரட்டை நகரங்கள் என்பதுபோல், திருநெல்வேலியையும் பாளையங்கோட்டையையும் இரட்டை நகரங்கள் என்பார்கள். இரண்டு நகரங்களையும் பிரிப்பது தாமிரவருணி ஆறுதான். ஆற்றின் வடமேல்கரையில் திருநெல்வேலி. தென்பக்கம் பாளையங்கோட்டை. திருநெல்வேலி சைவமும் தமிழும் வளர்த்த நகரம். பாளையங்கோட்டை 'தமிழ்நாட்டின் ஆக்ஸ்போர்டு' என்று ஒரு காலத்தில் அழைக்கப்பட்டது. ஐங்ஷன் சுலோசன முதலியார் ஆற்றுப்பாலத்தைத் தாண்டி சாலை தெற்கு நோக்கித் திரும்பியதுமே, அது திருவனந்தபுரம் சாலையாகி விடுகிறது. புதுமைப்பித்தன் சிறுகதைகளிலும் எனது யுகதர்மம் சிறுகதையிலும் இடம்பெறும் பலாப்பழ ஓடை அதலபாதாளத்தில் சென்று, ஆற்றில் சுலோசன முதலியார் பாலத்தினருகே கலக்கும். ஒரு காலத்தில் இங்கு மாமரங்களும், மருதமரங்களும் அடர்ந்து இருந்தன. பட்டப் பகலிலேயே அந்த ஓடைப்பகுதி இருண்டு கிடக்கும்.

அந்த ஓடையின் முழுப்பெயர், 'பிள்ளையைப் போட்டு பலாப்பழம் எடுத்த ஓடை.' இன்று அது சுருங்கி, 'பலாப்பழ ஓடை'யாகிவிட்டது. யாரோ

ஒரு பெண் கைக்குழந்தையுடன் அந்த ஓடைக்கரையில் வந்து கொண்டிருந்தபோது, ஓடைத் தண்ணீரில் பலாப்பழம் மிதந்து சென்றுகொண்டிருந்திருக்கிறது. அதைப் பார்த்ததும், பலாப்பழத்தை எடுக்கும் ஆசையில் குழந்தையை ஓடைக்கரையில் கிடத்திவிட்டுப் பலாப்பழத்தைப் பின் தொடர்ந்திருக்கிறாள். குழந்தை தண்ணீரில் தவறி விழுந்து அடித்துச் செல்லப்பட்டுவிட்டது. பலாப்பழம் கிடைத்தது. குழந்தை போய்விட்டது. இது கர்ண பரம்பரைக் கதை.

சுலோசன முதலியார் ஆற்றுப் பாலம் தாண்டிச் சில எட்டுக்கள் எடுத்துவைத்ததும் இந்த ஓடை வந்துவிடும். அந்தர்வாகினி மாதிரி அதல பாதாளத்தில் ஓடும் அதைத் தாண்டியதுமே அந்தச் சாலைக்குத் திருவனந்தபுரம் சாலை என்ற நாமகரணம் சூட்டப்பட்டுவிடுகிறது. வண்ணார்பேட்டையிலிருந்து ஊசிக்கோபுரம் சர்ச் வரும்வரை இரண்டு பக்கமும் மோட்டார் வாகனங்கள் பழுது பார்க்கும், விற்பனை செய்யும் கூடங்கள்தான் அன்று இருந்தன. டயோஸிஸன் புக் ஷாப்பையொட்டி இன்னொரு வாய்க்கால் குறுக்கிடும். இதன் பெயர் கன்னடியன் வாய்க்கால். இந்த வாய்க்காலை விட்டு இறங்கியதுமே சாலை இரண்டாகப் பிரிந்துவிடும். ஒரு சாலை நேர்கிழக்காகச் செல்லும். இன்னொரு சாலை, சற்றே நளினமாக வளைந்து தெற்கு நோக்கித் திரும்பி, திருவனந்தபுரம் சாலையாகத் தன் பயணத்தைத் தொடரும். நேர் கிழக்கே செல்லும் சாலை திருச்செந்தூர் சாலையாகி விடும்.

திருநெல்வேலி மாவட்டத்துக்கென்றே சில பெயர்கள் உரித்தானவை. நெல்லையப்பன், காந்திமதி, கோமதிநாயகம், ஆவுடையப்பன், பேராச்சி, சங்கரவடிவு, கோமதி, பலவேசம் – இப்படிச் சொல்லிக்கொண்டே போகலாம். அவற்றில் ஒன்று – வானமாமலை. வைணவ மடாலயங்களில் பிரசித்தமானது நாங்குனேரி வானமாமலை மடம்.

வானமாமலை டியூட்டோரியல் காலேஜ் திருநெல்வேலியில் மிகப் பிரபலமானது. இதன் ஒரு கிளை திருச்செந்தூர் சாலையிலும், இன்னொரு கிளை திருநெல்வேலி ஜங்ஷனிலும் இருந்தது. திருச்செந்தூர் சாலை வழியாகத்தான் பள்ளிக்கூடம் போவோம். சில சமயங்களில், வெள்ளைமுழுக்கைச் சட்டையும், வெள்ளை மல் வேட்டியும் அணிந்து, கையில் தோல்பையை இடுக்கிக்கொண்டு செல்லும் ஒரு குள்ளமான மனிதரைப் பார்ப்பதுண்டு. அவர் வீடு அப்போது லங்கர்கானாத் தெருவிலிருந்தது. அவர்தான் நா. வானமாமலை என்று அப்போது தெரியாது.

❍ ❍ ❍

வ.க.வின் உதவியால் தூத்துக்குடியிலிருந்து வெளிவந்த ‘சாந்தி’யில் அடுத்தடுத்த மூன்று சிறுகதைகள் வெளிவந்தது குறித்து ஏற்கெனவே குறிப்பிட்டிருக்கிறேன். இந்தச் சிறுகதைகளில் எல்லாம் புதுமைப்பித்தனின் பாதிப்பு அப்படியே இருக்கும். தாமரையிலும் புதுமைப்பித்தன் மாதிரியே ‘யுகதர்மம்’, ‘மயான காண்டம்’ ஆகிய இரண்டு சிறுகதைகள் வெளிவந்தன. (புதுமைப்பித்தன் பாதிப்பிலிருந்து விடுபட்டு, மூன்றாவதாக ஒரு சிறுகதை, ‘கிரிமினல்’ என்ற தலைப்பில் தாமரையில் வெளியானது.) இவற்றில் மயான காண்டம் இலக்கியச் சிந்தனையால் அம்மாதத்திய சிறந்த சிறுகதையாகத் தேர்ந்தெடுக்கப் பட்டு சான்றிதழும், 50 ரூபாய் சன்மானமும் வந்ததும், நிஜமாகவே எனக்கு ஒன்றுமே விளங்கவில்லை. நான் பெற்ற முதல் சன்மானம் (அல்லது பரிசு) இலக்கியச் சிந்தனையிடமிருந்து பெற்றதுதான். அக்கதையைத் தேர்வு செய்த விமர்சகர் அமரர் என்.ஆர். தாசன்.

வானமாமலையை ஏற்கெனவே முத்துக்கிருஷ்ணன் என்ற நண்பர் மூலம் சந்தித்திருக்கிறேன். தெருவில் போகும்போது வரும்போது பார்த்தால், வானமாமலை லேசாகச் சிரிப்பார். மற்றபடி பெரிய பழக்கம் எதுவும் ஏற்படவில்லை. மயான காண்டம் சிறுகதை வந்த சில நாள்கள் கழித்து, அவரது ஆராய்ச்சி பத்திரிகை அலுவலகம் (டியூட்டோரியல் கல்லூரியும் அங்கேதான் இயங்கி வந்தது) இருக்கும் கட்டடத்தையொட்டிச் செல்லும் சந்தில் சைக்கிளில் வந்துகொண்டிருந்தேன். அவரைப் பார்த்ததும் மரியாதை நிமித்தமாக கீழே இறங்கினேன். அவரிடம், நான்தான் அந்தக் கதையை எழுதினேன் என்று யார் சொன்னார்களோ தெரியவில்லை.

‘என்னப்பா கதையெல்லாம் எழுதறே போலிருக்கே. மயான காண்டம் படிச்சேன். பிரமாதமா எழுதியிருக்கியே. நீ சொல்லவே இல்லையே’ என்றார். நான் சங்கோஜத்துடன் நெளிந்தேன். ‘விட்டுடாமே தொடர்ந்து எழுது’ என்று தட்டிக்கொடுத்தார். கூடவே, ‘நிறையப் படி. படிச்சாத்தான் எழுத வரும்’ என்றார். ‘வர்ற ஞாயிற்றுக்கிழமை ஆராய்ச்சி கூட்டம் இருக்கு. வாயேன்’ என்றார்.

‘எனக்கு என்ன சார் தெரியும்?’

‘அடப் பேசல்லாம் வேண்டாம்பா. சும்மா உக்கார்ந்து கேளேன்’ என்றார்.

எனக்கு மறுத்துப் பேசவே முடியவில்லை. சைக்கிளைப் பிடித்த கைகள் லேசாக நடுங்கிக்கொண்டிருந்தன. எவ்வளவு படித்த மனிதர் அவர். அவர் போய் என்னையும் ஒரு

பொருட்டாக மதித்துப் பேசுகிறாரே என்ற மரியாதை கலந்த பயம் இருந்துகொண்டே இருந்தது. அவர் சீக்கிரமாகப் பேசிவிட்டுச் சென்றுவிட மாட்டாரா என்றிருந்தது (இன்னும் என் எழுத்து பலரால் விரும்பப்படுகிறது என்பதை என்னால் நம்பவே முடியவில்லை. நாம் அப்படி என்ன எழுதுகிறோம் என்ற எண்ணம்தான் இருக்கிறது. எனக்கு விளங்காத பல சமாச்சாரங்களில் இதுவும் ஒன்று.)

என்னிடம் ஒரு பழக்கம் உண்டு. என்னைவிட வயதில் மூத்தவர்கள் சொல்வதை ஏற்றுக்கொள்ள முடியாவிட்டாலும், பெரியவர்கள் சொல்லுகிறார்களே என்று செய்துவிடுவேன். செய்துவிட்டு, மனத்துக்குப் பிடிக்காததைச் செய்துவிட்டோமே என்று காலமெல்லாம் நினைத்து நினைத்து மருகிக்கொண் டிருப்பேன். பிரியத்தின் நிமித்தம், இப்படிப் பல சமயங்களில் மாட்டிக்கொண்டு விழிப்பேன். இன்றும்கூட இந்த மனோபாவம் போகவில்லை. சமயங்களில் நேரில் கேட்கும்போது, முடியாது என்று சொல்லத் தெரியாமல் சரி என்று ஒப்புக்கொண்டுவிடுவேன். பிறகு அதைச் செய்து முடிக்க முடியாமல் போய்விடும். இதனால் நிறையக் கெட்ட பெயரும் சம்பாதித்து வைத்திருக்கிறேன்.

அந்த ஞாயிற்றுக்கிழமை காலை பதினோரு மணி 'ஆராய்ச்சி' கூட்டத்துக்குத் தயங்கித் தயங்கிச் சென்றேன். மாடியில்தான் டியூட்டோரியல் காலேஜ். அவர் நடத்தி வந்த ஆராய்ச்சி பத்திரிகை அலுவலகமும் அதுதான். நான் உடுத்தியிருந்ததோ துவைத்துத் துவைத்துப் பழுப்பேறியிருந்த வேட்டி. சட்டை ஒரு நண்பனுடையது. தொள தொள வென்றிருந்த அந்தச் சட்டையை எவ்வளவு சாமர்த்தியமாக அணிந்தாலும் அதன் பொருந்தாத்தன்மையை மறைக்க முடியாது.

உள்ளே என்.வி. (நா. வானமாமலை) மேஜையின் முன்னால் அமர்ந்திருந்தார். அவர் எதிரே ஏழெட்டுப் பேர். மாடி வாசலருகே தயங்கி நின்ற என்னை முதலில் பார்த்தவர் என்.வி.யின் உதவியாளரான மங்கைதான். யாரென்று கேட்டார். 'சார் வரச் சொன்னார்' என்று திக்கித் தடுமாறிச் சொன்னேன். யாரோ பேசுகிற சத்தம் கேட்டுப் பின்னால் திரும்பிப் பார்த்தார் என்.வி. என்னைப் பார்த்ததும் அவருக்கு ஒரே சந்தோஷம்.

'அடே, உள்ளே வாப்பா... உள்ளே வா...' என்றார். நான் போய் சற்று எட்டவே அஷ்டகோணலுடன் நின்றேன். 'இப்பிடி வாப்பா' என்று என்னைப் பிடித்துத் தன் தோளோடு தோளாகச் சேர்த்துக்கொண்டு பக்கத்திலிருந்தவரிடம், 'கிருஷ்ணமூர்த்தி, அன்னைக்கி நாம படிச்சு ரசிச்சோமே அந்த வெட்டியான்

கதையை எழுதியது இவர்தான்' என்றார். எல்லோரையும் அறிமுகப்படுத்தி வைத்தார். அங்கே இருந்தவர்கள், தி.சு. நடராஜன், கார்லோஸ் (தமிழவன்), ஆ. சிவசுப்பிரமணியன், தூத்துக்குடி கல்லூரிப் பேராசிரியர் ராவ், இன்னும் சிலர்.

'புரியுதோ புரியலியோ, சும்மா உக்காந்து கேளு. மத்தியானம் சாப்பாடு உண்டு. சாப்பிட்டுட்டுப் போ' என்றார். அன்று ஏதோ பழந்தமிழ் இலக்கியம் பற்றிய கட்டுரை படிக்கப்பட்டதாக நினைவு. சங்க இலக்கிமெல்லாம் வகுப்பில் படித்ததோடு சரி. எதுவும் ஞாபகமில்லை.

எனக்கு அந்த மாதிரி ஆய்வுக்கூட்ட அனுபவமே மிகப் புதிது. என் மனம் ரசனை அடிப்படையில் உருவானது. அதில் அலசல், ஆய்தல் போன்ற அறிவுபூர்வமான விஷயங்களுக்கு அவ்வளவாக இடமில்லை. (இப்போது பத்திரிகையுலகில் நுழைந்தபிறகு இந்த அறிவுபூர்வமான அணுகுமுறை என்னிடம் ஓரளவு உருவாகியுள்ளதென்று நம்புகிறேன்). அங்கு பேசப்பட்ட விஷயங்கள் மார்க்ஸிய அணுகுமுறையின் கீழ் பேசப்பட்டவை என்பது தெரியாத காலம். 'எழுத்து'வில் வெளிவந்த இலக்கியக் கட்டுரைகளைவிட அங்கு பேசப்பட்டவை கனமாக இருந்தன. எப்படா சாப்பாடு போடுவார்கள், சாப்பிட்டுவிட்டு ஓடலாம் என்ற நிலையில்தான் உட்கார்ந்திருந்தேன்.

ஆனால், அங்கு பேசிய பேச்சாளர்களில் தூத்துகுடி வ.உ.சி. கல்லூரியிலிருந்து வந்திருந்த ராவ் என்ற பேராசிரியர் பேசியது மட்டும் பிடித்திருந்தது. காரணம் அவர் ஆங்கிலத்தில் பேசினார். எனக்கு ஆங்கிலத்தின் மீது எப்போதுமே ஒரு மோகம் உண்டு. சாப்பிட்டதும் புறப்பட்டேன். வெ. கிருஷ்ணமூர்த்தி, 'ஒரு நாள் வீட்டுக்கு வாங்களேன். கோபாலன் கோயிலுக்குப் பின்னாலே ரத்னாபாய் (அக்கால சினிமா நடிகை) வீட்டுக்குப் பக்கத்திலேதான் வீடு' என்றார். 'சரி' என்று சொல்லிவிட்டுத் தப்பித்தேன் பிழைத்தேன் என்று டவுனுக்கு மேட்னி பார்க்க ஓடினேன். ஒருநாள் வெ.கி. வீட்டுக்குச் சென்றேன்.

வெ. கிருஷ்ணமூர்த்தி, 'நீர், இப்படிக் குமாஸ்தா வேலையிலேயே காலத்தை ஓட்டிடக்கூடாது. டைப்ரைட்டிங் படியும்' என்று சொல்லி எனக்கு முதல் மாதம் பீஸ் கட்டப் பணமும் கொடுத்தார். வெ.கி. மின்சார வாரியத்தில் பணிபுரிந்து வந்தார். மாத வருமானத்தைத் தவிர அவருக்கு வேறு எந்த வருமானமும் இல்லை. அவர் குடியிருந்த தெருவோ சாஸ்திர சம்பிரதாயங்களை விட்டு இம்மி கூட வழுவாத அக்ரஹாரம். அவர் என்னைத் தன் மகனைப் போலவே கருதினார். வீட்டுக்குப் போனால்

சாப்பிடாமல் விடமாட்டார். பல நாள்கள் இரவு நேரங்களில் பாளையங்கோட்டை நூற்றாண்டு மண்டபத்துக்கும் நகராட்சி அலுவலகத்துக்கும் இடையே உள்ள அந்த மைதானத்தில் உட்கார்ந்து பேசியிருக்கிறோம். நான் அவருக்கு எந்த விதத்திலும் சமதையானவனே அல்ல. ஆனால், அவர் என்னிடம் அவ்வளவு பிரியத்தோடு பழகினார்.

அப்போது நடையிலும் அஃக்கிலும் வெங்கட் சாமிநாதனின் மார்க்ஸிய எதிர்ப்புக் கட்டுரைகள் பொறிபறக்க வெளிவந்து கொண்டிருந்த நேரம். 'மார்க்ஸின் கல்லறையிலிருந்து ...' என்ற கட்டுரை மிகப் பரபரப்பாக இருந்தது. வெ. சாமிநாதன் ஏன் மார்க்ஸியத்தை எதிர்க்க வேண்டும் என்பதும் புரியாத புதிராக இருந்தது. மார்க்ஸியம் புரிந்தால்தானே வெ.சா. எழுதிய 'மார்க்ஸின் கல்லறையிலிருந்து' கட்டுரை புரியப் போகிறது? ஏதோ 'பெரியவர்கள் சமாச்சாரம்' என்று இருக்கத்தான் முடிந்தது.

எனக்கு டைப்ரைட்டிங் அறவே பிடிக்கவில்லை. இருந்தாலும் வெ. கிருஷ்ணமூர்த்திக்காக இரண்டு மாதம் பிடிவாதமாகப் போய் வந்தேன். சமாளிப்பு மன்னனான எனக்கு, மூன்றாவது மாதம் அவர் பயிற்சிக்குப் பணம் தந்தபோது, அதை மறுத்துச் சமாளித்தது, ஒரு கதைக்கான சமாச்சாரம். வெ.கி.க்கு நான் டைப்ரைட்டிங் கிளாஸைத் தொடராதது ரொம்ப வருத்தம்.

மாதம் ஒரு முறை நடக்கும் 'ஆராய்ச்சி' கூட்டங்களுக்குப் போவது ஐந்தாறு மாதங்கள் வரை தொடர்ந்தது. ஒரு மாதம் கி. ராஜநாராயணன் பேசினார். பொன்னீலன் என்ற பி.எஸ்.கே. பக்தவத்சலத்தின் அறிமுகம் ஒரு கூட்டத்தில் கிடைத்தது. என்னுடைய குடும்பத்துக்கு நான்தான் மூத்த பையன். ஆனால் குடும்பத்தைத் தூக்கி நிறுத்தத் தேவையான கல்வியறிவோ, அல்லது உறவினர்களின் உதவியோ இல்லாத நிலையில் நண்பர்களே புகலிடமாக அமைந்தனர். சினிமா, கதை படிப்பது இவை என் வாழ்க்கைத் துயரங்களை மறக்கடிப்பதற்கான போதைப் பொருள்களாக இருந்தன. குடும்பத்தைத் தூக்கி நிறுத்த பெரும் முயற்சி தேவை. ஆனால், அதைச் செய்ய என்னிடமும் பலமில்லை. என் தகப்பனாரிடமும் பலமில்லை. நண்பர்களும் பெரிய தனவான்களோ, தொழிலதிபர்களோ அல்லது சமூகத்தில் செல்வாக்குள்ளவர்களோ அல்ல. இரக்கம் அவர்களிடம் அளவற்று இருந்தது. எல்லாரும் மாதச் சம்பளக் காரர்கள்தான். ஐந்து பத்துக்கு மேல் கொடுத்து உதவ அவர்களாலும் முடியாத நிலை. நாங்கள் விதியினால் பலியானவர்களா, சமூக நிலையினால் தவித்துத் தடுமாறுபவர்களா என்றே தெரியவில்லை. நான் படிக்காமல் பொழுதை வீணாக்கியதுதான் நான் செய்த

பெரும் தவறு. படித்திருந்தால் நல்ல வேலை கிடைத்திருக்கும். என் வாழ்க்கையே வேறு மாதிரி அமைந்திருக்கும் என்றுதான் இன்றும் நினைக்கிறேன்.

ஒரு நாள் என்.வி. என்னிடம் தி. ஜானகிராமனிடமிருந்து வந்த கடிதத்தைக் காண்பித்தார். ரொமீலா தொப்பார் என்ற சரித்திர ஆசிரியரிடமிருந்து ஆராய்ச்சிக்குக் கட்டுரை வாங்கி அனுப்புவது பற்றிய கடிதம் அது. ரொமீலா தொப்பார் யாரென்றே தெரிய வில்லை. நான் ஜானகிராமன் கதைகளைப் படித்திருப்பேன் என்ற அனுமானத்தில்தான், ஜானகிராமனின் கடிதத்தை அவர் காண்பித்திருக்க வேண்டும் என்று நினைக்கிறேன். ஜானகிராமனின் கையெழுத்தைப் பார்க்க நேர்ந்தது சந்தோஷமாகத்தானிருந்தது.

என்.வி.க்கு ஆராய்ச்சி அச்சகமும் இருந்தது. அச்சகத்தை என்.வி.யின் தம்பி ஆழ்வார் கவனித்துக்கொண்டார். என்.பி., வெ.கி., இவர்களுடனான என் ஸ்நேகம் எவ்விதத்திலும் சமதையான நட்பே அல்ல. எனக்கு அவர்களுடன் பேசும் போதெல்லாம் ஏற்கெனவே என்னிடமிருந்த தாழ்வுணர்ச்சி மேலும் பலமடங்கு பெருகும். ஆனால், ஆழ்வாருடனான நட்பு ரொம்ப சகஜமாக இருந்தது. அவர் என்னை விடப் பல வயது மூத்தவர் என்றாலும் அவருடன் இருக்கும்போது ரொம்ப இயல்பாக இருக்க முடிந்தது. ஆழ்வாருடன் நட்பு ஏற்பட்ட பிறகு அவரைத் தினசரி பார்க்கும் வழக்கத்தை மேற்கொண்டேன். அவருக்கு காலில் ஆணித் தொந்திரவு இருந்தது. கெந்திக் கெந்தித்தான் நடப்பார். ஆழ்வாருடன் சங்க இலக்கியம் பற்றியோ, ஆராய்ச்சிக் கட்டுரை பற்றியோ, அழகியல், இயங்கியல் என்று எந்த இயலைப் பற்றியுமோ பேசவேண்டிய தில்லை. சாராரணமாக ஆனந்த விகடனில் வந்த முத்திரைக் கதை, ராத்திரி பார்த்த 'பிராப்தம்' படம் என்று பேசி, பக்கத்து ஹோட்டலில் டீ சாப்பிட்டுப் பொழுது போக்கலாம்.

என்.வி. திடீரென்று ஆழ்வாரிடம் சொல்லி என்னைக் கூப்பிட்டனுப்பினார். ஒருநாள் ஆராய்ச்சி அச்சகத்துக்குப் போயிருந்தபோது, ஆழ்வார், 'உங்களை அண்ணாச்சி பாக்கணும்னாங்க...' என்றார்.

'சார் பார்க்கணும்னாரா? எதுக்கு?' என்று ஆச்சரியத்துடன் கேட்டேன்.

'என்கிட்டே கேட்டா எப்பிடி? எதுக்குன்னு எனக்கென்ன தெரியும்?'

நான் திருதிருவென்று விழித்துக்கொண்டு நின்றேன்.

‘அட, போயி என்னன்னுதான் கேளுமையா?’ என்றார் ஆழ்வார். மறுநாள் என்.வி.யைப் போய்ப் பார்த்தேன். என்.வி. ஒரு திட்டம் வைத்திருந்தார். ‘ஆளுக்கு நூறு ரூபாய் போட்டு ஒரு சிறுகதைத் தொகுப்பு கொண்டு வரலாம்பா. ஒரு பத்து எழுத்தாளர்கள் சேர்ந்தா போதும். நீ ஒரு கதை குடு. ராஜபாளையத்துக்காரங்க மதுரையில் உள்ளவங்ககிட்டே எல்லாம் கதை கேட்டு வாங்கி ‘புதிய முளைகள்’ன்னு ஒரு தொகுப்புக் கொண்டுவரலாம்பா. என்ன சொல்றே?’ என்றார். அவர் ரொம்ப உற்சாகமாகப் பேசிக்கொண்டு போனார்.

‘நீ நூறு ரூபாய் பொறட்டுறது கஷ்டம். அதனால் அம்பது ரூபா குடு. போதும்.’

‘சரி சார்’ என்றேன்.

கல்யாணி, பா. ஜெயப்பிரகாசம் ஞாபகமெல்லாம் வந்தது. அவர்களிடம் கதை கேட்கலாமா என்று கேட்டேன்.

‘தாராளமா கேளுப்பா. வேற ஒனக்கு யாரெல்லாம் புடிக்குமோ, அவங்ககிட்டே எல்லாம் கேளு. போடலாம்’ என்றார்.

நான் வேலை பார்த்த வக்கீல் வீட்டு எஜமானியம்மாள் நன்றாகக் கதை எழுதுவார். அவரது சிறுகதை ஒன்று ஏற்கெனவே *தாமரையில்* வெளிவந்திருந்தது. அவரிடம் பணமும் கதையும் கேட்டேன். உடனே கொடுத்துவிட்டார். கல்யாணியும் ஜெயப்பிரகாசமும் கதை தரவில்லை. கல்யாணி தன் பங்காக ‘புதிய முளைகள்’ தொகுப்புக்கு அட்டைப் படம் வரைந்து கொடுத்தார். இத்தொகுப்பு தயாராகி வந்தபோதுதான் கொடிக்கால் செல்லப்பா என்பவர் ஆராய்ச்சி அச்சகத்தில் தனது ‘புதுமைத்தாய்’ என்ற பத்திரிகையை அச்சிட வந்திருந்தார். ‘அரங்கேற்றம்’ படத்துக்கு விமர்சனம் எழுதச் சொன்னார். அவருக்கு மலையாளப் பட இயக்குனர் பி.என். மேனனைத் தெரியும்.

நான் சினிமாப் பைத்தியம் என்றதும் திடீரென்று ஒரு கதையைச் சொல்லி இதற்கு திரைக்கதை வசனம் எழுதுங்கள் என்றார். ஜங்ஷன் சரஸ்வதி லாட்ஜில் இரண்டு நாள் ரூம் போட்டார். என்னிடம் கதையை உணர்ச்சிகரமாகச் சொன்னார். அந்த வயதுக்கு அதிகமாகவே சினிமா பார்த்திருக்கிறேன் என்றாலும், சினிமா கதை அமைப்பது எப்படி என்பதெல்லாம் வக்கீல் குமாஸ்தாவாகக் காலக்ஷேபம் செய்கிறவனுக்கு எப்படித் தெரியும்?

என்னுடைய இலங்கை நண்பர் ஒருவர் மிக அபூர்வமான, நான் எந்த இலக்கியத்திலும் படித்திராத, எந்த நண்பரும் சொல்லித்தராத ஒரு பேருண்மையைச் சொன்னார். 'முடியாது' என்று சொல்லப் பழகுங்கள் என்பதுதான் அவர் சொன்ன வேதவாக்கியம். கீதையில் கூடச் சொல்லாத கீதாரகஸ்யம். இதைச் சொல்லத் தெரியாமல், வாழ்நாள் பூராவும் அர்த்தமற்ற காரியங்களையும், எனக்குச் சம்பந்தமோ, தேவையோ இல்லாத காரியங்களையும் செய்தே சிக்கல்களில் மாட்டிக்கொள்வது என் வாடிக்கை. எனக்குத் திரைக்கதை வசனம் எழுத வராது. தெரியாது என்று செல்லத் தெரியாமல், மறுத்துப் பேசினால், செல்லப்பா வருத்தப்படுவாரோ என்று நினைத்து அந்த இரண்டு நாளும் தவித்தேன்.

இதே போல், 'புதிய முளைகள்' தொகுப்புக்கு நான் என்ன கதை எழுத வேண்டும் என்பதை வெ.கிருஷ்ணமூர்த்தி சொன்னார். அவர் என் பேரில் கொண்ட அக்கறையினாலும், உற்சாக மிகுதியிலும்கூட அக்கதையை இப்படி எழுது என்று சொல்லி யிருக்கலாம். அவருடைய நட்பை முறிக்க மனமில்லாமல் அவர் சொன்ன சாத்தூர் ஜின்னிங் பேக்டரி முதலாளி–தொழிலாளி வர்க்கக் கதையை எழுதி 'புதிய முளைகள்' தொகுப்புக்குக் கொடுத்தேன். அந்தக் கதை எழுதிய விதமும், அதன் கருவும் வெகுகாலமாக – ஏதோ ஆபாசத்தை மிதித்துவிட்டது போல் மனத்தை நெருடிக்கொண்டே இருந்தது. பின்னால் என் முதல் சிறுகதைத் தொகுப்பு வெளிவந்தபோது அச்சிறுகதை சேர்க்கப்படவில்லை.

வெ. கிருஷ்ணமூர்த்தி இந்தக் கதையை நான் எழுதித்தான் ஆக வேண்டும் என்று சொல்லவில்லை. வேறு கதை தருகிறேன் என்று சொன்னால் வெ.கி. ஒன்றும் சொல்லமாட்டார். ஆனால், அவர் பேச்சைத் தட்டுவது அவமரியாதை செய்வதாகாதா என்ற தயக்கத்தில்தான் மறுப்புச் சொல்லாமல் இருந்துவிட்டேன்.

ஒரு மாதம், ஆராய்ச்சிக் கூட்டமும், வேறு ஏதோவொரு விழாவும் அம்பாசமுத்திரம் தீர்த்தபதி உயர்நிலைப் பள்ளியில் நடந்தது. மதியம் வரை ஆய்வுக்கூட்டம். மாலை அம்பாசமுத்திரம் கோர்ட் அருகே இருந்த ஆரம்பப் பள்ளியில் விழா நடந்தது. வெ. கிருஷ்ணமூர்த்திதான் பஸ் சார்ஜ் செலவு செய்து என்னை அழைத்துக்கொண்டு போனார். இரவு திரும்பும்போது ஒன்பது மணி இருக்கும் லேசான நிலா வெளிச்சம், உடம்பையும் மனசை யும் வருடும் காற்று.

ஒருநாள் வெ.கி.யுடன் பேசிக்கொண்டிருந்தபோது, 'ஏ.வி.எஸ்.ஸைப் பார்க்கப் போகலாம் வாங்க' என்று அழைத்துக்

கொண்டு போனார். ஏ.வி.எஸ். என்ற ஏ.வி. சுப்பிரமணிய ஐயர் வீட்டில் நுழைந்தோம். ஜமுக்காள ரெட் போட்ட மர ஈஸிசேரில் துரும்பாக இருந்த ஒரு முதியவர் படுத்திருந்தார். அவர் பாரதியாரையெல்லாம் சந்தித்தவர் என்பது பேச்சினூடே தெரிந்தது. *ஹிந்து* பத்திரிகையின் ரிப்போர்ட்டராகவும் இருந்திருக்கிறார். என்ன பேசிக்கொண்டிருந்தார்கள் என்பது ஞாபகத்தில் இல்லை. சிறிது காலத்துக்குப் பிறகு பாரதி பற்றி அவர் எழுதிய புஸ்தகமும், 'அறுவகைச் சமயம்' என்ற அருமையான நூலும் படிக்கக் கிடைத்தன. எழுதியவர் ஏ.வி. சுப்பிரமணிய ஐயர். பாரதியாரை பந்துலு ஐயர் என்ற வக்கீல் வீட்டில் சந்தித்தது பற்றி ஏ.வி.எஸ். அருமையாக விவரித்திருக்கிறார். பாரதி, வ.உ.சி. வழக்கில் கோர்ட்டில் சாட்சி சொன்னார் என்றுதான் கப்பலோட்டிய தமிழன் படத்தில்கூட காட்சி அமைந்துள்ளது. பாரதி, தான் சாட்சி சொல்ல வேண்டியதிருக்கும் என்று திருநெல்வேலிக்கு வந்ததும், பந்துலுவுடன் தங்கியிருந்ததும் உண்மை. ஆனால், சாட்சி சொல்லும் தேவை ஏற்படாததால் கடையத்துக்குத் திரும்பிச் சென்றார் என்றுதான் ஏ.வி.எஸ். எழுதியிருக்கிறார்.

ஒரு கட்டத்தில் என் இயல்புக்குச் சற்றும் பொருந்தி வராத ஆராய்ச்சிக் கூட்டங்கள் அலுத்துவிட்டன. நா.வா., வெ.கி.யைச் சந்திப்பதையும் குறைத்துக்கொண்டுவிட்டேன். அவர்களுடைய மனத்தளம் வேறு, என் மனத்தின் வார்ப்பு வேறு. மரியாதை, மதிப்பு எல்லாம் இருந்தது. ஆனால், கல்யாணியைத் தினசரி பார்த்துப் பழகுகிற மாதிரி அவர்களிடம் இயல்பாகப் பழக முடியவில்லை. அவர்களுடைய வயது, அவர்கள் கவனம் செலுத்திய விஷயங்கள் எல்லாம் சம்பந்தமே இல்லாத மாதிரி இருந்தன. ஒரு இடைவெளி இருந்துகொண்டே இருந்தது.

சென்னை வந்தபிறகு வாழ்வே வேறுவிதமாகிவிட்டது. பத்திரிகையாளனாகப் பிழைக்க வேண்டியதிருந்தது. நா.வா. பற்றி ஏதோ ஒரு சந்தர்ப்பத்தில் துக்ளக்கில் சிறுகட்டுரை கூட எழுதினேன்.

ஒரு சமயம் தி.க.சி.யுடன் எழும்பூர் ஸ்டேஷனுக்குச் சென்றிருந்த போது என்.வி.யைப் பார்த்தேன். அப்போது நல்லகண்ணுவும் உடனிருந்தார்.

1981இன் இறுதியிலோ என்னவோ அந்நாளைய பிராட்வே திருவள்ளுவர் பஸ்நிலையத்தில் தற்செயலாக வெ. கிருஷ்ணமூர்த்தியைச் சந்தித்தேன். மனைவியையும், மகளையும் ஊருக்குப் பஸ் ஏற்றி அனுப்பி வைப்பதற்காக

வந்திருந்தார். ஆச்சரியமாக இருந்தது. சென்னைக்கே வந்து விட்டதாகவும், வக்கீலாகப் பணியாற்றுவதாகவும் சொன்னார்.

பிறகு 1997இல் சுதந்திர தின 50ஆவது விழாவையொட்டி *தினமணியில்* ஒரு மலர் தயாரித்தார்கள். அதில் விஜயதிருவேங்கடத்துடன் உதவியாளனாக வேலை பார்த்தேன். மலர் வேலை முடிந்து உதவி ஆசிரியனாக நவம்பர் வரை தொடர்ந்தேன். அப்போது வெ.கி. தன் மகளின் திருமணப் பத்திரிகையைக் கொடுப்பதற்காக *தினமணிக்கு* வந்திருந்தார். திருமண வரவேற்பு காஞ்சி ஹோட்டலில் நடந்தது. வரவேற்பு விழாவுக்கு வந்திருந்த சு. சமுத்திரத்திடமும் செ. யோகநாதனிடமும் 'இவன் என் மகன் மாதிரி' என்று சொன்னது, இன்னமும் கேட்டுக்கொண்டிருக்கிறது. அவர் இறந்து பல மாதங்கள் கழித்துத்தான் தெரியவந்தது. நா.வா. அவருக்கு முன்பே காலமாகி விட்டார். சிறிது காலமே பழகினாலும் மறக்க முடியாத மனிதர்கள் அவர்கள்.

தி.க.சி என்ற
தி.க. சிவசங்கரன்

சினிமா தியேட்டர்கள், கோயில்கள், பள்ளிக்கூடங்கள் போன்றவை, ஜனங்களால் அடையாளம் சொல்வதற்குப் பயன்படுத்தப்படுகின்றன. 'ராயல் டாக்கீஸுக்குப் பின்னாலே போற ரோடு', 'சந்திப்பிள்ளையார் கோயில் முக்கில தெற்கே திரும்பினால்...', 'அப்பர் கிளாப்டன் ஸ்கூலுக்குப் பக்கத்துல போற முடுக்கு' – என்று அடையாளம் சொல்லப் பள்ளிகளும், கோயில்களும், தியேட்டர்களும் பயன்படுகிற மாதிரி, ஒவ்வொரு ஊர்களிலும் சில குறிப்பிட்ட, மக்கள் மத்தியில் செல்வாக்குப் பெற்ற கடைகள் பல ஆண்டுகளாகவே இருந்து வருகின்றன. நூறு வருஷங்களைக் கடந்த வியாபார நிறுவனங்கள் கூட உண்டு. மதுரையில் எவ்வளவோ லாட்ஜ்கள், மூன்று நட்சத்திர அந்தஸ்துள்ள ஹோட்டல்கள் எல்லாம் இருந்தாலும் இன்றைக்கும் 'காலேஜ் ஹவுஸ்' பிரபலமாயிருக்கிற அளவுக்குப் பிற லாட்ஜ்கள் பிரபலமாகியிருக்குமா என்று தெரியவில்லை. அத்தர், பன்னீர், செண்ட், சந்தனம் போன்ற வாசனைத் திரவியங்கள் வாங்க வேண்டுமென்றால் மேலக்கோபுர வாசல் தெருவில் சென்ட்ரல் தியேட்டருக்கு எதிரே இருக்கிற அஜீஸ் அன் கம்பெனிதான் நினைவுக்கு வரும். திண்டுக்கல் ரோட்டில் ராஜா பார்லி பிஸ்கட் கம்பெனி,

மாப்பிள்ளை விநாயகர் சோடா. (இந்தக் கம்பெனிக்குச் சற்று தெற்கே, அதே வரிசையில், நாலைந்து வீடுகள் தள்ளித்தான் ஜி. நாகராஜனின் முதல் சிறுகதைத் தொகுப்பான 'கண்டதும் கேட்டதும்' என்ற நூலை 1960களில் வெளியிட்ட 'பித்தன் பட்டறை' இருந்தது).

அதே போல திருநெல்வேலி என்றதும் அக்காலத்தில் ஞாபகத்துக்கு வரும் வியாபார ஸ்தலங்கள் – போத்தி கிளப், ஆர்.எம்.கே.வி. ஜவுளிக்கடை, எஸ்.ஆர்.எஸ். புத்தகக் கடை, நடராஜா ஸ்டோர்ஸ், சந்திர விலாஸ் ஹோட்டல், சுல்தானியா ஹோட்டல் இத்யாதிகள்.

இப்போது பள்ளிப் பாடநூல்களை அரசே தயாரித்து விற்பனை செய்கிறது. அப்போது பாடநூல்களைத் தனியார்தான் தயாரித்து வந்தனர். அவற்றில் பிரபலமாக இருந்த இரு பாடநூல் தயாரிப்பு தனியார் நிறுவனங்கள் பாளையங்கோட்டையிலும் திருநெல்வேலி ஜங்ஷனிலும் இருந்தன. சர்ச் ஆஃப் சவுத் இந்தியாவுக்குச் சொந்தமான திருநெல்வேலி டயோஸிஸன் புக் ஷாப் பாளையங்கோட்டையில் செயல்பட்டது. இன்னொன்று எஸ்.ஆர்.எஸ் எனப்படும் எஸ்.ஆர். சுப்பிரமணிய பிள்ளை அன் சன்ஸ் பப்ளிஷர்ஸ் என்ற நிறுவனம் ஜங்ஷன் ஹிந்து ஹைஸ்கூலுக்கு எதிரே இருந்தது. இதற்கு, இரண்டு மூன்று கடைகள் தள்ளி இளங்கோ ஸ்டோர்ஸ் என்ற, படங்களுக்குக் கண்ணாடிச் சட்டமிடும் கடை. இந்தக் கடைக்காரர் *தாமரை*, *தீபம்* போன்ற இலக்கிய இதழ்களுக்கும் ஏஜென்ஸி எடுத்திருந்தார். அவர் அக்காலத்திய பிரியாத கம்யூனிஸ்ட் கட்சியின் அனுதாபி. இளங்கோ ஸ்டோர்ஸில் எஸ்.எம். கார்க்கி என்ற கம்யூனிஸ்ட் கட்சிப் பேச்சாளர், 'கிட்டு' என்ற கிருஷ்ணன் போன்றோரை மாலை நேரங்களில் பார்க்க முடியும்.

ஜங்ஷனுக்குப் போகவேண்டிய வேலையே இராது. என்றாலும் மாதம் பிறந்துவிட்டால், இருப்புக்கொள்ளாது. அனேகமாகத் தினசரி '*தாமரை* வந்துவிட்டதா?', '*தீபம்* வந்துவிட்டதா?' என்று விசாரிப்பதுதான் வேலை. ஜெயகாந்தன் ஆசிரியராக இருந்து தேவ. சித்ரபாரதி நடத்திய *ஞானரதம்* ஜங்ஷன் பஸ் ஸ்டாண்டில் ஒரு கடையில் மட்டும்தான் கிடைக்கும். *கணையாழி* வாங்க ஜங்ஷன் ஸ்டேஷனுக்குள் இருக்கும் ஹிக்கின்பாதம்ஸ் ஸ்டாலுக்குச் செல்லவேண்டும்.

நம் மனத்துக்குப் பிடித்த, நாம் பெரிதும் நேசிக்கும் உறவினர்களோ, நண்பர்களோ ஊரிலிருந்து வருகிறார்கள் என்றால், அவர்கள் வருவதற்கு இரண்டு மூன்று நாள்களுக்கு

முன்பிருந்தே அவர்களை எதிர்பார்த்து, ஒரு ஆசை கலந்த பதற்றம் மனத்தில் இருந்துகொண்டே இருக்கும். நாள் நெருங்க நெருங்க அந்த எதிர்பார்ப்பு உடம்பெல்லாம் ஒரு லகரியாகப் பரவிவிடும். அவர்களுடன் பேசிக்கொண்டிருப்பது போலவும், வெளியே செல்வது போலவும் மனம் சதா கற்பனையில் மிதக்கும். அந்த மனநிலைக்கு ஈடு இணையே சொல்ல முடியாது.

தாமரை, தீபம், அந்நாளைய *கணையாழி, ஞானரதம்* போன்ற இதழ்கள் எல்லாம் ஒவ்வொன்றாக பத்துப் பதினைந்து தேதிவரையில் வரும். அந்தப் பதினைந்து நாளும், ஏதோ குற்றாலம் சாரலில் நனைவதுபோல் மனத்துக்கு ரம்மியமாக இருக்கும். அந்த மனோரம்மியம் பணத்தினாலோ, வேறு வசதிகளினாலோ வரும் மனநிலையல்ல. அந்தப் பத்திரிகைகளின் கதைகள், கட்டுரைகளில் திளைத்து எழப்போவதை நினைத்து நினைத்து ஏற்படும் விகசிப்பு அது. இப்போது எந்தச் சிறு பத்திரிகைகளும் இந்த மனநிலையை ஏற்படுத்தவில்லை. எல்லாமே கடுமையான மொழிநடைகளையும், தொனிகளையும் கொண்டிருக்கின்றன. இதம், மென்மை, லயம், லலிதம் போன்றவை இன்றைய சிறு பத்திரிகை எழுத்தாளர்களிடமோ, பத்திரிகை ஆசிரியர்களிடமோ அறவே இல்லை. எல்லாம் வறட்டுத்தனமாக உள்ளன. அறிவும் கேலியும் கலந்த கணையாழி முஸ்தபாவின் இதமான கிண்டலோ, என்.எஸ்.ஜெ.வின் மனத்தைத் தொடும் சிந்தனைக் கோலங்களோ இன்றைய எந்தச் சிறுபத்திரிகையிலும் இல்லை. நா.பா. எப்போதாவது தீபத்தில் 'செங்குளம் வீரசிங்கக் கவிராயர்' என்ற பெயரில் கிண்டல் தொனிக்க எழுதிய கவிதைகளில் கூட, ஒரு மனத்தை வருடும் இதம் இருக்கும். இந்த மனத்தைத் தொடும் இதம் 1970-களில் வெளிவந்த *தாமரை* இதழ்களில் இருந்தது.

'இடதுசாரி இலக்கிய அணியிலிருந்து வெளிவரும் பத்திரிகை *தாமரை*' என்ற அரசியல் அடையாளமெல்லாம் அப்போது எனக்குத் தெரியாது. என்னைப் பொறுத்தவரை அது ஒரு இலக்கியப் பத்திரிகை. இடதுசாரி அரசியல் - வலதுசாரி அரசியல் என்ற பேதங்களெல்லாம் மனத்தினுள் புகாத காலம் அது. காங்கிரஸ் ஒரு கட்சி, தி.மு.க. ஒரு கட்சி, அந்த மாதிரிதான் கம்யூனிஸ்ட் என்றொரு கட்சி என்ற பார்வை, புரிதல்கள் அப்போது இருந்தன. காங்கிரஸுக்கும், தி.மு.க.வுக்கும், இடது-வலது கம்யூனிஸ்ட் கட்சிகளுக்குமிடையே உள்ள நுணுக்க மான கொள்கை வித்தியாசங்கள், அரசியல் அணுகுமுறைகள் போன்ற தராதரங்கள் எதுவும் பிரித்துப் பார்க்கத் தெரியாது. அதனால்தான் *தீபம், தாமரை, கணையாழி, ஞானரதம்* எல்லாமே இலக்கியப் பத்திரிகைகளாகத்தான் எனக்குத் தெரிந்தன.

தாமரையில் வெளிவந்த சிறுகதைகள் என் ரசனைக்கு மிக நெருக்கமாகவே இருந்தன. ஆனால் கட்டுரைகளில் சில சமயம், ரசனைக்கு அப்பாற்பட்டு, கருத்துகளின் அடிப்படையில் கூறப்பட்ட வாதங்களை என்னால் புரிந்துகொள்ள முடிந்ததில்லை. அதே மாதிரி *எழுத்து, கணையாழி, தீபம், கசடதபற* போன்ற பத்திரிகைகளில் வெளிவந்த கவிதைகளை மனம் ஏற்றுக்கொண்ட மாதிரி *தாமரையிலும்*, அக்கால *வானம்பாடியிலும்* (ப. கங்கைகொண்டான், ஞானி தவிர) வெளிவந்த கவிதைகளை ஏற்றுக்கொள்ள முடியவில்லை. *கணையாழி, தீபத்தில்* வெளிவந்த கதை, கவிதைகள், கட்டுரைகளிலும் எவ்விதமான பூடகத் தன்மையோ, மறைபொருளோ இராது. ஆனால், *கசடதபற*, நடையில் வெளிவந்த கவிதைகளில் சி. மணி (வே. மாலி), நீலமணி, தர்மூசிவராம் (அஃக், எழுத்து கவிதைகள்), நகுலன் போன்றோரின் கவிதைகள், வேறொரு பரிமாணத்துடன் இருந்தன. இவற்றைத் தொடர்ந்த வாசிப்புப் பழக்கத்தின் மூலம்தான் அனுபவிக்க முடிந்தது. ஞானக்கூத்தனும் பூடகப் பொருளை கவிதைகளில் எழுப்புகிறார் என்றாலும் அது புதுவாசகனுக்கும் புரியும்படி, அனுபவிக்கும்படி இருந்தது.

தாமரையின் அட்டைப் படத்தில் மாதந்தோறும் யாராவது படைப்பாளியின் புகைப்படங்களே இடம்பெற்று வந்தன (70–களின் ஆரம்பத்தில்). அட்டைப்படம் *ஆனந்த விகடனைப்* போல் வழவழப்பான காகிதத்திலேயே அச்சிடப்பட்டது. ராஜபாளையம் எழுத்தாளர்களான கொ.மா. கோதண்டம், கொ.ச. பலராமன், பூ.அ. துரைராஜா, சமயங்களில் மு.கு. ஜகன்னாத ராஜாவின் கட்டுரைகளும் தாமரையில் அடிக்கடி இடம்பெற்று வந்தன. வீர. வேலுச்சாமி, பூமணி, கி. ராஜநாராயணனின் சிறுகதைகளும் வெளிவந்தன. இதேபோல் ராஜபாளையம் எழுத்தாளரான அழ. கிருஷ்ணமூர்தியும் அடிக்கடி தாமரையிலும், தீபத்திலும்கூட எழுதி வந்தார். நீல. பத்மநாபன் கதைகள்கூட வெளிவந்துள்ளன. தவிர, இலங்கை எழுத்தாளர்களின் கதைகள், அந்நாள்களில் ஏராளமாகத் *தாமரையில்* வெளிவந்துள்ளன. டொமினிக் ஜீவா, செ. கதிர்காமநாதன் (எனக்குப் பிடித்த சிறுகதையாசிரியர்களில் ஒருவர்), பெனடிக்ற் பாலன், செ. யோகநாதன், திக்குவல்லை கமால், கே. டேனியல், காவலூர் ஜெகநாதன் என்று பல இலங்கைச் சிறுகதையாசிரியர்களின் கதைகள் தாமரையில் எழுபதுகளின் தொடக்கத்தில் வெளிவந்தன. மாதம் ஒன்றிரண்டு இலங்கை எழுத்தாளர்களது சிறுகதைகளாவது இடம்பெற்றிருக்கும் என்றே கருதுகிறேன்.

பெரும்பாலான சிறுகதைகள் வறுமையையே சித்திரித்தன. என்றாலும் அவை அந்தந்தப் படைப்பாளிகளுக்கே உரிய

அழகுணர்ச்சிகளுடன் சித்திரிக்கப்பட்டிருந்தன. பல சிறுகதைகள் கலாபூர்வமாகவும் வெற்றி பெற்ற யதார்த்தச் சிறுகதைகளாகவும் இருந்தன.

என்னைப் பொறுத்தவரை *கசடதபறவில்*தான் ஞானக்கூத்தனின் கவிதைகளை முதன்முதலில் படித்தேன். பிறகு *நடை* போன்ற இதழ்களிலும் பார்த்த நினைவு. அவரது கட்டுரை ஒன்று *தாமரையில்* வெளிவந்தது இன்றும் ஞாபகமிருக் கிறது. அவரது இலக்கியச் சார்பு நிலை இவற்றை வைத்துப் பார்க்கும்போது, அவரது கட்டுரை எப்படி *தாமரையில்* அன்று வெளியானது எனபது ஆச்சரியமாகவே இருக்கிறது. அதற்குக் காரணம் *தாமரைக்கு* அன்று பொறுப்பேற்றிருந்தவர்.

பொதுவாகவே 1970களில் வெளிவந்த இலக்கியப் பத்திரிகைகளில் – ஒரு பத்தாண்டு காலமாவது – சிறுகதைகள் தரமாகவே இருந்தன. பல எழுத்தாளர்கள் புதுப்புது உருவம், நடை இவற்றில் சோதனைபூர்வமாக எழுதிப் பார்த்த சிறுகதைகள் இக்காலக்கட்டத்தில்தான் வெளிவந்தன. கி. ராஜநாராயணன், பூமணியுடைய மிக அருமையான சிறுகதைகள் இக்காலக்கட்டத்தில் எழுதப்பட்டன. இதில் கண்ணதாசன் பத்திரிகையையும் சேர்த்துக்கொள்ள வேண்டும்.

இந்தச் சிறுகதை வளம் அக்காலத் தாமரை இதழ்களிலும் இருந்தது. இதைச் சாத்தியமாக்கியவர் தி.க.சி என்ற தி.க. சிவசங்கரன்.

○ ○ ○

எனக்கு இலக்கியப் பத்திரிகைகளை அறிமுகம் செய்து வைத்தவர் முத்துக்கிருஷ்ணன் என்ற நண்பர். இத்தொடரிலேயே அவரைப் பற்றி லேசாகக் குறிப்பிட்டிருக்கிறேன். அவர் 1961இல் அறிமுகமானார். என்னைவிட மூத்தவர். நான் எட்டாவது ஃபாரம் படித்துக்கொண்டிருந்தபோது அவர் பாளையங்கோட்டை செயின்ட் சேவியர் கல்லூரியில் புகுமுகவகுப்பில் (பி.யூ.சி) படித்துக்கொண்டிருந்தார். இருவரும் நா. பார்த்தசாரதியின் *குறிஞ்சிமலர்* மூலம் வாசக நண்பர்களானவர்கள். அவர்– நா.பா., *கல்கியை* விட்டு வெளிவந்து *தீபம்* ஆரம்பித்தபோது 1965இல் *தீபத்தின்* வாசகரானார். அவருடன் சேர்ந்து நானும் *தீபம்* வாசகனானேன். அவர் மார்க்ஸிய ஈடுபாடு கொண்டவர். *தாமரையும்* அவ்வப்போது வாங்குவார். அவர் வாங்கும் *தாமரையின்* இரவல் வாசகன் நான்.

1970களில் வ.க., விக்ரமாதித்யன், வண்ணதாசனின் தொடர்புகள் ஏற்பட்ட பிறகு தி.க.சி பற்றித் தெரிய வந்தது.

தி.க.சியிடமிருந்து மணிமணியான கையெழுத்தில் வரும் கடிதங்களை வ.க. வீட்டிலும், வண்ணதாசன் வீட்டிலும் பார்த்திருக்கிறேன். வண்ணதாசன் வீட்டுக்குச் சோவியத் செய்திகள், சோவியத் பலகணி போன்ற பத்திரிகைகள் இலவசமாக வரும். வண்ணதாசன் தன் தகப்பனாரான தி.க.சி.யைப் பற்றி எப்போதாவது போகிற போக்கில் 'அப்பா லெட்டர் போட்டிருந்தாங்க', 'அப்பா புஸ்தகம் அனுப்பியிருந்தாங்க' என்று குறிப்பிடுவதோடு சரி.

*தாமரை*யில் வெளிவந்த 'யுகதர்மம்' என்ற சிறுகதையை வ.க. மூலம் அனுப்பினேனா, அல்லது நானே அனுப்பி வைத்தனோ என்பது நினைவில்லை. சில மாத இடைவெளியில் 'யுகதர்மம்', 'மயானகாண்டம்', 'கிரிமினல்' ஆகிய சிறுகதைகள் வெளிவந்தன. ஒவ்வொரு சிறுகதையையும் படித்துவிட்டு தி.க.சி. விரிவாகக் கடிதம் எழுதுவார்கள். இப்படித்தான் தி.க.சி.யுடன் தொடர்பு ஏற்பட்டது.

நான் படித்த தி.க.சி.யின் முதல் நூல், ஒரு மொழிபெயர்ப்பு நூல். ஜார்ஜ் குலியாவின் 'வசந்த காலத்திலே' என்ற நாவல். கல்யாணி வீட்டு புத்தக ஷெல்ஃபில் இருந்தது. எடுத்துச் சென்று படித்தேன். அந்நாவல் சுமாராகத்தான் இருந்தது. பிறகு ஒரு ஞாயிற்றுக்கிழமை வ.க. வீட்டுக்குச் சென்றிருந்தபோது சரஸ்வதி பழைய இதழ்கள் ஒன்றிரண்டு கிடைத்தன. அவற்றில், புதுமைப்பித்தன் வெகுவாகக் கொண்டாடப்படுவதை விமர்சித்து தி.க.சி. எழுதியிருந்த கட்டுரை இருந்தது. அந்தக் கட்டுரையின் தலைப்பு, 'வீரவணக்கம் வேண்டாம்' என்று நினைவு. க.நா.சு., சுந்தர ராமசாமி போன்ற பல பெரிய எழுத்தாளர்களெல்லாம் புதுமைப்பித்தனைக் கொண்டாடிக் கொண்டிருந்ததைத்தான் படித்ததுண்டு. தொ.மு. சிதம்பர ரகுநாதனின் புதுமைப்பித்தன் வாழ்க்கை வரலாறு புதுமைப்பித்தன் கதைகளைவிட அருமையாக இருந்தது. புதுமைப்பித்தன் பற்றிய ஞாபகத்திலேயே பல நாள்கள் இருந்திருக்கிறேன். அவருடைய 'கயிற்றரவு' கதையைப் படிப்பதற்கு முன்பே பேராச்சியம்மன் கோயில் படித்துறைக்குக் குளிக்கச் சென்றிருக்கிறேன். ஆனால், 'கயிற்றரவு' கதையைப் படித்த பிறகு பேராச்சியம்மன் கோயிலே வேறுமாதிரியாகத் தெரிந்தது. அந்தளவுக்குப் புதுமைப்பித்தன் என்னைப் பிடித்துக் கொண்டிருந்தார். அந்தச் சமயத்தில், தி.க.சி.யின் வீர வணக்கம் வேண்டாம் கட்டுரை வேறொரு கோணத்தை, நான் பார்க்கத் தவறிய அம்சத்தை முன் வைத்தது. Hero Worship கூடாது என்பது புதுமைப்பித்தனுக்கு மட்டுமல்ல, சமூகத்துக்கே, உலகத்துக்கே தேவையான ஒரு உயர்ந்த பார்வை.

இந்த ஹீரோ வொர்ஷிப் கூடாது என்ற கருத்துக்குப் பின்னால் சிறு சரித்திர நிகழ்வே இருக்கிறது. ரஷ்யாவில் ஸ்டாலின் இறந்தபிறகு குருஷேவ் பதவிக்கு வருகிறார். ஸ்டாலின் ரஷ்ய மக்களால் பெரிய ஹீரோ மாதிரி கருதப்பட்ட பெருந்தலைவர். ஸ்டாலினையே நினைத்துக்கொண்டு இருப்பதில் அர்த்தமில்லை என்பதை உணர்த்த அங்கு எழுந்த கோஷம்தான் வீரவணக்கம் வேண்டாம் என்பது. இதைப் புதுமைப்பித்தனுக்குப் பொருத்தி வைத்தது தி.க.சி. மதம், அரசியல், சினிமா என்று பல துறைகளிலும் உள்ளவர்களை வியந்து கொண்டாடுகிற பழக்கம் உலகம் பூராவுமே இருக்கிறது. மனித மனத்துக்கு, சௌகரியம் கருதி, ஒரு ஹீரோ பிம்பம் தேவைப்படுகிறது போலும்.

தி.க.சி. திருநெல்வேலி வரும்போதெல்லாம் சென்று பார்ப்பேன். சென்னை வந்தபிறகு நம்பிராஜன் துணையுடன் நான் சந்தித்த முதல் மனிதர் தி.க.சி.தான். அவர்கள்தான் கந்தர்வனுக்கு லெட்டர் கொடுத்து, இராம. கண்ணப்பனிடம் சொல்லி *கண்ணதாசனில் சேர்த்துவிடச் சொன்னார்கள். கண்ணதாசன் அலுவலகம் பிராட்வேயில் பிரான்ஸிஸ் ஜோசப் தெருக்கோடியில் இருந்தது. தாமரை அச்சிடப்பட்ட ஜனசக்தி அச்சகமும் சற்றுத் தள்ளி பிராட்வேயில் இருந்தது. தாமரைக்கு மேட்டர் கொடுக்க, புரூப் திருத்த பிராட்வே வரும்போதெல்லாம் தி.க.சி. கண்ணதாசனுக்கும் வருவார்கள். இரண்டு பேரும் சேர்ந்து ஜனசக்தி அச்சகத்திலேயே ஃபோர்மேன் முனுசாமியிடம் தாமரையின் புரூப்களை வாங்கி, அங்கேயே இருந்து திருத்திக் கொடுத்துவிட்டு வருவதுண்டு. ஜனசக்தி அச்சகம் மேற்கு வரிசையில் இருந்தது. எதிரே உள்ள மாடியில் ஜனசக்தி ஆசிரியர் குழு அலுவலகம். ஜனசக்தி பொறுப்பை அப்போது அறந்தை நாராயணன்தான் ஏற்றுக்கொண்டிருந்தார். எம்.கே.ஆர் என்ற எம்.கே. ராமசாமி, ராஜாமணி போன்றவர்களெல்லாம் ஜனசக்திக்கு வருவார்கள்.*

கண்ணதாசனில் 150 ரூபாய் சம்பளம். கண்ணதாசன் புரொடக்ஷன் கம்பெனி அலுவலகத்திலேயே தங்கிக்கொள்ளக் கண்ணதாசன் அனுமதி கொடுத்திருந்ததால் ரூம் வாடகை மிச்சம். என்றாலும் தொடர்ந்து பணமுடை இருந்துகொண்டே இருந்தது. எல்டாம்ஸ் ரோட்டில் நடிகர் எஸ்.எஸ். ராஜேந்திரன் வீட்டுக்கு எதிர் தெருதான் ராணி சின்னம்மா ரோடு. அதில்தான் புரொடக்ஷன் ஆபீஸ். இன்றைய ரெஸிடென்ஸி ஹோட்டல் இருக்கும் இடத்தில்தான் சோவியத்லாண்ட் அலுவலகம் இருந்தது. தியாகராய ரோடும் போக் ரோடும் சந்திக்கும் முனை அது.

சோவியத்லாண்ட் ஆபீஸ் எட்டு மணிக்கே ஆரம்பித்துவிடும். ஆபீஸிலேயே ஒரு கேண்டீன் இருந்தது. பல நாள்கள் இந்தக் கேண்டீனில் தி.க.சி. எனக்கு டிபன் வாங்கிக் கொடுத்திருக்கிறார்கள். தி.க.சி.யுடன் பெரிய இலக்கியப் பிரமுகர்கள் குழுவே சோவியத் நாட்டில் பணிபுரிந்து கொண்டிருந்தனர். மாஜினி, சரஸ்வதி ஆசிரியர் விஜயபாஸ்கரன், தொ.மு. சிதம்பர ரகுநாதன், ஏ.எஸ். மூர்த்தி (இவர்தான் தி.க.சி.க்கு சோவியத்லாண்டில் வேலை வாங்கித் தந்தவர்), ரங்கநாதன், நீலகண்டன் என்று பலர். கு. அழகிரிசாமிக்கும் சோவியத்லாண்டில் வேலை கிடைத்தது. ஆனால், பொறுப்பேற்கும் முன்னர் அவர் காலமாகிவிட்டார். பின்னால் கேண்டின் போகிற வழியில்தான் பத்திரிகைகளின் பேக்கிங் நடந்துகொண்டிருக்கும். ஆர்ட் காகிதத்தின் மணம் வீசிக்கொண்டே இருக்கும்.

அப்போதெல்லாம் மவுண்ட் ரோடு எல்.எல்.ஏ. கட்டடத்தில் மாதத்துக்கு இரண்டு மூன்று காரசாரமான இலக்கியக் கூட்டங்களாவது நடைபெறும். இலக்கியச் சிந்தனையின் மாதாந்திரக் கூட்டம் எல்டாம்ஸ் ரோடு கிறிஸ்தவக் கலைத் தொடர்புக் கூட அரங்கில் நடக்கும். இலக்கியக் கூட்டங்க ளெல்லாம் நிரம்பி வழியும். இலக்கியச் சிந்தனைக் கூட்டத்தை, சுற்றிலும் நின்றுகொண்டே பலர் கேட்பார்கள். அசோகமித்திரன், கு. ராஜவேலு, சிட்டி, பாலகுமாரன், மாலன், சுப்பிரமணிய ராஜு, இந்துமதி, சங்கரிபுத்திரன் என்று பல வாசகர்கள் தவறாமல் கலந்துகொள்வார்கள். தி.க.சி., நான், நம்பிராஜன், என்.ஆர். தாசன், இராம. கண்ணப்பன், கலைஞன் மாசிலாமணி எல்லோரும் எல்டாம்ஸ் ஹோட்டலில் காபி சாப்பிட்டுவிட்டுக் கலைவோம். கூட்டத்தில் வாசிக்கப்பட்ட கட்டுரை, தேர்ந்தெடுக்கப்பட்ட சிறுகதையைப் பற்றிய விவாதம் மாம்பலம் ரயில் நிலையம்வரை, ஏன் சமயங்களில் ரயிலில் கூடத் தொடரும்.

எல்.எல்.ஏ. பில்டிங் கூட்டங்கள் முடிந்து மவுண்ட் ரோடு வழியாகவே அண்ணா மேம்பாலம், அக்காலத்திய சன் தியேட்டர் வழியாக ஜி.என். செட்டி ரோட்டில் வந்து, வாணி மஹாலில் திரும்பி, பாண்டி பஜாரில் நுழைந்து டீலக்ஸ் ஹோட்டலில் (இன்றும் இந்த ஹோட்டல் இருக்கிறது) டீ சாப்பிடுவோம். பெரும்பாலும் இராம. கண்ணப்பன், என்.ஆர். தாசன், கலைஞன் மாசிலாமணி இவர்களுடன் ஒட்டுப்போட்டுத் தைத்த வால்மாதிரி நானும் இருப்பேன். எல்லோருமே வயதிலும், படிப்பிலும் பெரியவர்கள். விவாதங்கள் உரத்து நடக்கும். என்.ஆர். தாசன் நிறையவும், தன் கருத்தில் உறுதியாகவும் நின்று பேசுவார். இராம. கண்ணப்பன் என்னை மாதிரித்தான். எப்போதாவது உற்சாகம்

வந்து கலந்துகொள்வார். தி.க.சி.யின் கருத்துக்களை ஒட்டியே அவர் அபிப்பிராயம் இருக்கும். சில சமயங்களில் இலக்கியச் சிந்தனைக் கூட்டம் முடிந்து எல்டாம்ஸ் ஹோட்டலில் நானும் தி.க.சி.யும் சாப்பிடுவோம். பக்கத்தில் நான் தங்கியிருக்கும் கண்ணதாசன் புரொடக்ஷன்ஸ் அலுவலகத்திலேயே என்னுடன் தி.க.சி. தங்கிவிடுவதும் உண்டு.

நான் சென்னை வந்த புதிதில் தி.க.சி.யின் மூத்த புதல்வர் கணபதி கோடம்பாக்கம் வெள்ளாளர் தெருவில்தான் தங்கியிருந்தார். அவர் குடும்பத்துடன்தான் தி.க.சி. தங்கியிருந்தார்கள். ஏற்கெனவே எனக்கு, பாளையங்கோட்டையிலிருந்தபோது டி.பி. வந்திருந்தது. சில மாதங்கள் வைத்தியம் பார்த்துவிட்டு விட்டேன். சென்னை வந்ததும், அது இடமாற்றத்தினாலோ என்னவோ மீண்டும் தலைதூக்கியது. கோவில்பட்டி டாக்டர் கதிரேசனை, தி.க.சி. அவர்களுக்குப் பழக்கம். அவர் வேப்பேரி மருத்துவமனையின் தலைமை மருத்துவராகப் பணியாற்றி வந்தார். அவரது கிளினிக் எழும்பூரில் உடுப்பி ஹோட்டலுக்கு எதிரே காவலர் மருத்துவமனையையொட்டி இருந்தது. அவரைப் போய்ப் பார்க்கச் சொன்னார்கள். எக்ஸ்ரே, மருந்து என்று அந்நாளில் ஒரு நூற்றைம்பது ரூபாய்க்கு மேல் செலவாயிற்று. தி.க.சி.தான் பணம் கொடுத்து உதவினார்கள்.

'கண்ணதாசன்' திடீரென்று நின்றபோதும், 'அன்னைநாடு' திடீரென்று நின்றபோதும், நான் சோர்ந்துபோய்விடாமல் உற்சாகப்படுத்தியவர் தி.க.சி. கே.ஏ. கிருஷ்ணசாமி நடத்திவந்த *தென்னகம்* தினசரியின் அலுவலகம் லாயிட்ஸ் ரோட்டில் டி.கே. சண்முகம் வீட்டுக்கும், ஈஸ்வரி லெண்டிங் லைப்ரரிக்கும் நடுவேயுள்ள சந்தில் இருந்தது. அப்போது எம்.ஜி.ஆர். தி.மு.கவை விட்டு வெளியே வந்திருந்த சமயம். அ.தி.மு.க. பத்திரிகைகளுக்கு மக்கள் மத்தியில் ஒரு செல்வாக்கு ஏற்பட்டிருந்தது. தென்னகத்தில் ஸ்ரீனிவாஸமூர்த்திதான் நியூஸ் எடிட்டர். தி.க.சி. கடிதம் தந்து அவரைப் போய்ப் பார்க்கச் சொன்னார்கள். ஸ்ரீனிவாஸமூர்த்தியால் அப்போது வேலை தர இயலாது போயிற்று. ஸ்ரீனிவாஸமூர்த்திக்காகக் காத்திருக்கும் தருணங்களில் ஜேப்பியார் வந்து செல்வதைப் பார்த்திருக்கிறேன். அவர் அ.தி.மு.க.வின் முக்கியப் பேச்சாளர்களில் ஒருவர் அப்போது.

எஸ்.டி. சோமசுந்தரமும் *சமநீதி* என்ற தினசரியைத் தொடங்கினார். அலுவலகம் ஜாப்ளி ரோட்டில் அஞ்சுகம் பள்ளிக்கு அடுத்து இருந்தது. பொறுப்பாசிரியர் புலமைப்பித்தன். *சமநீதி*க்கும் தி.க.சி. கடிதம் கொடுத்தார்கள். சேரும் வாய்ப்பு கிடைக்கவில்லை.

பீட்டர்ஸ் ரோட்டில் இன்றுள்ள சரவண பவன் ஹோட்டல் கட்டடத்துக்கு எதிர்ச்சாரியில், தி.மு.க. அமைச்சரவையில் இருந்த செ. மாதவனின் *தமிழரசு* என்ற தினசரி இயங்கி வந்தது. அங்கு நியூஸ் எடிட்டராக இருந்தவர் தினகரன். மிக நல்ல மனிதர். அவரையும் போய்ப் பார்த்தேன். கிடைக்கவில்லை.

சோழா ஹோட்டல் அப்போது இல்லை. சோழா ஹோட்டலின் பின் புறம் சோவியத் கல்சுரல் சென்டர் இருக்கிறது. இங்குதான் முதல் முதலாக அடூர் கோபாலகிருஷ்ணனைப் பார்த்தேன். தனது 'சுயம்வரம்' படத்தின் திரைக்காட்சிக்கு அடூர் வந்திருந்தார். தி.க.சி.யும் நானும் சுயம்வரம் படம் பார்த்துவிட்டு வீடு திரும்பும் போது அகாலமாகிவிட்டது. சுயம்வரம் படம் பல நாள்கள் மனதை ஆக்கிரமித்திருந்தது.

இன்னொரு சந்தர்ப்பத்தில் சோவியத் கலாசார மாளிகையில் சித்ரா விஸ்வேஸ்வரனின் நடன நிகழ்ச்சி நடந்தது. சென்னையில் நான் முதன்முதலாகப் பார்த்த நடன நிகழ்ச்சி அதுதான். தி.க.சி.யுடன்தான் சென்றிருந்தேன். இ. காங்கிரஸ் கட்சியின் சார்பில் *அன்னை நாடு* என்ற பத்திரிகை தொடங்கப்பட்டது. ஏ.கே. சண்முகசுந்தரம், டி.என். அனந்தநாயகி, ப. சிதம்பரம் மூவரும் பொறுப்பாளர்கள். சில மாதங்கள் அதில் வேலை பார்த்தேன். தி.க.சி. உதவியால்தான் அந்த வேலை கிடைத்தது. அவர்கள் வீட்டிலேயே தங்கியிருந்தேன்.

தி.க.சி.யிடம் எதிலும் ஒரு ஒழுங்கு, கட்டுப்பாடு இருக்கும். டிக்கெட் ரிஸர்வ் செய்யப் போனால்கூட கையில் நாலைந்து ரூபாய்க்குப் பொடிச் சில்லரைகள் வைத்துக்கொள்வது நல்லது என்பார்கள். திடீரென்று சில்லரை தேவைப்படும் என்பது தி.க.சி.யின் கருத்து. அதே போல், ஐந்து மணிக்கு நெல்லை எக்ஸ்பிரஸ் என்றால் ஒரு மணி நேரமாவது முன்னதாகவே ஸ்டேஷனுக்குப் போய்விட வேண்டும் என்பார்கள்.

அவர்களுடைய மூத்த மகள் ஜெயாவின் வீடு அப்போது நந்தனம் டவர் பிளாக்கில் இருந்தது. அவர்கள் வீட்டுக்குக் கூட, போன் செய்து தெரிவித்துவிட்டுதான் செல்வார்கள். மகள் வீட்டுக்குச் செல்வதற்குக்கு கூட முன் அனுமதி பெறுகிற மாதிரி போன் செய்ய வேண்டுமா என்று நினைப்பேன்.

இன்னொரு பெரிய ஆச்சரியமான, கண்ணியமான கனவானுடைய குணம் தி.க.சி.யிடம் உண்டு. 'வீட்டுத் தலைவர் அவர்கள்தான். ஆனால், தன் மனைவி உட்பட யார் விஷயத்திலும் தலையிடவே மாட்டார்கள். யாருடைய சொந்த விஷயத்திலும் தலையிடக் கூடாது என்பது அவர்கள்

எண்ணம். நாம் நம் பிரச்னையைப் பற்றிச் சொன்னால் கேட்டுக் கொள்வார்கள். ஆனால், எந்தக் கருத்தையும், முடிவையும் சொல்ல மாட்டார்கள். 'யோசிச்சுச் செய்யுங்க' என்று நம்மிடமே முடிவை விட்டுவிடுவார்கள். பிறரது சுதந்திரத்துக்கும், உரிமைக்கும் அவர்களைப்போல் மதிப்பளிப்பவர்கள் வெகு சொற்பம்.

அவர்களுடைய நண்பர்கள் வட்டாரம் மிகப் பரந்துபட்டது. என்னையும், விக்ரமாதித்யனையும் போன்ற இளையவர்கள் முதல் பெரிய தலைவர்கள் வரை நல்ல பழக்கமுண்டு. வண்ணதாசனைவிட தி.க.சி.யுடனே அதிகக் காலம் நெருக்கமாக இருந்திருக்கிறேன். அவர்கள் எனக்குத் தந்தை மாதிரி.

கா.மா.இல. பிரகாஷ் என்ற ஜி.எம்.எல். பிரகாஷ்

ஆனந்தவிகடனில் 1970களின் துவக்கத்தில் மாவட்ட மலர்கள் வெளியிடப்பட்டன. த. ஜெயகாந்தன் என்ற தண்டபாணி ஜெயகாந்தனும், தி. ஜானகிராமனும் கொடிகட்டிப் பறந்த நாள்கள் அவை. விகடன் வாரம்தோறும் வெளியிட்ட முத்திரைக் கதைகள் உண்மையிலேயே தரமானவை. தகழி சிவசங்கரப் பிள்ளையின் தொடர், *விகடனில்* வாராவாரம் வெளிவந்தது என்றால் அது இன்றைய தலைமுறையினரால் நம்ப முடியாததாகக் கூட இருக்கலாம். 'உள்ளும் புறமும்' என்ற தொடர் அது. 'எனக்குப் பிடித்த புத்தகம்' என்ற தலைப்பில் பல புகழ்பெற்ற பிறமொழி நாவலாசிரியர்களின் புகழ்பெற்ற நாவல்களைப் பற்றிய தகவல்களெல்லாம் வெளியாயின. 'ஜ்வாலாமுகி' என்ற நாவலின் தலைப்பு இன்னும் ஞாபகத்திலிருக்கிறது. 'பாரப்புறத்து' என்ற மலையாள எழுத்தாளரை இந்தப் பகுதியின் மூலம்தான் தெரிந்துகொண்டேன்.

'தமிழ்ஒளி' என்ற கவிஞரை இன்று புதுக்கவிதை எழுதுகிற எத்தனை பேருக்குத் தெரியும்? இவர் ஜெயகாந்தனின் ஸ்நேகிதர்களில் ஒருவர். தாழ்த்தப் பட்ட வகுப்பில் பிறந்த கவி இவர். சிலப்பதிகாரத்தைப் பலர் பலவிதமாக அணுகி எழுதியிருக்கிறார்கள். ம.பொ.சி.யின் சிலப்பதிகாரச் சொற்பெழிவுகளும், எழுத்துக்களும் பிரபலமானவை. தெ.பொ.மீ., 'கானல் வரி'ப் பகுதியை மட்டுமே எடுத்துக்கொண்டு அதியற்புதமாக எழுதியிருக்கிறார். 'கானல் வரி'

என்ற தலைப்பிலேயே சர்வோதய புத்தகப் பண்ணை அதை வெளியிட்டுள்ளது. இதையே கவிஞர் தமிழ் ஒளி 'விதியோ வீணையோ' என்ற தலைப்பில் குறுங்காவியமாக எழுதியிருக்கிறார். கண்ணதாசனின் 'தைப் பாவை'க்கும் மேலான குறுங்காவியம் இது என்று தோன்றுகிறது. இந்தப் புத்தகத்தைப் பற்றிய அறிமுகக் கட்டுரை, 'எனக்குப் பிடித்த புத்தகம்' பகுதியில்தான் வெளிவந்தது. இப்படி அந்த நாள்களின் ஆனந்த விகடன் இலக்கிய அழகுடன் மிளிர்ந்தது. அந்த முயற்சிகளில் ஒன்றாக மாவட்ட மலர்களில் மாவட்டச் சிறுகதைப் போட்டிகளும் இருந்தன.

'அஸ்வகோஷ்' என்ற பெயரில் செம்மலரில் அருமையான சிறுகதைகளை எழுதிவந்த ஆர். ராஜேந்திர சோழனின் சிறுகதைதான், விகடன் நடத்திய தென்னார்க்காடு மாவட்டச் சிறுகதைப் போட்டியில் சிறந்த சிறுகதையாகத் தேர்ந்தெடுக்கப் பட்டது. அதேபோல தஞ்சை மாவட்ட மலரில் இடம்பெற்ற சிறந்த சிறுகதை 'அங்கிள்.' இதை எழுதியவர் ஜி.எம்.எல். பிரகாஷ். பாளையங்கோட்டையிலுள்ள கிறிஸ்தவச் சூழலை, அப்படியே அங்கிள் சிறுகதையில் வரும் அந்த மிஷன் தெருவில் பார்த்தேன். அன்றைய என் மனமுதிர்ச்சிக்கு ஏற்ப 'அங்கிள்' சிறுகதையை எனக்கு மிகவும் பிடித்திருந்தது. 'ஜி.எம்.எல். பிரகாஷ், மே/ பா. ஆனந்த விகடன், சென்னை–2' என்று முகவரியிட்டு, 'அங்கிள்' கதையைப் பாராட்டிக் கடிதம் எழுதினேன். அந்தக் கடிதத்தை விகடன் அலுவலகம் பிரகாஷுக்கு அனுப்பி வைக்க, பிரகாஷ் எனக்கு நன்றி தெரிவித்துக் கடிதம் எழுதினார். இப்படித்தான் பிரகாஷின் நட்புக் கிடைத்தது.

பிரகாஷிடம் பல தினுசான 'லெட்டர் பேடு'கள் இருந்திருக்க வேண்டும். பெரும்பாலும் கையால் தயாரிக்கப்பட்ட காகிதத்தில் அச்சிடப்பட்ட லெட்டர்பேடுகள்தான். சில கடிதங்கள் மிக மெல்லிசான காகிதங்களிலும் வந்தன. கடிதத்தின் மத்தியில் தீச்சுடரின் படம் அச்சிடப் பட்டிருக்கும். அவருடைய கையெழுத்து உருண்டை உருண்டையாக இருக்கும். வண்ணதாசனைப் போல் அவருக்கென்று ஒரு தனியான கடித மொழிநடை உண்டு. நீர்ச் சுழலின் சுழற்சிபோல் அவரது விவரிப்புப் பாணி இருக்கும். ஆரம்ப காலக் கடிதங்களில் அவர் என்னை, 'ராமச்சந்திரா, வாடா, போடா' என்று ஒருமையில் உரிமையுடன் அழைத்துதான் கடிதங்கள் எழுதி வந்தார். திருமணமாகி, வேலை, குடும்பம் என்று நான் சற்று தூர விலகிச் சென்றது போன்ற நிலை ஏற்பட்ட பிறகு, அவர் என்னை யாரோ மூன்றாமவர் போல் 'நீங்கள்' என்று மரியாதையெல்லாம் காட்டத் தலைப்பட்டது ரொம்பச் சங்கடமாக இருந்தது.

70 முதல் 78, 79 வரை கூட நான் தினசரி மூன்று நான்கு இன்லேண்ட்களாவது எழுதுவேன். எனக்கும் தினசரி இரண்டு மூன்று கடிதங்களாவது வரும். கதைகளையும் கவிதைகளையும் ரசிக்கிற மாதிரியே கடிதங்களையும் திரும்பத் திரும்பப் படித்து ரசிப்பேன். கடிதம் என்பது வெறும் எழுத்துக்களால் ஆனதல்ல. அது உணர்ச்சிகளால் ஆனது. எழுதியவரது மனத்தின் ரேகைகளும், சாயல்களும் கடிதங்களில் அப்படியே வெளிப்பட்டிருக்கும். கி. ராஜநாராயணன் ஒரு கடிதத்தை எழுதத் தனக்குச் சில நாள்கள் பிடிக்கும் என்றுகூட என்னிடம் சொல்லியிருக்கிறார். பிரகாஷின் கடிதங்களில் அவரது வாஞ்சையும் பிரியமும் அப்படியே வெளிப்படும்.

கொக்கிரகுளம் கலெக்டர் அலுவலகத்தின் பிரதான வாசலை யொட்டி தாமிரவருணி ஆற்றை நோக்கியவாறு கலெக்டரேட் தபால் நிலையம் இருந்தது (இன்று இருக்கிறதோ, என்னவோ?). திருநெல்வேலி கோர்ட்களும், கலெக்டர் அலுவலகமும் அந்த மிகப் பெரிய வளாகத்தினுள் அமைந்திருந்தன. மதியம் ஒரு மணி இரண்டு மணிக்கெல்லாம் கோர்ட் அலுவல்கள் சற்று ஓய்ந்தாற் போலிருக்கும்போது, நான் நேரே செல்லுமிடம் இந்தக் கலெக்டரேட் தபால்நிலையம்தான். அங்கே உட்கார்ந்தே பிரகாஷ் உட்பட பல நண்பர்களுக்குக் கடிதங்கள் எழுதியிருக்கிறேன்.

❍ ❍ ❍

ஒருநாள் கோர்ட் வேலைகள் முடிந்து அப்போதுதான் நானும் வக்கீலய்யாவும் வீட்டுக்குத் திரும்பியிருந்தோம். கல்யாணி (வண்ணதாசன்), கோழிமுட்டைக் கண்கள், கனத்த சரீரமுள்ள ஒரு உயரமான மனிதரை அழைத்துக்கொண்டு வந்து நின்றார்.

'இது யாருன்னு சொல்லுங்க பார்ப்போம்' என்றார் என்னிடம். நான் திருதிருவென்று விழித்துக்கொண்டிருந்தேன். கல்யாணியுடன் வந்தவர் லேசான நமுட்டுச் சிரிப்புடன், 'மொட்டையா கேட்டா எப்பிடி கல்யாணி? ஏதாவது ஹிண்ட் குடுங்க...' என்று எடுத்துக் கொடுத்தார். கல்யாணி என்னையே ஆவலுடன் பார்த்துக்கொண்டிருந்தார்.

பிறகு அவரே, 'தஞ்சாவூர் பிரகாஷ்' என்றார். என்னுடைய ஆச்சரியத்துக்கும் சந்தோஷத்துக்கும் அளவே இல்லை. வக்கீல் குடும்பத்தினரும் அவரை உபசரித்தனர். பிரகாஷ் தன் நெருங்கிய பால்யகால நண்பரான முருகேசனுக்கும் மராத்தி பிராமண வகுப்பைச் சேர்ந்த சாந்திக்கும் கலப்புத் திருமணம் செய்து வைத்து, தம்பதியரைத் தேனிலவுக்குத் தன்னுடன் அழைத்து வந்திருந்தார். அவர்கள் அப்போது நெல்லையில்

பிரபலமாக இருந்த சரஸ்வதி லாட்ஜில் தங்கியிருந்தனர். அன்று இரவு லாட்ஜுக்குச் சென்று கல்யாணியும் நானும் நீண்ட நேரம் பேசிக்கொண்டிருந்தோம். கல்யாணிக்கு, காலை பேங்குக்குப் போக வேண்டும். அதனால் பத்தரை பதினோரு மணிவாக்கில் அவர் விடைபெற்றுச் சென்றுவிட்டார். நான் இரவு மூன்று மூன்றரை மணிவரை பேசிக்கொண்டிருந்தேன். பிரகாஷ், தம்பதியரை அழைத்துக்கொண்டு திருச்செந்தூர், கன்னியாகுமரி எல்லாம் போய்விட்டு ஊர் போய்ச் சேர்ந்தார். அந்த முருகேசன் இன்று சென்னையில்தான் இருக்கிறார். பெரிய குடும்பியாகிவிட்டார். முருகேசன் – சாந்தி இரண்டு பேருமே ரொம்பப் பிரியமாக இருப்பார்கள். பிரகாஷைப் போலவே முருகேசனும் இலக்கிய ரசிகர்.

நாலைந்து மாதங்கள் சென்றிருக்கும். ஒரு நாள் மாலை பிரகாஷ் வந்தார். 'புறப்படு . . . இடைசெவல் போகலாம் . . . ராஜநாராயணனைப் பார்த்துட்டு வரலாம்' என்றார். நான் வேலை பார்க்கிற இடத்தில், எனது இலக்கிய உலக சகவாசத்தால் பெரிய உரசலோ, நெருடலோ ஏற்படவில்லை என்றாலும், என் பேரில் அவர்களுக்கு லேசான அதிருப்தி இருந்தது. அது என் வேலைக்கே உலை வைத்துவிடுமோ என்ற பயம் இருந்தது. இந்நிலையில் பிரகாஷ் வந்து 'புறப்படு' என்றதும் யோசித்தேன். எனது மதிய, இரவுச் சாப்பாடு, படுக்கை எல்லாம் வக்கீல் வீட்டில்தான். இரவு எப்படியும் திரும்பிவிடுவேன் என்று சொல்லிவிட்டுப் பிரகாஷுடன் புறப்பட்டேன். இடைசெவலில் இறங்கும்போதே இரவு எட்டு எட்டரை மணியிருக்கும்.

இடைசெவல் குக்கிராமம். பொழுது சாய்ந்ததுமே ஊர் அடங்கிவிடும். மெயின்ரோட்டிலிருந்து சிறு கப்பி ரோடு ஊருக்குள் செல்லும். இருபுறமும் சோளக்காடு. அதைத் தாண்டிச் சென்றால் ஊர்ச்சாவடி வரும். இங்கிருந்துதான் ஊர் தொடங்கும். நாய்கள் குரைத்துத் தள்ளின. ராஜநாராயணன் வீட்டுக் கதவைத் தட்டினோம். வேலையாளும் ராஜநாராயணனின் மனைவியும் வந்தார்கள். ராஜநாராயணன் ஊரில் இல்லை. கோவில்பட்டி போயிருந்தார். எங்களை இருக்கச் சொன்னார்கள். பிரகாஷ், 'கோவில்பட்டிக்கே போய்ப் பார்த்துக்கிறோம்' என்றார். கோவில்பட்டி வந்து சேர்ந்தோம். அங்கே அவர் வழக்கமாகச் செல்லும் மனோரமா ஸ்வீட்ஸ் கடை, தேவதச்சன் வீடு, கௌரிசங்கர் வீடு, வாத்தியார் ராமகிருஷ்ணன் தங்கியிருந்த ஆஸ்ரமம் தெரு லாட்ஜ் எல்லாம் போய்த் தேடினோம். 'அப்போதே போயிட்டாரே' என்ற தகவல்தான் கிடைத்தது. பத்து மணியை நெருங்கிக்கொண்டிருந்தது. 'நான் ஊருக்குப்

போகிறேன், நீங்கள் இருந்து பார்த்துவிட்டு வாருங்கள்' என்றேன். கோவில்பட்டி பஸ் ஸ்டாண்டில் ஒன்றிரண்டு பஸ்கள்தான் மங்கலான விளக்குகளுடன் நின்றுகொண்டிருந்தன. கடைசி பஸ்கள் அவை. இன்னும் சிறிது நேரத்தில் பஸ் நிலையமே வெறிச்சோடிப் போய்விடும்.

'பேசாமே இரு. காலையிலே முதல் பஸ்ஸிலே உன்னை ஏத்திவிட்டுடறேன். திரும்பவும் இடைசெவலுக்கே போவோம். ராஜநாராயணன் வந்தாலும் வந்திருப்பார்டா' என்றார். அரை மனத்துடன் திருநெல்வேலி செல்லும் கோபாலன் பஸ்ஸில் ஏறி இடைசெவலில் இறங்கினோம். அடித்துப் போட்டால் கூடக் கேட்க நாதியில்லை. பஸ் எங்களை இறக்கிவிட்டுச் சென்றுவிட்டது. ஏதேதோ வண்டுகள், பூச்சிகளின் ஒலி. மீண்டும் இருள் கப்பிக் கிடந்த தெருக்களில் தட்டுத் தடுமாறிச் சென்று கதவைத் தட்டினார் பிரகாஷ். எனக்கு அவர்களை அந்த அகாலத்தில் தொந்திரவு செய்ய சிறிதும் இஷ்டமில்லை. ராஜநாராயணன் வந்திருக்கவில்லை. கணவதி அத்தை அங்கேயே படுத்திருக்கும்படி எவ்வளவோ சொன்னார்கள். 'வந்ததே வந்தோம். கோவில்பட்டியில பூமணியைப் பார்த்துவிட்டு காலையில் வர்றோம்' என்று சொன்னார் பிரகாஷ். மெயின்ரோட்டுக்கு வந்து லாரியைப் பிடித்து திரும்பவும் கோவில்பட்டி வந்தோம்.

பூமணி வீட்டு முகவரி 'பாரதி நகர்' என்று ஏதோ குத்துமதிப்பாக ஞாபகமிருந்தது. அவர் வேலை பார்த்த கூட்டுறவுச் சங்கங்களின் ரிஜிஸ்திரார் அலுவலகத்திற்குப்போய் வாட்ச்மேனை எழுப்பி, பூமணி, விலாசத்தைத் தெரிந்துகொண்டு, மேடும் பள்ளமுமான சரல் பாங்கான பாதைகளில்போய் பூமணி வீட்டைக் கண்டுபிடித்த போது மணி இரண்டுக்கு மேலாகியிருந்தது. அந்த அகாலத்திலும் பூமணி முகம் கோணாமல் வரவேற்று உபசரித்தார். நான் பூமணியுடன் சில வார்த்தைகள் பேசிவிட்டு, அவர் வீட்டுத் திண்ணையிலேயே படுத்துவிட்டேன். காலையில், தப்பித்தேன், பிழைத்தேன் என்று பாளையங்கோட்டையில் வந்து விழுந்தேன்.

❍ ❍ ❍

பிரகாஷின் இயல்பு அப்படி. எதிலுமே முழுசாகத் தன்னை ஒப்படைத்து விட வேண்டுமென்கிற ஆசை. அவரொரு பேச்சருவி. மணிக்கணக்காக, நாள் கணக்காகக்கூட அவரால் பேசிக் கொண்டிருக்க முடியும். பேச்சு, பேச்சு, ஓய்வு ஒழிச்சலில்லாத பேச்சு. பேசியே வாழ்ந்துவிட வேண்டும் என்று முடிவு செய்துவிட்டாரோ என்று தோன்றும்.

நான் சென்னைக்கு வந்து கண்ணதாசனில் வேலைக்குச் சேர்ந்து இரண்டு நாளிருக்கும். லாயிட்ஸ் ரோடு நா. காமராசன் வீட்டுக்கு, அதாவது 'சோதனை' அலுவலகத்துக்கு வந்து நின்றார் பிரகாஷ். அது ஒரு ஞாயிற்றுக்கிழமை. எங்களுடனே தங்கினார். திருவல்லிக்கேணி லாட்ஜில் ரூம் எடுத்திருந்தார். *எரியீட்டி* என்ற பேரில் பத்திரிகை தொடங்கும் யோசனையில் வந்திருந்தார். அவர் தங்கியிருந்த லாட்ஜ் அருகில் திருவல்லிக்கேணி காய்கறி மார்க்கெட் ஒன்று இருந்தது. அதனருகில் ஒரு சிறு சந்தில் ஜெயகாந்தனின் நண்பரான ஒய்.ஆர்.கே. சர்மா குடியிருந்து வந்தார். அவருடன் ஒருநாள் பொழுது கழிந்தது. ஒருநாள் மாலை ராஜா அண்ணாமலை மன்றத்தில் நடந்த மேஜர் சுந்தர்ராஜனின் டைகர் வரதாச்சாரி நாடகத்துக்கு அழைத்துச் சென்றார். கதாநாயகன் சிவகுமார். ஒரு மாதம் போலத் தங்கியிருந்து விட்டு தஞ்சாவூர் புறப்பட்டார். 'எரியீட்டி' முயற்சிகள் எதுவும் பலனளிக்கவில்லை. நான் இருபது பைசாவுக்கும் முப்பது பைசாவுக்கும் கூடத்தாளம் போடுபவன். எனக்கு அவர், ரூபாய் நோட்டுக்களைத் தண்ணீராக வாரி இறைப்பது, சங்கடமாகவும், உறுத்தலாகவும் இருந்தது.

'கண்ணதாசன்' 1947 ஜனவரி பொங்கல் மலருடன் நின்று விட்டது. கணையாழியில் அகிலன் கண்ணன் உதவியால் வேலை கிடைத்தது. அதுவும் நிலைக்காமல், என் உறவினர் ஒருவரிடம் தஞ்சாவூர் எஞ்ஜினியர் ஒருவருக்குச் சிபாரிசுக் கடிதம் வாங்கிக்கொண்டு, தஞ்சாவூர் போய்ச் சேர்ந்தேன். தஞ்சாவூரில் பிரகாஷைத் தவிர வேறு யாரைத் தெரியும்? கீழ ராஜவீதியிலிருந்த அவரது முகவரியைத் தேடிக்கொண்டு சென்றேன். காலை எட்டு மணியிருக்கும். வரிசையாக ஓட்டுச் சார்ப்பு இறக்கிய காலனி வீடுகள்.

சிறிது நேரம் வீட்டுத் திண்ணையிலேயே உட்கார்ந்து பேசிக் கொண்டிருந்தோம். 'வீணாக அவருக்குத் தொந்திரவு தருகிறோமே' என்ற தர்மசங்கடத்துடனே இருந்தேன். 'தைரியமா இருடா ...' என்று ஊக்கம் கொடுத்தார். தஞ்சாவூர் பஸ்நிலையத்துக்கு எதிரே கீழ்ச் சரகில் ஒரு புது முனிஸிபல் கட்டடம் எழும்பி நின்றது. கீழே கடைகள். மாடியில் தங்கும் அறைகள். அங்கே இருப்பதிலேயே மிகப் பெரிய அறையை அமர்த்தினார். மூன்று கட்டில்கள். 'எதுக்கு இந்த அறை?' என்றேன். 'இப்போதைக்குத்தான்டா ... பின்னாடி வேறே எடம் பார்க்கலாம். மொதல்ல குளிச்சிட்டு வா. டிபன் சாப்பிடலாம் . . .' என்றார். குளித்துவிட்டு வருவதற்குள் அறையில் சக்கரவர்த்தி, லத்தீஃப் என்று பல நண்பர்கள் சேர்ந்துவிட்டிருந்தனர். எல்லோரும் பக்கத்திலிருந்த மங்களாம்பிகா ஹோட்டலில் சாப்பிட்டோம். அந்த மாவுத்

தோசையும், டிகிரி காபியும் நாவில் சுவைத்துக்கொண்டே இருந்தது. ஹோட்டலில் கொடுத்த தண்ணீர் கூட அப்படியொரு ருசியாக இருந்தது. இந்தத் தஞ்சாவூரைத்தானா அப்படிப் பரவசப்பட்டு தி. ஜானகிராமன் எழுதினார்? மோகமுள்ளின் பாபு, தன் அப்பாவுடன் பனியில் போய்க் கச்சேரி கேட்ட அந்தப் பஜனைமடம் இந்த ஊரில்தானா இருக்கிறது? அந்தக் காவிய பூமிக்கா வந்துவிட்டோம்? மனம் அலையலையாகப் புரண்டது. கடவுளே, இந்த ஊரிலாவது வாழ்வு அமையுமா? அப்படி நடக்கவில்லை. அது கட்டடத்தில் மேஸ்திரி வேலை. கண்ணதாசனிலும், கணையாழியிலும் சிறுகதைகள், கவிதைகள் என்று புழங்கிவிட்டது மனசு. சிமெண்டும், செங்கல்லும், மணலும், ஆட்களைவிரட்டி வேலை வாங்குகிறதும் கண்களைக் கட்டிக் காட்டில் விட்டது மாதிரியிருந்தது. இரண்டு நாள்கள்கூட நிற்க முடியவில்லை.

'நானே நெனைச்சேன் ... இது எப்படிடா உனக்கு ஒத்து வரும்ன்னு? ... பரவாயில்லேடா, வேற ஏதாவது முயற்சி பண்ணுவோம் ... ஒனக்குச் சங்கடமா இருந்தா ரூமைக் காலி பண்ணிடலாம். நம்ம யுவர் மெஸ்ஸிலே தங்கிக்கலாம். அப்புப் பிள்ளை துணையா இருப்பான். இருளாண்டி ஒன்னை நல்லா கவனிச்சுக்கிடுவார் ...' என்று தைரியம் சொன்னார் பிரகாஷ்.

'யுவர் மெஸ்' ஐயன்கடைத் தெருவில் இருந்தது. அந்தத் தெருவின் துவக்கத்திலுள்ள பஜனை மடம்தான் மோகமுள் பாபு அப்பாவுடன் கச்சேரி கேட்ட பஜனை மடம் என்று பிரகாஷ் சொன்னார். அதைத் தாண்டிப் போக முடியவில்லை. பஜனை மடம் நீர்க்காவி படிந்துபோய் நின்றது. எதிரே இருந்த திண்ணையில் சிறிது நேரம் உட்கார்ந்திருந்தோம்.

'இப்போது கச்சேரியெல்லாம் நடக்குதா?'

'முன்னை மாதிரியெல்லாமில்லை. ஏதோ சம்பிரதாயத்தை விட முடியாமல் நடந்துக்கிட்டிருக்கு ...'

யுவர் மெஸ்ஸை பிரகாஷும் இருளாண்டியும் நடத்தி வந்தார்கள். இருளாண்டிக்குச் சின்னமனூர். கரந்தையில் தமிழ் படிக்க வந்தவர். பிரகாஷுடன் ஸ்நேகமாகி, அதுவே கூட்டாகத் தொழில் செய்கிற அளவுக்கு விரிந்தது. இருளாண்டி எப்போதும் சிரித்துக்கொண்டேதான் இருப்பார். ஒட்ட வெட்டப்பட்ட தலைமுடி. கிளாஸ்கோ மல் வேட்டி. அப்பு என்ற அப்புப் பிள்ளையும் கரந்தையில் படித்தவர்தான். இருளாண்டிக்கு உதவியாக மெஸ்ஸில் இருந்தார். மெஸ்ஸில் சாப்பிட்டவர்கள் பெரும்பாலும் மருத்துவக் கல்லூரி மாணவர்கள்தான்.

யுவர் மெஸ் இருந்த கட்டடம் மராத்தியர் காலத்தது. அது அக்காலத்திய யாரோ ராஜப் பிரமுகரின் வீடாக இருந்திருக்க வேண்டும். தெருவை யொட்டி இருந்த விசாலமான இரட்டைக் கல் திண்ணையும் வேலைப் பாடுகளுடன் கூடிய கதவுகளும், பெரிய பெரிய தூண்களும் கல்கியின் சரித்திர நாவல்களை நினைவுபடுத்தின. செவ்வக வாக்கில் அமைந்த பெரிய மாடிதான் விருந்தினர்களும் மெஸ் ஊழியர்களும் தங்குமிடமாகப் பயன்பட்டது. நானும் அங்கே புகலிடம் பெற்றேன். மாடிச்சுவர்களை இலக்கிய ஜாம்பவான்களான ந. பிச்சமூர்த்தி, கு.ப.ரா., தி. ஜானகிராமன், எம்.வி. வெங்கட்ராம் போன்றவர்களின் போட்டோ படங்கள் அலங்கரித்தன.

'எம்.வி.வி. அடிக்கடி வந்துபோவார். வெங்கட் சுவாமிநாதன் இங்கே ஒருவாரம் தங்கியிருந்தார், பாலகுமாரன், மாலனெல்லாம் சமீபத்தில்தான் வந்து சென்றார்கள்' என்று இருளாண்டி பரவசப்பட்டுச் சொன்னார். நான் ஒரு மாதம் போலத் தங்கியிருந்தேன். யாருமே வரவில்லை. நானும் என் வயதையொத்த அப்புப் பிள்ளையும்தான் இலக்கியக் கனவுகளில் அவ்வப்போது மூழ்குவோம்.

பா. ஜெயப்பிரகாசம் திருநெல்வேலியிலிருந்து மாறுதலாகி தஞ்சாவூரில் புது மனைவியுடன் வந்து குடியேறியிருந்தார். அவரை அடிக்கடி போய்ப் பார்ப்பேன். நா. விச்வநாதன் வேலை பார்த்த தபாலாபீஸ் தஞ்சாவூர் ஸ்டேஷனுக்கு எதிரே இருந்தது. அவரையும் சமயம் கிடைத்தால் பார்ப்பேன். விச்வநாதன் ஹோட்டலில் ஏதாவது வாங்கிக் கொடுத்து உபசாரம் செய்து வைக்காமல் விடமாட்டார். ஒரு மாதம் போல யுவர் மெஸ்ஸில் இருந்திருப்பேன். வெட்டியாகத் தின்று உறங்கிப் பொழுதைக் கடத்துகிறோம் என்று உறுத்திக்கொண்டே இருந்தது. பிரகாஷிடம் கேட்டால் அனுப்பி வைக்கச் சம்மதிக்க மாட்டார் என்று, ஜெயப்பிரகாசத்திடம் பணம் கேட்டு வாங்கி பெங்களூரில் இருந்த பால்யகால நண்பனைப் பார்க்கச் சென்றுவிட்டேன்.

○ ○ ○

பிரகாஷ், குமாரசாமி என்ற நண்பருடன் சேர்ந்து மதுரையில் ஒரு அச்சகத்தையும் புத்தக வெளியீட்டு நிறுவனத்தையும் ஆரம்பித்தார். அவர்களது பெரியநாயகி அச்சகம் முதலில் முனிச்சாலையில் ஒரு சந்தில்தான் இருந்தது. பிறகுதான் தெற்கு வெளிவீதிக்கு மாறியது. அம்பை, தன் சிறுகதைகளைத் தொகுப்பாக வெளியிடக் கொடுத்திருந்தார். 'அது என்னவாயிற்று?' என்று விசாரித்து எழுதுங்கள் என்று அம்பை சொன்னார். முனிச்சாலைக்கு,

பெரியநாயகி அச்சகத்தைத் தேடிப் போனேன். குமாரசாமிதான் இருந்தார். 'தயாராகிக்கொண்டிருக்கிறது, வந்துவிடும்' என்றார்.

பிரகாஷின் பெயரிலுள்ள 'பி'யையும் குமாரசாமியின் பெயரிலுள்ள 'கே'யையும் சேர்த்து 'பி.கே.புக்ஸ்' என்று தங்கள் புத்தக நிறுவனத்துக்குப் பேர் வைத்திருந்தனர். மிகப் பெரிய கனவுடன் செயல்பட்டனர். தமிழின் தலைசிறந்த படைப்பாளிகளின் படைப்புகளையெல்லாம் வெளியிடுவது திட்டம். கி. ராஜநாராயணனின் 'கன்னிமை', அம்பையின் முதல் தொகுதியான 'சிறகுகள் முறியும்', ஆ. மாதவனின் 'கடைத் தெருக் கதைகள்' எல்லாம் பி.கே. புக்ஸ் வெளியீடுகளாக வந்தன. அவ்வளவு அச்சுப்பிழைகளுடன் வந்த புத்தகங்களை தமிழ் இலக்கிய உலகம் அதுவரை கண்டதில்லை. விக்ரமாதித்யனும் பி.கே. புக்ஸில் சில மாதங்கள் வேலை பார்த்தார். 'மோசமாகப் புத்தகங்களை வெளியிடுபவர்கள்' என்ற தீராத பழியுடன் பி.கே. புக்ஸ் நின்று போனது. கனவு மெய்ப்படவில்லை. எப்படி அந்த இழப்பைப் பிரகாஷ் தாங்கினார் என்றே தெரியவில்லை.

துக்ளக்கில் நிரந்தரமாக வேலையில் அமர்ந்த பிறகு, எப்போதாவது சென்னை வந்தால் என்னைச் சந்திப்பார். மௌனியின் பல சிறுகதைகளை அப்படியே சொல்லுவார். வரி பிசகாமல் சொல்லுவார். அவருக்கு மலையாளம், தெலுங்கு, வங்காளி முதலான பாஷைகள் தெரியும். பல மலையாள எழுத்தாளர்களுடன் பிரகாஷுக்கு நேரடியாகவே தொடர்பு இருந்தது. *குங்குமம்* என்ற மலையாள வார இதழில் ஆசிரியராக இருந்த ராமகிருஷ்ணன் பிரகாஷுக்கு நல்ல நண்பர். *குங்குமம்* இதழை நடத்தியவர்கள் நெல்லை மாவட்டத்து (அந்நாளைய) முனைஞ்சிப்பட்டி, மூலைக்கருப்பட்டி, சமூகரெங்கபுரம் முதலான ஊர்களைச் சேர்ந்த ரெட்டியார் வகுப்பினர்.

'சோழிகளை விற்று வாழ்க்கையை வாங்கினோம்' என்று ஒரு வங்க நாவல் (ஆசிரியர் – சங்கர் என்று நினைவு), அதைத் தமிழில் மொழி பெயர்க்க வேண்டும் என்று ஆசைப்பட்டார். தாமரையில் தஞ்சை வட்டாரப் பேச்சுமொழியிலேயே பல நாடோடிக் கதைகளை எழுதியிருக்கிறார். எனக்குத் தெரிந்த அளவில் அக்கதைகள் முன்மாதிரி இல்லாதவை. கி. ராஜநாராயணன் நாடோடிக் கதைகளை 'தாய்' பத்திரிகையில் எழுதியது, பிரகாஷின் தாமரை கதைகள் வெளிவந்த வெகு காலத்துக்குப் பிறகுதான். சுயமாக அதிகம் சிறுகதைகள் அவர் எழுதவில்லை. இருபது முப்பது சிறுகதைகள் எழுதியிருக்கக்கூடும்.

90களில்தான் அவரது நாவல்கள் வெளிவர ஆரம்பித்தன. அவரது இலக்கிய ஞானமும் ரசனையும் அபாரமானது. அந்த

அளவுக்கு அவரது 'கரமுண்டார் வீடு' நாவல் அமையவில்லை என்றே தோன்றுகிறது.

சங்கீதத்திலும் அவருக்கு ஈடுபாடு உண்டு. வீணை வாசிக்கத் தெரியும். ஒரு சமயம் ஹோமியோபதி, சித்த மருத்துவம் பற்றி நிறையப் படித்தார். மருந்துகளைப் பற்றித் தெரிந்து கொண்டார். காந்தக் கல் சிகிச்சையிலும் தேறியிருந்தார். பலருக்கு காந்த சிகிச்சையைச் சிபாரிசு செய்தார். இறப்பதற்குச் சில மாதங்களுக்கு முன் அரும்பாக்கம் சித்த மருத்துவமனை ஒன்றில் சேர்க்கப்பட்டிருந்த தகவல் கேள்விப்பட்டு, தஞ்சாவூர் கோபாலியுடன் சென்று பார்த்தேன். உடல் நலிவுற்றிருந்த நிலையிலும் உற்சாகமாகப் பேசினார். சிறிது காலத்துக்குப் பின் அவரது மரணச் செய்தியையும் கோபாலிதான் சொன்னார். ஒரு அபூர்வமான இலக்கிய ரசிகரைக் காலன் அழைத்துக் கொண்டு சென்றுவிட்டான்.

சுந்தர ராமசாமி

'சுந்தர ராமசாமி' என்ற பெயரை எனக்குப் 'பிரசாதம்' என்ற சிறுகதைத் தொகுதியின் மூலம்தான் தெரியும். 'பிரசாதம்' தொகுதியைத் தந்தவர் முத்துக்கிருஷ்ணன் என்ற நண்பர். புதுமைப்பித்தன் சிறுகதைகளைப் படித்ததும் முதல் வாசிப்பிலேயே மனத்தைத் தொட்டுவிடுவார். நம்மை அவர் தன் உலகத்துக்குள் எவ்விதச் சிரமமுமின்றி அழைத்துச் சென்றுவிடுவார். சுந்தரராமசாமியின் 'பிரசாதம்' தொகுதியிலிருந்த சிறுகதைகளும் சரசரவென்று எவ்விதச் சிரமமுமில்லாமல் என் மனத்தில் சம்மணம் போட்டு உட்கார்ந்துவிட்டன. நான் அப்போது இலக்கியமே உலகமென்று இலக்கியத்தையே ஸ்மரணை செய்துகொண்டிருக்கவில்லை. ஹெமிங்வேயின் 'போரே நீ போ' நாவலும் படித்திருக்கிறனே். அநுத்தமாவின் 'ஜெயந்திபுரத் திருவிழா'வும் படித்திருக்கிறேன். தீபம், தாமரையும் படிப்பேன். விகடன், கல்கியும் படிப்பேன். முற்றும் முதலுமாக இன்றுபோல் அன்றும் நான் வாசகன். 'பிரசாதம்' தொகுதி ரொம்பவும் பிடித்துப் போயிற்று.

ஆனால், சுந்தர ராமசாமி என்ற பெயர், பிரசாதம் தொகுப்பைப் படித்துப் பல ஆண்டுகள் ஆன பிறகும்கூட, வேறு பத்திரிகைகளில் கண்களில் படவே இல்லை. வல்லிக்கண்ணன் கதைகளை அமுதசுரபி, தீபத்திலெல்லாம் பார்க்க முடிந்தது. க.நா.சு.வின் நாவல்கள், மொழிபெயர்ப்புகள் கூட நூலகங்களில் தட்டுப்பட்டிருக்கின்றன. ஆனால், சுந்தர ராமசாமி என்ற பெயர், பிரசாதம் தொகுப்பைப் படித்த பிறகு அவ்வளவு லேசில் தட்டுப்படுவதாக இல்லை.

ஏதோவொரு கோடை விடுமுறை. மதுரையில் தாய்மாமனாரும், சிற்றப்பாவும் இருந்தார்கள். இரண்டு வீடுகளிலும் விருப்பம்போல் சாப்பிடுவேன். இரவு படுப்பேன். மதியம் சாப்பிடுகிற நேரம் வரை, இரவில் சினிமா தியேட்டராக வும் பகலில் நூலக்மாகவும் செயல்பட்ட ரீகல் டாக்கீஸில்தான் பத்திரிகைகளைப் புரட்டுவதில் பொழுது கழியும். ரீகல் டாக்கீஸுக்கு எதிரிலிருந்துதான் டவுன்ஹால் ரோடாகவும் மேலமாசி வீதி முனையிலிருந்து மேலக்கோபுர வீதியாகவும் செல்லுகிற சாலை தொடங்கும். இச்சாலையின் தொடக்கத்தில் பாரதி புத்தக நிலையம் இருந்தது. புத்தகம் வாங்கவெல்லாம் பணம் இருக்காது என்றாலும், அவ்வப்போது போய்ப் புத்தகங்களை ஆசையாகப் புரட்டிக்கொண்டிருப்பேன். ‘அமுத நிலையம் வெளியீடு’ என்றுதான் நினைவு. ஆக்கூர் ஆனந்தாச்சாரியார் மொழிபெயர்த்த டால்ஸ்டாயின் ‘காலி டமாரம்’ என்ற தொகுப்பும், பல தமிழ் எழுத்தாளர்களின் சிறுகதைகளைக் கொண்ட ஒரு தொகுப்பும் நாலணா (25 பைசா) விலையில் கிடந்தன. சிறுகதைத் தொகுப்பில் லா.ச.ரா.வின் பாற்கடலும், சுந்தர ராமசாமியின் ‘கிடாரி’ என்ற சிறுகதையும் இருந்தன. உடனே வாங்கிவிட்டேன்.

‘கிடாரி’ சிறுகதையில் வருகிற வீட்டில் பிரசவம் நடக்கும், அந்த வீட்டு மாடும் கன்று ஈனும். இன்றும் எனக்குப் பிடித்த சுந்தர ராமசாமியின் சிறுகதைகளில் கிடாரியும் ஒன்றாக இருக்கிறது. பிறகு வண்ணதாசன் வீட்டில் இருந்த க.நா.சு.வின் ‘படித்திருக்கிறீர்களா’ முதலான கட்டுரைகளில்தான் சுந்தர ராமசாமியின் பெயர் தென்பட்டது. அதுவும் புதுமைப்பித்தன், மௌனி, ஆர். சண்முகசுந்தரம் என்று அமையும் அவரது பட்டியலில் அபூர்வமாக ஏதோ ஓரிரு முறை சுந்தர ராமசாமியின் பெயர் தட்டுப்பட்டது. சிக்கெனப் பற்றியது மனம். ‘ஓஹோ க.நா.சு.வே குறிப்பிடுகிற எழுத்தாளரா?’ என்று வியந்தது மனம். ஆனால், வேறு என்னென்ன எழுதியிருக்கிறார் என்று தெரிய வில்லையே? பிரசாதம் தொகுதி தந்த முத்துக்கிருஷ்ணன் வேலை கிடைத்து மதுரைக்குப் போய்விட்டார். வல்லிக்கண்ணனும், சுந்தர ராமசாமி முக்கியமான எழுத்தாளர் என்று குறிப்பிட்டிருந்தார்கள். ஆனால், அவர்களிடம் சுந்தர ராமசாமியின் புத்தகம் எதுவும் இல்லை. ‘புளியமரத்தின் கதை’ தொடராக வந்த சில சரஸ்வதி இதழ்கள் பார்க்கக் கிடைத்தன. முழுசும் கிடைக்கவில்லை.

பா. ஜெயப்பிரகாசம் படிக்கக் கொடுத்த புஸ்தகங்களில் மோகமுள், தலைமுறைகள், நினைவுப் பாதையுடன், ஒரு புளியமரத்தின் கதையும் இருந்தது. ஜெ.பி. கொடுத்த அந்த நாவல்கள் எல்லாமே மனத்தில் இன்றும் நீங்காத இடம்பிடித்து

நிற்கின்றன. 'ஒரு புளியமரத்தின் கதை'யும் அந்த அற்புதமான தமிழ்நாவல்கள் வரிசையில் உட்கார்ந்துவிட்டது.

அந்நாளைய தீபத்திலா, கணையாழியிலா, 'அஃக்'கிலா, 'நடை'யிலா என்று நினைவிலில்லை. ஒரு சிறு துணுக்கு. யாருக்கோ எழுதிய கடிதத்தில் சுந்தர ராமசாமி, லா.ச.ரா. அபிதா நாவல் எழுத நாகர்கோவில் பக்கம் வந்திருந்ததாக எழுதியிருந்தது பிரசுரமாகியிருந்தது. பிறகு சு.ரா. மொழிபெயர்த்த 'செம்மீன்' படிக்கக் கிடைத்தது. அது ஒரு அமர காதல் காவியம். சிறு பிசிறுகூட இல்லாத அதி அற்புதமான மொழிபெயர்ப்பு சு.ரா.வுடையது. அதன் பாதிப்பு என் 'கடல்புரத்தில்' நாவலிலும் உண்டு.

சென்னையில் கண்ணதாசனில் சேர்ந்த பிறகு, சுந்தர ராமசாமி நாகர்கோவிலில்தான் இருக்கிறார், 'சுதர்ஸன்' என்ற ஜவுளிக்கடை அவருடையது என்றெல்லாம் தகவல்கள் கிடைத்தன. திருநெல்வேலியிலிருந்தபோது சுந்தர ராமசாமி தேர்ந்தெடுத்த இலக்கியச் சிந்தனையின் ஆண்டின் சிறந்த சிறுகதைத் தொகுப்பு கல்யாணி வீட்டில் இருந்தது. சுந்தர ராமசாமி தேர்ந்தெடுத்த மிகச் சிறந்த சிறுகதை சார்வாகனின் 'கனவுக்கதை.' அது ஞானரதத்தில் வெளிவந்த சிறுகதை என்று ஞாபகம். (கணையாழியாகவும் இருக்கலாம்.) ஏற்கெனவே வாசகர் வட்டம் வெளியிட்டிருந்த ஆறு குறுநாவல்களில் ஒன்றான சார்வாகனின் அமர பண்டிதரைப் படித்துப் பிரமித்துப் போயிருந்தேன். (ஆறு குறுநாவல்களுமே முதல்தரமானவை.) அதே சார்வாகன் கதையை சுந்தர ராமசாமியும் தேர்வு செய்திருக்கிறார் என்றதும் சுந்தர ராமசாமி ரொம்ப வேண்டப்பட்ட மனிதர் போலாகிவிட்டார். என் சிறுவயதில் என்னிடம் ரொம்பவும் பிரியமாக இருந்த மூக்காண்டி மாமா மாதிரி, அவரைப் பார்க்காமலேயே அவர்மேல் ஒரு வாஞ்சை ஏற்பட்டது. அது வியப்புகள், பரவசங்களின் காலம்.

'எதைப் பார்த்தாலும் சிரிப்பு வருகிறது' என்று ஆரம்பிக்கும் 'மரப்பசு' நாவல். அந்த மாதிரி எதைப் பார்த்தாலும் வியப்பு, பரவசம், புல்லரிப்பு என்று கழிந்துகொண்டிருந்த காலங்கள் அவை. தேடிக்கொண்டிருந்த வல்லிக்கண்ணனைப் பார்த்தாயிற்று, வண்ணதாசனைப் பார்த்தாயிற்று சுந்தர ராமசாமியை ..?

சென்னையில் கண்ணதாசனிலும், சில மாதங்கள் கணையாழியிலும் இருந்தபோது ஞானரதம் இதழின் வடிவம் இன்றைய காலச்சுவடு, உயிர்மை, தீராநதி வடிவத்துக்கு மாறியிருந்தது. 'ஞானரதம்' – ஆரம்பத்தில் கிரெளன் சைஸில்தான் வந்துகொண்டிருந்தது. ஜெயகாந்தன் கெளரவ

ஆசிரியர். ஒவ்வொரு இதழையும் ஒவ்வொரு எழுத்தாளர்கள் தயாரித்தார்கள். வல்லிகண்ணனும் ஒரு இதழ் தயாரித்தார்கள். வையவன் ஒரு இதழ் தயாரித்தார் என்று ஞாபகம். (இதைப் பின்பற்றி, பின்னர் குமுதமும் பல எழுத்தாளர்களின் தயாரிப்பில் வெளிவந்தது நினைவுக்கு வருகிறது.) ஞானரதம் பெரிய சைஸில் வெளியாக ஆரம்பித்த பிறகு, சுந்தர ராமசாமியின் சிறுகதையான 'பல்லக்குத் தூக்கிகள்' அவரது நீண்ட எழுத்துலக மௌனத்துக்குப் பின் ஞானரதத்தில் வெளியானது. இதை ஞானரதம் அட்டையிலேயே 'ஏழாண்டு தவத்துக்குப் பின்' என்று விளம்பரப்படுத்தியிருந்தார்கள். கண்ணதாசனின் நீண்ட பேட்டியும் ஞானரதத்தில் வெளியானது.

ஞானரதத்தின் பிரசுரகர்த்தரான தேவ. சித்திரபாரதியின் இயற்பெயர் 'அப்பாஸ் இப்ராஹிம்'. 'தேவ. சித்திரபாரதி' என்ற பெயரை 1966இலேயே ஒரு விளம்பரத் தட்டியின் மூலம் தெரிந்து வைத்திருந்தேன். அப்போது மதுரையில் வாசம். ஜெயகாந்தனும், தி. ஜானகிராமனும் மனத்தை ஆக்கிரமித்திருந்தார்கள். மதுரை சேதுபதி ஹைஸ்கூலுக்கு எதிரே இருந்த கூட்டுறவு வங்கியின் மாடியில் (அழகப்பா ஹால்) ஒரு கூட்டம். இலக்கியக் கூட்டம். சிறுகதைகளின் உருவம், உத்தி, உள்ளடக்கம் பற்றிக் கருத்தரங்கம் நடப்பதாக இருந்தது. கலந்துகொள்பவர்களின் பெயர்களில் த. ஜெயகாந்தன், குன்றக்குடி ஆதீனகர்த்தர், சாலமான் பாப்பையா (அப்போது இவ்வளவு பிரபலமாகவில்லை.) இவர்களுடன் தேவ. சித்திரபாரதி என்ற பெயரும் இருந்தது. வெகு நேரமாகியும் கூட்டம் தொடங்காததால் திரும்பிவிட்டேன். நான்போனது ஜெயகாந்தன் பேச்சைக் கேட்கத்தான். தேவ. சித்திரபாரதியின் பெயர் இப்படித்தான் அறிமுகமாயிற்று.

நீண்ட காலத்துக்குப் பிறகு எழுதின சுந்தர ராமசாமியின் அந்தச் சிறுகதையை, பலரைப் போலவே எனக்கும் வெகுவாகப் பிடித்திருந்தது. அந்தக் கதையின் விஷயம், நடையின் வசீகரம் எல்லாம் அற்புதமாக அமைந்திருந்தன. தி.க.சி.யின் 'வீர வணக்கம் வேண்டாம்' என்ற கட்டுரையின் சாராம்சத்தையே சு.ரா. பல்லக்குத் தூக்கிகளில் வேறுவிதமாகச் சொல்லியிருந்தார். நாம் யாரையாவது பின்பற்றுகிறோம், நகல் செய்கிறோம், ஏவலாள், அடிமை மாதிரி வாழ்கிறோம் என்பதைப் பூடகமாகச் (ஸிம்பாலிக்காக) சொல்லியிருந்தார். ந. முத்துசாமியின் 'நாற்காலிக்காரர்கள்' நாடகமும் இதையே வேறொரு கோணத்தில் அணுகுகிறது. ஒரு கருத்தை வைத்து எழுதப்பட்ட அற்புதமான சிறுகதைகளில் ஒன்று 'பல்லக்குத்தூக்கிகள்'. அதன் பிறகு அஃக்கில் 'ரத்னாபாயின் ஆங்கிலம்' என்ற அபாரமான சிறுகதையொன்று

படித்தேன். அவரது நகைச்சுவையுணர்வு கொடி கட்டிப் பறக்கும் சிறுகதைகளில் 'ரத்னாபாயின் ஆங்கில'மும் ஒன்று.

புதுமைப்பித்தனின் மிகப் பண்பட்ட, மெருகூட்டப்பட்ட வாரிசு சுந்தர ராமசாமி. தொ.மு. சிதம்பர ரகுநாதன், ஜெயகாந்தன் இவர்களிடம் புதுமைப்பித்தனின் விமர்சனக் கூர்மை அப்படியே காணப்படுகிறது. சுந்தர ராமசாமியிடம் அந்த விமர்சனக் கூர்மை, மெருகூட்டப்பட்டு இருவரையும்விடக் கூடுதலான கலையழகுடனும், காலத்தின் நவீனத்துடனும் ஜொலிக்கிறது.

பாண்டிச்சேரியில் 1974 ஆகஸ்ட் முதல் 75 ஏப்ரல் வரை ஒரு தினசரியில் வேலை பார்த்தேன். க்ருஷாங்கினியின் கணவரான (க்ருஷாங்கினி அப்போதெல்லாம் எழுதவே இல்லை. ஆனால், அவர் ஒரு நல்ல ரசிகை. மறைந்த கே.வி. ராஜாமணியின் தங்கை, ரசிகையாக இருக்கக் கேட்பானேன்?) ஆர். நாகராஜனின் ஓவியங்களைப் பற்றிக் கவிஞர் உமாபதி நடத்திவந்த 'தெறிகள்' என்ற பத்திரிகையில் ஒரு கட்டுரை எழுதியிருந்தேன். உமாபதி அப்போது நாகர்கோவிலில் பணிபுரிந்து வந்தார். உமாபதி, கட்டுரை பற்றி எனக்குப் பாண்டிச்சேரிக்குக் கடிதம் எழுதியிருந்தார். பாண்டிச்சேரி தினசரி நின்று போனதும் தஞ்சாவூரில் சில நாள்கள் பிரகாஷுடன் தங்கியிருந்து விட்டுத் திருநெல்வேலி வந்தேன். நாகர்கோவில் போனால் உமாபதியைப் பார்க்கலாம், அவருக்கு எப்படியும் சுந்தர ராமசாமியைத் தெரிந்திருக்கும், சுந்தர ராமசாமியைப் பார்த்துவிட்டு இரவே ஊருக்குத் திரும்பிவிடலாம் என்று நினைத்து, ஒரு நாள் காலை நாகர்கோவிலுக்குப் பஸ் ஏறினேன். பதினொன்றரை மணி சுமாருக்கெல்லாம் நாகர்கோவில் போய்ச் சேர்ந்துவிட்டேன்.

நாகர்கோவில் மணிக்கூண்டுக்கு அருகே வடக்கே சில கட்டடங்கள் தள்ளி சுதர்ஸன் டெக்ஸ்டைல்ஸ் இருக்கிறது. மணிக்கூண்டுக்குத் தெற்கே சிறு சந்தினுள் உமாபதி வேலை பார்த்த சென்ட்ரல் பேங்க் இருந்தது. ராமசாமியை நேரில் சென்று பார்க்கக் கூச்சமாகவும் பயமாகவும் இருந்தது. உமாபதியுடன் ஏற்கெனவே சிறு தொடர்பு ஏற்பட்டிருந்ததால் கொஞ்சம் தயக்கமில்லாமல் அவரைச் சந்திக்க முடிந்தது. உமாபதி, உடனேயே அலுவலகத்தில் சொல்லிவிட்டு வெளியே வந்தார். ராமசாமி வீட்டிலிருந்தார். வீட்டுக்குப் போனோம்.

இப்போதும் அவருடைய வீட்டின் முன் பகுதியில் அந்த விசாலமான ரெட்டைத் திண்ணைகளும், திண்ணைகளைத் தாண்டிச் சென்றால் இதமான இருட்டும் குளிர்ச்சியும் மிக்க அந்த ஹாலும் அப்படியேதான் இருக்கின்றன. நாகர்கோவில் ஊர் பூராவுமே செம்மண் தரையாலானது. ராமசாமியின்

வீட்டைச்சுற்றி இரண்டு அம்பாஸிடர்கள் ஒன்றாகச் செல்லுகிற அளவுக்கு இடமுண்டு. வீட்டின் பின்புறம் மிக நீண்ட தோட்டம். வீட்டின் முன்னே மொட்டை மாடிச் சுவர்மீது ஒரு கிருஷ்ணன் பொம்மை நிற்கும். மாடியில் விருந்தினர்கள் தங்குவதற்கான, வசதியான இரண்டு அறைகளைக் கொண்ட தங்குமிடம். வீட்டினுள்ளே ஹாலின் கீழ்ப்புறம் திண்ணையிலிருந்து நீளும் மிக நீளமான இரட்டை அறைகள். அறைச்சுவர்கள் முழுக்க பீரோக்களில் புஸ்தகங்கள். ஹாலின் மேற்குப்புற அறையில்தான் குழந்தைகள் இருந்தனர். அந்த அறையிலிருந்து எப்போதும் சிரிப்பும் குதூகலச் சத்தங்களும் கேட்டுக்கொண்டே இருக்கும். நான் ராமசாமியைப் பார்க்கிறபோது, அகாலத்தில் மறைந்துவிட்ட அவரது மூத்த பெண் சௌந்திராவுக்குப் பன்னிரண்டு வயதிருக்கலாம். அடுத்தவள் தைலா, மூன்றாவது கண்ணன் (இப்போது காலச்சுவடு ஆசிரியர்.), நான்காவது கடைக்குட்டியான தங்கு – வீட்டு மாடியிலிருக்கிற கிருஷ்ணன் பொம்மை மாதிரியே வளைய வந்துகொண்டிருப்பாள். பிள்ளைகள் எல்லோருமே அப்பாவையும் அம்மாவையும் போல் ரொம்பப் பிரியமாக இருப்பார்கள்.

மதிய உணவெல்லாம் முடிந்து ராமசாமியுடன் கடையின் உள்ளே உள்ள சிறு அறையில் பேசிக்கொண்டிருந்தேன். சாயந்திரம் நாலு மணி சுமாருக்குப் புறப்பட்டேன்.

‘இப்பம் ஊர்லே போயி என்ன பண்ணப் போறீரு? . . . இருந்துட்டுப் போலாமே’ என்றார்.

‘இல்ல . . . அப்படியே கிளம்பி வந்துட்டேன் . . .’

‘அதனால என்ன?’

அவருக்கு என்னை விடுவதற்கு இஷ்டமில்லை.

‘ஊர்ல ஒண்ணும் அவசர ஜோலி ஒண்ணும் இல்லியே?’

‘அதெல்லாம் இல்ல . . .’

‘பின்ன என்னவே? . . .’

அந்தச் சிறு உள் அறையில் நாங்கள் எதிரும் புதிருமாக உட்கார்ந்திருந்த மேஜைமீது கண்ணாடிக்குக் கீழே விவேகானந்தரின் படமிருந்தது. அதையே பார்த்துக் கொண்டிருந்தேன். கடைக்குப் பின்புறம் ஹோட்டல். அந்த அறையில் உட்கார்ந்திருந்தால் ஹோட்டலுக்கு வருகிறவர்கள் போகிறவர்களையெல்லாம் பார்த்துக் கொண்டிருக்கலாம்.

அன்று இரவு பத்துப் பதினோரு மணிவரை ராமசாமியுடன் உமாபதியும் நானும் பேசிக்கொண்டிருந்தோம். இடையே

வடிவீஸ்வரத்தில் இருந்து ராமசாமியின் நெருங்கிய ஸ்நேகிதர்களில் ஒருவரான பத்மநாபனும் வந்திருந்தார். சமையல்கார ஐயர் ஒரு பிரியமான மனிதர். அந்த வீட்டு ஆட்களிலேயே ஒருவராகிவிட்டார். அவரும் சாப்பிடும்போது பேச்சில் கலந்து கொள்வார். ராமசாமியின் மனைவியும் அருகிலேயே இருப்பார். பேச்சினிடையே நான் சாயந்திரம் ஊருக்குக் கிளம்பியது பற்றிப் பேச்சு வந்தது.

'கமலா... ஆளைப் புடிச்சு வச்சிருக்கேனாக்கும்...' என்று ராமசாமி வாஞ்சையும் கிண்டலும் கலந்து சொன்னார். முப்பது வருடங்களாகிவிட்டன. அப்போது ஒன்பது மணிக்கெல்லாம் ராமவர்மாபுரம் அறவே அடங்கிவிடும். நானும் உமாபதியும் சாப்பாட்டுக்குப் பிறகு சிறிது நேரம் திண்ணையில் காற்றாட உட்கார்ந்து பேசிக்கொண்டிருந்த பின், புறப்பட்டோம். உமாபதியின் வீடு சிறிது தூரத்தில் சற்றுப் பள்ளமான பகுதியில் இருந்தது. உமாபதியின் மனைவி ஊருக்குச் சென்றிருந்தார். ஆளரவமே இல்லாத தெருக்களில் உமாபதியும் நானும் நடந்துபோனது மனத்துக்கு ரம்யமாக இருந்தது.

காலையில் போய்விட்டு இரவு திரும்பிவிடலாம் என்று நாகர்கோவிலுக்குப் போனவன், ஏறத்தாழ பத்து நாள்களுக்கு மேல் இருந்தேன். உமாபதி தன் வேட்டி சட்டைகளைத் தந்தார். ராமசாமி தன் கடையிலிருந்து புதுச்சட்டை வேட்டி தர விரும்பினார். அதேசமயம், எடுத்ததுக்கெல்லாம் சங்கோஜப் படுகிறவனாகவும் இருக்கிறானே என்ற தயக்கமும் அவருக்கு இருந்தது. அதனால் என்னை வற்புறுத்தவில்லை. என் போக்கிலேயே விட்டுவிட்டார். வனமாலி அவ்வப்போது வருவார். எம்.எஸ். அப்போது சப் ரிஜிஸ்திரார் அலுவலகத்தில் வேலை பார்த்து வந்தார் என்று ஞாபகம். என்.எஸ்.கே. பூங்காவின் பக்கத்தில் அந்த அலுவலகமிருந்தது. அவரையும் சிலநாள் பார்ப்போம்.

ஒருநாள் மதியம் பூதப்பாண்டிக்குப் போன் செய்தார். பூதப்பாண்டியில் தான் கிருஷ்ணன் நம்பி இருந்தார். ஆபரேஷனில் ஒரு கால் துண்டிக்கப்பட்டிருந்த நிலையில் நம்பி இருந்தார். என்னையும் அம்பாஸிடரில் அழைத்துக்கொண்டு புறப்பட்டார் ராமசாமி. நாகர்கோவிலைத் தாண்டியதும் ஒரு குளத்தின் கரையில் குளுகுளுவென்று வீசும் காற்றினூடே கார் சென்றது. நல்ல வேகமாகவே கார் ஓட்டுவார் ராமசாமி. ஆனால், துளியும் தவறு இராது. சடன் பிரேக் போடுவது மிக மிக அபூர்வம். அசாதாரண வேகமும், பெரிய காலப்பிரமாணமும் அவர் மனத்துள் இருந்திருக்க வேண்டும். எதிரே கடந்து மறையும் சிறுசிறு

மலைகள். சிறுசிறு கிராமங்களினூடே சென்று பூதப்பாண்டிக்குள் நுழைந்தோம். கிருஷ்ணன் நம்பியின் 'காலைமுதல்' கதைகள் மனத்தில் ஓடிக்கொண்டிருந்தன. எப்படியிருப்பார் நம்பி? நீளமான அக்ரஹாரத்தினுள் கார் நுழைந்தது. வீடுகளுக்குப் பின்னால் ஒரு பெரிய மலையின் ஒரு பகுதி கருகருவென்று நின்றிருந்தது. அந்தப் பிரும்மாண்டமான பாறை மீது ஒரு கோயில். ஒரு சிறு ஓட்டுச் சார்ப்புத் திண்ணை போட்ட வீட்டின் முன் கார் நின்றது. ராமசாமியின் பின்னே சென்றேன். ஒரு வயதானவர், ரேழி போன்ற முன்னறையில் உட்கார்ந்திருந்தார். நம்பியின் மனைவியைப் போன்றிருந்த பெண்மணி ராமசாமியை வரவேற்றார். சில வார்த்தைகள் பேசிவிட்டு ராமசாமி மாடிப் படியேறினார். நானும் பின்னால் சென்றேன்.

சுவரோரமாக நம்பி சாய்ந்து உட்கார்ந்திருந்தார். ராமசாமி யைப் பார்த்ததும் முகம் நிறைந்து சிரிப்பு வழிந்தது. என்னையும் வாய்நிறைய 'வாங்கோ . . .' என்றார். இருவரும் அவரருகே உட்கார்ந்துகொண்டோம். என்னைப் பற்றி ஆர்வத்துடன் விசாரித்தார். குறுக்கிட்டுப் பேசாத பேச்சு நம்பியுடையது. எதிராளியுடைய பேச்சுடனே நகரும் உரையாடல்காரர் நம்பி. ராமசாமி, நம்பியிடம் என்னைக் காட்ட வேண்டும் என்று அழைத்து வந்ததுபோல், ஒரு அபூர்வமான சந்தோஷத்துடன் நம்பியுடன் பேசிக்கொண்டிருந்தார். அருமையான காபி வந்தது. நம்பி மீது அவருக்கு எத்தனை பிரியம் என்பதை அன்று நிதர்சனமாகப் பார்த்தேன். ராமசாமியின் பிரியத்தை ரசித்துக்கொண்டிருந்தேன்.

கிருஷ்ணன் நம்பி ரொம்பப் பேசவுமில்லை, அதே சமயம் பேசாமலுமில்லை. அப்படியொரு இதமான, உறுத்தாத சம்பாஷணை அவரிடமிருந்தது. ஒரு மணி நேரம் போல் இருந்திருப்போம். என் கண்கள் அடிக்கடி, மாடியின் சிறிய திட்டிவாசல் கதவு வழியே தெரிந்த அந்தக் கோயிலையும் வானத்தை முட்டுவதுபோல் தூரத்தில் கருகருவென்று நின்றிருந்த அந்த மலையையும் பார்த்துக்கொண்டிருந்தன.

இதுதான் லா.ச.ரா. அபிதாவில் வர்ணித்த கரடி மலையோ? அபிதாவைப் படித்த மறுநாள் கல்யாணியைப் பார்க்கப் போன அந்த அதிகாலை நேரம், கல்யாணியுடைய 'வேர்' கதை எல்லாம் மனத்தினுள் பனிமழையாகச் சொரிந்து கொண்டிருந்தன. அன்று கிருஷ்ணன் நம்பி வீட்டின் அந்தச் சின்னஞ்சிறு மாடியில் நான் அடைந்த பரவச உணர்வு வெகு அபூர்வமாக இருந்தது. ஒரு மணி நேரம் போல இருந்திருப்போம். ராமசாமி, நம்பியைத் தன்னுடன் வருமாறு அழைத்தார். கிருஷ்ணன் நம்பி ஒரு

க்ஷணம் யோசித்தார். ‘வரணும்கிறேளா? சரி...’ என்று புறப்பட்டு விட்டார். அந்த மாடிப்படியில் அவர் ஒற்றைக்காலுடன் தவழ்ந்து தட்டுத் தடுமாறி இறங்கியதைப் பார்க்க முடியவில்லை. வேகமாக முன்னால் இறங்கிச் சென்று தெருவாசல் பக்கம்போய் நின்று விட்டேன்.

கீழே வீட்டுக்குள் இறங்கியதும் அவரை ஒருவர் தூக்கிக் காரில் வைக்க முயன்றார். ‘எதுக்கு? ஒரு சிரமுமில்லே...’ என்று குழந்தை மாதிரித் தவழ்ந்து வந்து காரில் ஏறி உட்கார்ந்தார். ராமசாமி வீட்டுக்கு வந்து சேர்ந்தோம்.

அன்று இரவு வெகுநேரம் பல்வேறு விதமான எழுத்துலக விஷயங்கள் குறித்துப் பேசிக்கொண்டிருந்தோம். ராமசாமி ஒரு மணி சுமாருக்கு ‘நான் படுத்துக்கிறேன்’ என்று படுக்கச் சென்றார். எங்கள் இருவருக்கும் அந்த அறையிலேயே படுக்கை, தண்ணீர் எல்லாம் இருந்தது. நம்பி, ‘அவர் படுக்கட்டும்... நாம பேசிக்கிட்டிருப்போம்...’ என்றார்.

வெகுநேரம் பேசி அவரைத் தூங்கவிடாமல் செய்து ஏதேனும் அசௌகரியம் ஏற்படுத்திவிடக்கூடாதே என்று தோன்றியது. ‘உங்களுக்குத் தூக்கம் வரலையா?’ என்று கேட்டேன். ‘நாளைக்குத் தூங்கிட்டாப் போச்சு... இப்படி ராத்திரி முழிச்சிருந்து பேசி ரொம்ப நாளாச்சு... ஒங்களுக்குத் தூக்கம் வருதா?’ என்று கேட்டார் நம்பி.

பிறகு மூன்று மணி வரை பேசிக்கொண்டிருந்தோம். மூன்று மணிக்கு விளக்கை அணைத்துப் படுத்த பிறகும் இரண்டு பேரும் பேசிக்கொண்டிருந்தோம். மறுநாள் மதியம் மூன்று மணிக்கு மேல் என்னையும் நம்பியையும் ராமசாமி கன்னியாகுமரிக்கு அழைத்துச் சென்றார். அனேகமாக, அதன்பிறகு ஒவ்வொரு சந்திப்பிலும் என்னை ராமசாமி கன்னியாகுமரிக்கு அழைத்துச் சென்றிருக்கிறார். காந்தி மண்டபத்திலிருந்து மேற்கே சிறிது தள்ளி, அவ்வளவாக ஆள் ஆரவாரம் இல்லாத மணல் குன்றின் மீது உட்கார்ந்து பேசுவதுதான் அவர் வழக்கம். கன்னியாகுமரியிலிருந்து திரும்பியதும் என்னை இறக்கிவிட்டு, நம்பியை அழைத்துக்கொண்டு பூதப்பாண்டியில் போய் விட்டுவிட்டு வந்தார். அதன் பிறகு நான் நம்பியைப் பார்க்கவே இல்லை. ஆறேழு மாதங்களில் கிருஷ்ணன் நம்பி இவ்வுலக வாழ்வை நீத்துவிட்டு, மறைந்துவிட்டார்.

ராமசாமியுடைய அக்கா வீடு பெஸண்ட் நகரிலிருந்தது. அங்கும் ராமசாமியை இரண்டொரு முறை சந்தித்திருக்கிறேன். க்ரியா ராமகிருஷ்ணன் வீட்டிலும் அடிக்கடி சந்தித்திருக்கிறேன்.

எனக்குத் திருமணமாகி மூத்த மகன் பிறந்தது நாலு மாதக் கைக்குழந்தையாக அவனைத் தூக்கிக்கொண்டு தி.க.சி.யின் இரண்டாவது மகள் சாந்தாவின் திருமணத்துக்குக் குடும்பத்தோடு சென்றிருந்தேன். திருமணம் முடிந்த மறுநாள் நான், என் மனைவி, குழந்தை, என் அத்தை, விக்ரமாதித்யன் எல்லோரும் நாகர்கோவில் போனோம். ராமசாமி வீட்டில் இரண்டு நாள் தங்கிவிட்டு வந்தோம்.

துக்ளக் அலுவல் நிமித்தமாக மண்டைக்காடு துப்பாக்கிச்சூடு நிகழ்ச்சி பற்றி விசாரிக்கச் சென்றிருந்தபோது, நானும் சக பத்திரிகை நண்பரும் போட்டோகிராபரும் விபத்துக்குள்ளாகி, மத்தியாஸ் மருத்துவமனையில் அனுமதிக்கப்பட்டிருந்தோம். தகவல் தெரிந்ததும் சுந்தர ராமசாமி உடனே புறப்பட்டு வந்து விட்டார். அவருடன் அப்போது நாகர்கோவில் வந்திருந்த கி.அ. சச்சிதானந்தமும், இலங்கை நண்பர் குலசேகரமும் வந்திருந்தனர்.

'ஒரு புளியமரத்தின் கதை' 50களின் இறுதியில் வெளிவந்த 'சரஸ்வதி'யில், தொடராக வெளிவந்தது. அதன்பிறகு மிக நீண்ட இடைவெளி. 80களின் தொடக்கத்தில், அனேகமாக 70களின் சிறு பத்திரிகைப் பரபரப்புகள் எல்லாம் ஓய்ந்திருந்த காலத்தில் '1/4' என்ற பத்திரிகை திடீரென்று வெளிவந்தது. ஆசிரியர் 'மலர்மன்னன்'. 1/4 பத்திரிகையில், ராமசாமியின் இரண்டாவது நாவலான 'ஜே.ஜே. சில குறிப்புகள்' நாவலின் சில பகுதிகள் வெளிவந்தன. பிறகு 'க்ரியா' வெளியீடாக முழுநாவலும் வெளி வந்து, தமிழ் இலக்கிய உலகின் கவனத்தைப் பெற்றது. விமர்சனங்களும், பாராட்டுதல்களும் கலந்து வந்தன. ஆனால், க.நா.சு, வெங்கட் சாமிநாதன் போன்ற பல முக்கியமான விமர்சகர்கள் ஜே.ஜே. சில குறிப்புகள் பற்றி எதுவும் சொல்லாமல் பாரா முகத்தினராக இருந்தது ஆச்சரியமாகவே இருக்கிறது. குறிப்பாக, 'மார்க்ஸின் கல்லறையிலிருந்து' என்றெல்லாம் கட்டுரைகள் எழுதிய வெ.சா. கூட அந்நாவல் பற்றி விரிவாக எழுதாதது இன்றும் எனக்கு ஆச்சரியமாகவே இருக்கிறது.

மூன்றாவது நாவலான 'குழந்தைகள் பெண்கள் ஆண்கள்', 'ஜே.ஜே. சில குறிப்புகள்' அளவுக்குப் பேசப்படவில்லை. ஆனால், என்னைப் பொறுத்தமட்டில் இதுதான் அவரது மிகச்சிறந்த நாவல் என்பேன். சுந்தர ராமசாமி 'பசுவய்யா' என்ற பெயரில் கவிதைகளும் எழுதியிருப்பதை வாசக உலகம் நன்கறியும். ஆனால், அவரது கவிதைகளில் ஒன்றிரண்டு மிக அபூர்வமாக இருக்கின்றன. என்றாலும், உரைநடையில்தான் அவரது சாதனை பிரம்மாண்டமாக உள்ளது. அவரது இலக்கியக் கட்டுரைகள் நவீன தமிழுக்குப் பெருமை சேர்ப்பவை. அவரது கட்டுரைத்

தமிழ் பற்றி ஒரு தனி நூலே எழுதலாம். அவரது கட்டுரைத் தமிழ்நடை மிக மிக விசேஷமானது. ஜெயகாந்தனுக்குப் பிறகு, கட்டுரைகளை இவ்வளவு அழகுணர்ச்சியுடனும், மொழியின் அபாரமான வீச்சுடனும், ஆழமான வாதங்களுடனும் எழுதியவர் யாருமே இல்லை.

ஆகப் பெரிய, சார்ந்தவை, எனில் – போன்ற சில சொற்களை, தமிழ் உரைநடையில் அவர் பயன்படுத்தியிருக்கிற விதம் மிக அலாதியானது. சுந்தர ராமசாமியின் கட்டுரைத் தமிழைப் பல இளம் எழுத்தாளர்கள் அப்படியே நகல் செய்வதே, அவர் கட்டுரைத் தமிழுக்குக் கிடைத்த அபாரமான வெற்றி, மாபெரும் அங்கீகாரம். தாம் மிகச் சிறந்த உரைநடைக்காரர் என்பதை ராமசாமி, தனது முதல்தரமான பல சிறுகதைகளிலும், கட்டுரைகளிலும் வெகு அனாயாசமாக நிறுவியிருக்கிறார். புதுமைப்பித்தனைப்போல் ஜீவனும் துடிப்பும், ஒரு அசாதாரண மான அழகுணர்ச்சியும் தளும்பி வழியும் உரைநடை சு.ரா. வுடையது.

அவரது ‘காற்றில் கலந்த பேரோசை’, ‘புதுமைப்பித்தனின் மனக்குகை ஓவியங்கள்’ போன்ற கட்டுரைகளை அவ்வளவு எழிலோடு எழுத இன்றுள்ள எந்தத் தமிழ் எழுத்தாளராலும் முடியாது. இது மிகையில்லை. சத்தியம்.

அவரது எழுத்து, பேசும் பாணி, அவரது முக பாவனைகளைக் கூடப் பல இளம் எழுத்தாளர்கள் ‘இமிட்டேட்’ செய்வதை நான் பார்த்து வியந்திருக்கிறேன். ‘ஒருவர் சுந்தர ராமசாமியைச் சமீபத்தில் பார்த்துவிட்டு வந்திருக்கிறார்’ என்பதை அவர் பேசும்விதமே காட்டிக் கொடுத்துவிடும். அகாலமாக மறைந்த ஒரு எழுத்துலக நண்பரை நான் சிறு வயதிலிருந்தே அறிவேன். அவர் பின்னாட்களில், சுந்தர ராமசாமியைப் பார்த்துவிட்டு வந்த பிறகு, அவரைப் போலவே தலையசைப்பது, அவரைப் போலவே பேசுவது என்று அவர் மாறிப் போயிருந்தது என்னை ஆச்சரியப்படுத்திற்று. இதுவே அவரது ஆளுமைக்கும் சான்று.

நான் அவரை அறிந்த வரையில், அவர் தமிழின் மிகச் சிறந்த இலக்கிய கர்த்தா மட்டுமல்ல. மனிதர்களின் பேரில் ஆழமான பிரியம்கொண்ட மனிதரும்கூட. அவரது பிரியத்தை அனுபவித்துத்தான் உணரமுடியும்.

பிரபஞ்சன் என்ற பிரபஞ்ச கவி

'மானுடம் பாடும் வானம்பாடி' என்ற அடைமொழியுடன் 'வானம்பாடி' என்ற கவிதை இதழ் கோயமுத்தூரிலிருந்து வெளிவந்தது ஒரு சரித்திரம். அது ஒரு விலையில்லாத கவிதை மடல். இலவசமாகவே வாசகர்களுக்கு அனுப்பப்பட்டது. புவியரசு, ஞானி, சிற்பி, சேலம் தமிழ்நாடன், ப. கங்கைகொண்டான், அக்னிபுத்திரன், ஈரோடு தமிழன்பன், பா. ஜெயப்பிரகாசம் என்று பலர் வானம்பாடியில் எழுதினர். அப்போது பிரபஞ்சனும் 'பிரபஞ்ச கவி' என்ற பெயரில் ஒன்றிரண்டு கவிதைகளை அதில் எழுதியிருந்தார். முதலில் எனக்கு அறிமுகமான பெயர் 'பிரபஞ்ச கவி'தான். பிறகுதான் 'கவி'யை எடுத்துவிட்டு, 'பிரபஞ்சன்' என்ற பெயரில் சிறுகதையாசிரியராகவும் எழுதத் தொடங்கினார். பிரபஞ்சனின் இயற்பெயர் வைத்தியலிங்கம்.

பிரபஞ்சன் கரந்தையில் படித்தவர். எனக்கெல்லாம் பிரகாஷைத் தெரிவதற்கு முன்பே அவருக்குப் பிரகாஷ் அறிமுகமாகியிருந்தார். பாண்டிச்சேரியில் மத்திய அரசின் ஃபீல்டு பப்ளிஸிட்டி அலுவலராகப் பணியாற்றியவர் சொக்கு சுப்பிரமணியம். சொக்கு சுப்பிரமணியம் 'வண்ணங்கள்' என்ற இலக்கியப் பத்திரிகையைத் தொடங்கினார். அப்பத்திரிகைக்கு உறுதுணையாக இருந்தவர்கள் பிரபஞ்சனும், தஞ்சை பிரகாஷும். பிரகாஷ் என்னிடம் கதை கேட்டார். 'தயா' என்ற சிறுகதையை அனுப்பினேன் அது

வண்ணங்களில் பிரசுரமாயிற்று. இப்படித்தான் பிரபஞ்சனுடன் ஸ்நேகம் ஏற்பட்டது. அவருடைய 'மீன்' என்ற அருமையான சிறுகதை, 1973இல் நான் கண்ணதாசனில் இருந்தபோது பிரசுரமாயிற்று.

பெங்களூரிலிருந்து மூன்று நான்கு மைல்கள் சென்றால் 'ஜலஹள்ளி' என்ற அருமையான, பசிய மேட்டுப்பாங்கான பகுதி வரும். இங்குள்ள பாரத் எலெக்ட்ரானிக்ஸ் கம்பெனியில் என் பால்ய ஸ்நேகிதன் ரவி வேலை பார்த்தான். அவனுடன் ஒரு மூன்று மாதம்போல் தங்கியிருந்தேன். பெல் காலனியில் 9ஆம் நம்பர் வீட்டில் எழுத்தாளர் சுஜாதா குடியிருந்து வந்தார். ஹிந்துஸ்தான் டெலிபோன்ஸ் ஹெச்.ஏ.எல். போன்ற மத்திய அரசு நிறுவனங்களெல்லாம் அங்கு இருந்தன. எப்போதும் வானம் மப்பும் மந்தாரமாகவே இருக்கும். பாரத் எலெக்ட்ரானிக்ஸ் லிமிடெட்டை 'பெல்' என்று சுருக்கமாகச் சொல்வார்கள். ஒரு ஷிப்ஃட் தொடங்கும்போதும், முடியும்போதும் 'பெல்'லின் நீல வண்ண பஸ்கள் நூற்றுக்கணக்கில் செல்லும். பகல் பன்னிரண்டு மணி ஒரு மணிக்குக்கூட அங்கு குளிர்ந்த காற்று வீசும். பெண்கள்கூட மேலே ஸ்வெட்டர் அணிந்திருப்பார்கள். எப்போதாவது அகஸ்மாத்தாகத் தென்படும் கிராமவாசியையும், என்னையும் தவிர, வேட்டியணியும் ஆண்களே அங்கு கிடையாது. ஹோட்டல்களில் கிளீனர்கள்கூட பேண்ட்தான் அணிந்திருந்தார்கள்.

தொலைபேசிகள் தயாரிக்கும் கம்பெனியருகில் ஒரு தியேட்டர் இருந்தது. இன்னொரு டெண்ட் கொட்டகை பெங்களூர் செல்லும் சாலையில், சற்றுப் பள்ளத்தில் யஷ்வந்த்பூர் என்ற பகுதியில் இருந்தது. இரண்டாவது ஆட்டம் முடிந்து இரவு ஒன்றரை மணிக்கு மேல் வீடு திரும்பும்போது, குளித்ததுபோல் ஆடைகளெல்லாம் நனைந்துவிடும். அப்படிப் பனி கொட்டும்.

கார்லோஸ் (தமிழவன்) அப்போது பெங்களூர் கிறிஸ்தவக் கல்லூரியில் பணியிலிருந்தார். கார்லோஸ், தமிழ்த்துறை, கிறிஸ்தவக் கல்லூரி, பெங்களூர். என்று பொத்தாம் பொதுவாக முகவரி எழுதிக் கடிதம் எழுதிப்போட்டேன். கடிதம் கிடைத்து, அவர் பதிலும் எழுதினார். எஸ்.எஸ்.எல்.சி.யில் வெறுமனே 235 மார்க் பெற்றவன் எவனும் வேலை கிடைக்கும் என்று நம்பவே மாட்டான். ஆனால், நான் நம்பினேன். பாண்டிச்சேரியிலிருந்து பிரபஞ்சனுக்கும் என் திக்கற்ற நிலையை விவரித்து, ஏதாவது வேலை தேடித் தருமாறு கடிதம் எழுதினேன். பிரபஞ்சன் ஆறுதலாக எழுதியிருந்தார். ஏதாவது முயற்சிப்போம் என்று நம்பிக்கை தெரிவித்திருந்தார். மூன்று மாதங்கள் பெங்களூரில்

ஓடிவிட்டன. ரவி, 'கவலைப்படாமே என்கூட இரு. வேலை கிடைக்கிறவரை எங்கேயும் போக வேண்டாம்' என்று சொல்லி இருக்க வைத்துவிட்டான். நாள்கள் நகர்ந்துகொண்டிருந்தன.

திடீரென்று ஒருநாள் காலைத் தபாலில் பிரபஞ்சனிடமிருந்து கடிதம் வந்தது. சொக்கு சுப்பிரமணியத்தின் நண்பர் ஒருவர் தினசரி பத்திரிகை ஆரம்பிக்க இருப்பதாகவும், அதில் சேர்ந்து விடலாம், உடனே புறப்பட்டு வாருங்கள் என்றும் பிரபஞ்சன் எழுதியிருந்தார். பெங்களூர் ரயில்வே ஸ்டேஷனுக்கு எதிரே இருக்கும் பஸ் நிலையத்திலிருந்து காலை ஏழரை மணிக்கு ரவி என்னைப் பாண்டிச்சேரிக்கு பஸ்ஸில் ஏற்றி வழியனுப்பி வைத்தான். செலவுக்குப் பணமும் கொடுத்தான். அந்தச் சிவப்பு நிற பஸ் ஹோசூர், தர்மபுரி, கிருஷ்ணகிரி, திருவண்ணாமலை, விழுப்புரமெல்லாம் போய்ப் பாண்டிச்சேரி வந்து சேரும்போது இரவு எட்டுமணிக்கு மேலிருக்கும். பாண்டிச்சேரியில் மழை கொட்டிக்கொண்டிருந்தது. பஸ்ஸை விட்டு இறங்கவே முடிய வில்லை. மழை நின்ற பிறகு பிரபஞ்சன் வீட்டைத் தேடிக் கண்டுபிடித்தேன். அவரை அதற்கு முன் பார்த்ததுகூட இல்லை.

நல்ல சிவப்பு, நெற்றியில் சிறு கோபியிட்டதுபோல் ஒரு தழும்பு. மிருதுவான பேச்சு. அவருக்குத் தனது கடிதம் கிடைத்து நான் புறப்பட்டு வந்ததில் ஒரே சந்தோஷம். நாலைந்துபேர் சம்மணமிட்டு உட்காரக்கூடிய அளவே உள்ள சிறு அறை. அதில் ஒரு தொட்டில். குழந்தை கௌரிசங்கர் உறங்கிக்கொண்டிருந்தான். அறையை ஒட்டி சிறு வராந்தா. அதைக் கடந்தால் சிமெண்ட் தளம் போட்ட முற்றம். எதிரே தென்னை ஓலை வேயப்பட்ட பெரிய அறை. வீட்டின் மற்ற உறுப்பினர்களெல்லாம் அங்குதான் வாசம் செய்தனர். பிரபஞ்சனும் மனைவி குழந்தைகளும் அந்தச் சிறு அறையில் இருந்தனர். மழை தூறிக்கொண்டே இருந்தது. சாப்பிட அழைத்துப் போனார். அம்மாவிடம் என்னை அறிமுகம் செய்து வைத்தார். பெரிய குங்குமப் பொட்டுடனும், மஞ்சள் பூசிப் பூசி மஞ்சளேறிப் போயிருந்த முகத்துடனும் பிரபஞ்சனின் தாயார் உணவு பரிமாறினார்கள். சாப்பிட்டுவிட்டு பிரபஞ்சனின் அறையிலேயே படுத்துக்கொண்டோம்.

பிரபஞ்சன் வீடு பாரதி தெருவில். சொக்கு சுப்பிரமணியம் வீடு நேரு வீதியில். காலையில் சொக்கு சுப்பிரமணியத்தைப் பார்த்தோம். 'எல்லாம் பேசியாச்சு, திங்கள் கிழமை வேலையிலே சேர்ந்திரலாம்' என்றார் சொக்கு. தனியறை பார்க்கும்வரை தன் வீட்டின் மாடியிலேயே தங்கிக்கொள்ளலாம் என்றார் சொக்கு சுப்பிரமணியம்.

புதுவைக்குரலில் வேலைக்குச் சேர்ந்தாயிற்று. ஆசிரியர் எம்.பி. ஜானுக்கு ஆங்கிலம்தான் தெரியும். தமிழில் பேசினால் புரிந்துகொள்வார். இரண்டு வார்த்தை தமிழில் பேசிக்கொண் டிருக்கும் போதே ஆங்கிலத்துக்குத் தாவிவிடுவார். அவர் ஒரு ஆங்கிலக் கவிஞர். கொம்பாஞ்சி தெருவில் வீடும் அச்சகமும் சேர்ந்தாற்போலிருந்தது. அச்சகத்துக்கு வேலை கொடுக்கத்தான் தினசரியை அவர் ஆரம்பித்தார். அச்சகத்துக்கு எதிரே பிரபலமான ரோமன் ரோலண்ட் நூலகம். அதையடுத்து கவர்னர் மாளிகை. கவர்னர் மாளிகைக்கு எதிரே புதுவையின் புகழ்பெற்ற பூங்கா. புதுவைக்குரல் அலுவலகத்திலிருந்து சில கஜம் நடந்தால் கடற்கரை. புதுவைக்குரலின் நியூஸ் எடிட்டர், புருப் ரீடர் எல்லாம் நானே. கிருஷ்ணமூர்த்தி என்ற நண்பர் ரிப்போர்ட்டர், (பின்னர் இவர் மக்கள் குரலில் செய்தியாளரானார்).

சொக்கு சுப்பிரமணியத்தின் வீட்டில் சில தினங்கள்தான் இருக்க முடிந்தது. பிறகு என்னை அவரது அலுவலகத்தில் தங்கிக் கொள்ளும்படிச் சொல்லிவிட்டார். ஒருமாதம் போல அப்படியும் இப்படியுமாகத் தங்கிக் காலத்தை ஓட்டினேன். அதற்குள் பிரபஞ்சன் என் தர்மசங்கடமறிந்து, தன் வீட்டருகிலேயே மாடியில் ஒரு அறை பிடித்துத் தந்துவிட்டார். சில நாள்களில் எனக்கு உதவியாக ஜனார்த்தனம் என்ற இளைஞர் வேலையில் சேர்ந்தார்.

ஒன்பது மணிக்கு அலுவலகம் போனால், குனிந்த தலை நிமிராது, பிரிண்டரில் வரும் செய்திகளை மொழிபெயர்த்துக் கொண்டே இருக்க வேண்டும். புதுவைக்குரல் மாலைப் பத்திரிகை. ஆயிரம் பிரதிகள் அச்சிடப்பட்டன. மூன்று மணிக்கு அச்சுக்குப் போகும். நாலே பக்கங்கள். அக்கால பிளிட்ஸ், கரண்ட் பத்திரிகை போல் டேபுளாய்ட் சைஸ்.

உதவியாசிரியர் ஜனார்த்தனனும் நானும் புதுவை சட்டமன்ற வளாகத்தின் பின்புறமிருந்த சிறு உணவுவிடுதியில் போய் மதியம் சாப்பிடுவோம். உள்ளூர் செய்திகளுக்கு முதலிடம் தரவேண்டும். கிருஷ்ணமூர்த்தி கோர்ட், ஆஸ்பத்திரி, முதல்வர், இதர அமைச்சர்கள் வீடு, கம்யூனிஸ்ட் கட்சித் தலைவர் வி.எஸ். சுப்பையா வீடு எல்லாம் ஒரு ரவுண்ட் அடித்துவிட்டு, பன்னிரண்டரை ஒரு மணி சுமாருக்கு வந்து உள்ளூர் செய்திகளை எழுதித் தருவார். மூன்று மணிக்கு அச்சுக்குப் போய் நாலு மணிக்குப் பத்திரிகை வெளிவந்துவிடும்.

எம்.பி. ஜானின் அரசியல் மற்றும் அரவிந்தர் ஆஸ்ரம செல்வாக்கினால் கணிசமான சந்தாக்கள் கிடைத்திருந்தன. டெலிவரி பையன் அனேகமாகப் பாதிப் பேப்பர்களை

சைக்கிளிலேயே சந்தாதாரர் வீடுகளில் வினியோகித்து விடுவான். 'இப்படியும் ஒரு பத்திரிகை வருகிறது' என்பதுபோல் புதுவைக்குரல் சில கடைகளில் தொங்கும். ஆபீஸை விட்டதும் நேரே பிரபஞ்சனைத்தான் போய்ப் பார்ப்பேன். பிரபஞ்சன் சிறு அச்சகம் வைத்திருந்தார். வாசலில் இரண்டு நாற்காலிகளைப் போட்டு எதிரும் புதிருமாக உட்கார்ந்து மணிக்கணக்காகப் பேசிக்கொண்டே இருப்போம். சார்மினார் சிகரெட்டுகள் காலியாகிக் கொண்டே இருக்கும்.

அவர் அச்சகத்தினருகே இருந்த ஒரு ஹோட்டலில் காலையும் இரவும் சாப்பிடுவதற்கு ஏற்பாடு செய்து கொடுத்தார். புதுவை அரசின் உயர் பதவியில் இருந்த ஸிரில் ஆண்டனி, காரைசிபி, ஏ.ஐ. ஆரில் இருந்த செல்வராஜ், இப்போது காங்கிரஸின் பெரிய தலைவர்களில் ஒருவரான புதுவை கண்ணன் என்று பலரையும் அறிமுகம் செய்து வைத்தார். நான் பற்றுவழி வைத்துச் சாப்பிட்ட ஹோட்டலின் அருகில் ஒரு மாடியில் தினத்தந்தி அலுவலகம் இருந்தது. பாண்டிச்சேரியின் தினத்தந்தி செய்தியாளராக இருந்த செந்தூர்பாண்டியுடன் நெருங்கிய நட்பு ஏற்பட்டது. (பிறகு இவர் வேலூர் தந்தியில் பணியாற்றிய நினைவு.)

காரைசிபி நிறையப் படிக்கிறவர். அடிக்கடி அவரைச் சென்று பார்த்துப் பேசிக்கொண்டிருப்பேன். பணமுடை ஏற்பட்டால் தாராளமாகத் தந்து உதவியவர் காரைசிபி. அவரது முழுப்பெயர் சிசே பிலோமிநாதன். புதுவைக்குரலில் நான் வேலை பார்த்தபோது மிகுந்த சிரமப்பட்டேன். அறை வாடகையும் கொடுத்து சாப்பாட்டுக்கும் கட்டுப்படியாகவில்லை. வேலையை விட்டுவிடவும் முடியவில்லை. வேறு வேலை கிடைப்பது கடினம் என்பதால் அங்கே கஷ்டப்பட்டுக் காலம் தள்ளிக் கொண்டிருந்தேன். பலமுறை திருநெல்வேலியில் கல்யாணிக்குக் கடிதம் எழுதி, ஐம்பதும் நூறுமாகப் பெற்றிருக்கிறேன்.

பிரபஞ்சன் வீட்டருகே அவரது பால்ய கால நண்பரான இளங்கோ என்ற அருமையான மனிதர் இருந்தார். சிறுசிறு காண்ட்ராக்ட்கள் எடுத்து நடத்தி வந்தார். கரந்தையில் பிரபஞ்சனுடன் தமிழ்ப் படித்தவர். அவரைப்போல கலகலப்பான மனிதரைப் பார்ப்பது மிக அரிது. அபாரமான நகைச்சுவையுணர்வு கொண்டவர். எல்லோரிடமும் பிரியமாக இருப்பார். நாங்கள் மூவரும்தான் சினிமாக்களுக்குப் போவோம். பழைய சினிமாப் படங்களாகத் தேடிப்போய்ப் பார்ப்போம். பாரதியார் பாடிய குயில் தோப்பெல்லாம் அப்போது அப்படியே இருந்தது. அருகிலேயே ஒரு சித்தர் கோயில். பாரதியார் பாடலில் வரும் சிந்தாந்தசாமி கோயில் அது. அங்கெல்லாம் செல்வதுண்டு.

இதனருகில்தான் ஓவியர் ஆர். நாகராஜன் அப்போது குடியிருந்துவந்தார். அவர் வீட்டுக்கு ஒருநாள் நானும் பிரபஞ்சனும் சென்றிருந்தோம். அது ஒரு ஞாயிற்றுக்கிழமை. மதியச் சாப்பாடு அவர் வீட்டில்தான். தென்னை மரங்கள் அப்போது அவர் ஓவியத்தில் பிரதானமாக இடம்பெற்றிருந்தன. தென்னை ஓலைகளை விதவிதமாகத் தீட்டியிருந்தார். அதுபற்றி ஒரு கட்டுரை எழுதி 'தெறிகள்' பத்திரிகைக்கு அனுப்பினேன்.

ரோமன் ரோலண்ட் நூலகத்தில் அன்னிசுந்தரம் என்ற பெண்மணி நூலகராக இருந்தார். இவர் பிரபஞ்சனுக்குத் தெரிந்தவர். இதனால் பல நூல்களை எடுத்து வாசிக்க முடிந்தது. லாகர்பேர் க்விஸ்ட்டின் 'பாரபாஸ்' நாவலை இந்த நூலகத்தில் தான் படித்தேன். என்னை வெகுவாகப் பாதித்த நாவல் இது. ரோமன் ரோலண்ட் நூலகத்திலிருந்த காந்தியின் கடிதங்களும் படிக்க அபூர்வமானவை.

பாண்டிச்சேரி கம்பன் கலையரங்கத்துக்கு எதிரே ஒரு பெரிய மைதானம் உண்டு. (இப்போது இருக்கிறதா என்று தெரியவில்லை) 50களில் மிகப் பிரபலமாக ஓடிய திரைப்படமான மாலையிட்ட மங்கையில் இடம்பெற்ற டி.ஆர். மகாலிங்கம் பாடிய 'செந்தமிழ்த் தேன்மொழியாள்' என்ற பாடலை இன்றைக்குக் கேட்டாலும் மகாலிங்கத்தின் காந்தர்வக் குரல் மதுரமாகத்தானிருக்கிறது. டி.ஆர். மகாலிங்கத்தின் பாட்டு எங்கே போட்டாலும் நின்று கேட்டுவிட்டுத்தான் போவேன். 'கிட்டப்பாவின் எதிரொலி' என்றும் 'சின்னக்கிட்டப்பா' என்றும் டி.ஆர். மகாலிங்கத்தைச் சொல்லுவார்கள். அவரைப் பற்றிய எந்தச் செய்தியைப் படித்தாலும் மனம் பரவசமடையும். அவரது ஊரில் (சோழவந்தான் அருகிலுள்ள தென்கரை) எடுக்கப்பட்ட படம் என்பதற்காகவே 'பட்டிக்காடா பட்டணமா' என்ற படத்தைப் பார்த்தேன்.

டி.ஆர். மகாலிங்கம் பாண்டிச்சேரியில் ஸ்ரீவள்ளி நாடகம் போடுவதாக விளம்பரப்படுத்தியிருந்தார்கள். உடன் நடிப்பவர்கள் – யு.ஆர். ஜீவரத்தினம் என்ற அக்காலப் பாடகி நடிகையும், எம்.எம். மாரியப்பா (மாரியப்ப சுவாமிகள் என்றும் சொல்லுவார்கள்)வும். அந்த ஒதியஞ் சாலை மைதானத்தில் ஏதோ விழாவையொட்டி இலவசமாகவே ஸ்ரீவள்ளி நாடகம் நடந்தது. அதை 'ஸ்பெஷல் நாடகம்' என்பார்கள். திண்டுக்கல், மதுரை, தேனிப் பகுதிகளில் ஸ்பெஷல் நாடகங்கள் மிகப் பிரபலம். இன்றும் இந்த ஸ்பெஷல் நாடகங்கள் நடைபெறுகின்றன. கோயில் திருவிழாக்களில் நடத்தப்படும் நாடகம் அவை.

ஒருகாலத்தில் தமிழ்த் திரையுலகில் கொடிகட்டிப் பறந்தவர் டி.ஆர். மகாலிங்கம். நடிகர்களில், ‘பாண்டியாக்’ கார் வைத்திருந்தவர்கள் வெகுசிலர். அவர்களில் மகாலிங்கமும் ஒருவர். அப்படிப்பட்டவர், ஸ்பெஷல் நாடகங்களில் நடிக்க நேர்ந்தது தமிழ்த் திரையுலகின் துரதிருஷ்டம் என்றே சொல்ல வேண்டும்.

அது ஒரு ஞாயிற்றுக்கிழமைதான். இரவு ஒன்பது ஒன்பதரைக்கு ஸ்ரீவள்ளி நாடகம் ஆம்பமாயிற்று. பிரபஞ்சனும் நானும் சென்றிருந்தோம். மைதானம் நிரம்பி வழிந்தது. அவ்வளவு பெரிய கூட்டம், சினிமாவை விட்டு விலகிப் போய்விட்ட ஒரு பழைய நடிகருக்குக் கூடியது ஆச்சரியமாகவே இருந்தது. ஸ்ரீவள்ளி கதை ஏதோ பேருக்குத்தான். மற்றபடி மகாலிங்கமும், யூ.ஆர். ஜீவரத்தினமும், மாரியப்பாவும் தங்களது புகழ்பெற்ற சினிமாப் பாடல்கள், மேடைப் பாடல்களையெல்லாம் பாடிக்கொண்டே இருந்தார்கள். இரவு ஒரு மணியாயிற்று, இரண்டு மணியாயிற்று. மூவரும் மாறி மாறிப் பாடித் தங்கள் அம்ருத கானங்களால் நிரப்பிக்கொண்டிருந்தார்கள். கூட்டம் அப்படியே மெய்மறந்து கட்டுண்டு கிடந்தது. ‘செந்தமிழ்த் தேன்மொழியாளு’க்கும் ‘ஸ்ரீவள்ளி’ நாடகத்துக்கும் என்ன சம்பந்தம்? ஸ்ரீவள்ளி நாடகத்தில் ‘இசைத்தமிழ் நீ செய்த அருஞ் சாதனை’ என்ற திருவிளையாடல் பாடல் எப்படி இடம்பெறலாம் என்று யாரும் நினைக்கவில்லை. ரசிகர்கள் ஏகோபித்த குரலில் கேட்கக் கேட்க, மகாலிங்கம் பாடிக்கொண்டே இருந்தார். அவர் போட்டிருந்ததோ முருகன் வேஷம்.

பாண்டிச்சேரியில் சிறிதுகாலமே இருந்தாலும் எனக்கு மிகவும் பிடித்தமான ஊர்களில் ஒன்று பாண்டிச்சேரி. எல்லோரும் வெகுவாகப் பாராட்டும் ‘எஸ்தர்’ சிறுகதையையும் ‘மிருகம்’ கதையையும் பாண்டிச்சேரியிலிருந்தபோதுதான் எழுதினேன். ‘ரெயினீஸ் ஐயர் தெரு’ நாவலின் சில அத்தியாயங்களும் அங்குதான் உருவாகின.

பாண்டிச்சேரியில் எனக்கு மிகவும் பிடித்தமான இடம் இன்றும் காந்தி சிலையருகில் கடற்கரையில், கடல் அலைகள் வந்து மோதும் அருகாமையிலிருக்கும் ‘இந்தியன் காபி’ ஹவுஸ்தான். அப்போது 25 பைசாதான் காபி. அந்த அலைகளைப் பார்த்துக்கொண்டே காலமெல்லாம் உட்கார்ந்திருக்கலாம். இன்னொரு இடம், அதே கடற்கரையில் சற்று தெற்கு நோக்கிச் சென்றால் வரும் ‘கடல் பாலம்’. அந்தக் கடல் பாலத்தினடியில் உட்கார்ந்திருந்தால் அமானுஷ்யமான உணர்வுகள் பீறிட்டுக் கிளம்பும். ‘கடல் பாலம்’ என்றே ஒரு குறுநாவல் எழுதி பாதியில்

நிற்கிறது. என் நெருங்கிய நண்பர்களிடம் 'இந்தியா காபி ஹவுஸ்' பற்றியும் 'கடல் பாலம்' பற்றியும் வியந்து கூறியிருக்கிறேன். அந்த ஊரின் தெருக்களும் கட்டடங்களும் எமிலிஜோலாவின் நாவல்களை நினைவுபடுத்துபவை. ஆனால், அந்த ஊரை அனுபவிக்க விடாமல் பணமுடையும், மனப்போராட்டங்களும் துரத்திக்கொண்டே இருந்தன.

பிரபஞ்சன் வருமானமில்லாத அச்சகத்தை வைத்துக் கொண்டு சிரமப்பட்டதுபோல், நான் மிகமிகக் குறைந்த சம்பளத்தில் திண்டாடிக் கொண்டிருந்தேன். 1974 ஆகஸ்டில் புதுவைக் குரலில் வேலைக்குச் சேர்ந்தேன். 1975 மார்ச் வாக்கில் பத்திரிகை நிறுத்தப்பட்டுவிட்டது. இடையே ஒரு தீபாவளி வந்தது. தீபாவளி மலர் வெளியிட்டார்கள். விக்ரமாதித்யனிடம் கவிதையும், ஆர். சூடாமணியிடம் சிறுகதையும் வாங்கிப் போட்டேன். காரைசிபியுடைய கவிதையும் இடம்பெற்ற நினைவு. பத்திரிகை நிற்கப் போகிறது என்பது தெரிந்துவிட்டது. ஊருக்குச் செல்லப் பணம் வேண்டும். தெரிந்தவர்களிடமெல்லாம் கை நீட்டியாயிற்று. அப்போது கணையாழியில் 'கடல்புரத்தில்' தொடராக வெளிவந்து கொண்டிருந்தது. டெல்லிக்கு, கஸ்தூரி ரங்கனுக்கு நிலைமையை விளக்கிக் கடிதம் எழுதினேன். உடனே 150 ரூபாய்க்கு கஸ்தூரிரங்கன் செக் அனுப்பி வைத்திருந்தார். அதை ஓவியர் ஆர். நாகராஜனிடம் கொடுத்து ரொக்கமாகப் பணம் வாங்கிக்கொண்டு ஊருக்குப் புறப்பட்டேன். என்னை ரயிலேற்றிவிட கடலூர் திருப்பாதிரிப் புலியூர் ஸ்டேஷனுக்கு பிரபஞ்சனும் இளங்கோவும் வந்திருந்தார்கள்.

ஆறேழு மாதங்கள்தான் பாண்டிச்சேரி வாசம். ஆனால் அருமையான பல நண்பர்கள் பாண்டிச்சேரியில் கிடைத்தார்கள். அத்தனை நட்புக்கும் காரணம் பிரபஞ்சன்தான்.

'அம்பை' என்ற சி.எஸ். லெட்சுமி

'அம்பை' என்ற பெயர் நமது மாபெரும் இதிகாசமான மகாபாரதத்தில் வருகிறது. காசி தேசத்து அரசனின் மூன்று பெண்களில் மூத்தவள்தான் அம்பை. காசி மன்னன் தன் பெண்களான அம்பை, அம்பிகை, அம்பாலிகை மூன்று பேருக்கும் சுயம்வரம் நடத்தினான். பீஷ்மர், தன் குலக்கொடியான விசித்திரவீர்யனுக்குத் திருமணம் செய்வதற்காகக் காசி ராஜாவின் சுயம்வரத்துக்குச் சென்றார். திருமணம் செய்துகொள்வதில்லை என்று விரதம் பூண்டிருந்த பீஷ்மரை, சுயம்வரத்தில் பார்த்த அரசர்கள் கேலி செய்தார்கள். பீஷ்மர் கோபமடைந்து மூன்று பெண்களையும் தேரில் ஏற்றிக்கொண்டு, எல்லா அரசர்களையும் தோற்கடித்துப் புறப்பட்டார். அவர்களில் சால்வன் என்ற மன்னனும் ஒருவன். சால்வனைத்தான் அம்பை மணாளனாக வரித்திருந்தாள். இதை அவள் பீஷ்மரிடம் கூறினாள். தர்மிஷ்டரான பீஷ்மர் அவளை மட்டும் விடுவித்துவிட்டு, மற்ற இரு பெண்களையும் விசித்ரவீரியனுக்கு மணம் செய்து வைத்தார்.

அம்பை சால்வனிடம் சென்று தன்னை மணந்துகொள்ளுமாறு வேண்டினாள். பீஷ்மரால் வெல்லப்பட்ட பெண்ணை சால்வன் ஏற்கமறுத்தான். மீண்டும் பீஷ்மரிடமே சரண் புகுந்த அம்பை,

அவரையே தன்னை ஏற்குமாறு கேட்டாள். பீஷ்மர் மறுக்க, மீண்டும் சால்வனிடம் சென்று மன்றாடினாள். இப்படி ஆண்களால் அலைக்கழிக்கப்பட்டு முருகப் பெருமானை வேண்டித் தவமிருந்தாள். முருகப்பெருமான் ஒரு மாலையை அவளிடம் தந்து, இந்த மாலையை எவன் அணிகிறானோ அவன் பீஷ்மரைக் கொல்வான் என்று வரமளித்தார். அந்த மாலையுடன் பல அரசர்களை அணுகினாள். பீஷ்மரை எதிர்க்க எல்லோரும் தயங்கினர். கடைசியில் துருபத மன்னனின் மாளிகையில் அந்த மாலையை மாட்டிவிட்டுக் கடும் தவமிருந்து, சிவனிடம் வரம் பெற்று, தீயில் குதித்து மாண்டு அதே துருபத ராஜனின் மகளாக சிகண்டியாகப் பிறந்தாள் அம்பை. இந்தச் சிகண்டிதான் பீஷ்மரைக் கொன்றாள் என்கிறது பாரதக் கதை.

ஆனால் நான் தமிழ்வாசகனாக 'அம்பை' என்ற பெயரை அறிய நேர்ந்தது, அறுபதுகளில் கலைமகளில் தொடராக வெளிவந்து கொண்டிருந்த 'அந்திமாலை'யின் மூலம்தான். பிறகு இந்திரா பார்த்தசாரதி, ஜோதிர்லதா கிரிஜா போன்றவர்களுடன் அம்பையின் ஒன்றிரண்டு சிறுகதைகளை ஆனந்தவிகடனில் படித்ததுண்டு. அம்பை, தான் பள்ளி நாள்களிலேயே எழுதத் தொடங்கிவிட்டதாக என்னிடம் சொல்லியிருக்கிறார். நடனமும் அப்போதே கற்கத் தொடங்கியுள்ளார். அம்பைக்கு நடனம் தெரியும் என்பது பலருக்குத் தெரியாது.

அக்காலத்தில் ஆர்வியின் ஆசிரியத்துவத்தில் வெளிவந்த கண்ணனில் கூட அம்பை எழுதியிருக்கிறார். மறைந்த இன்றைய காஞ்சி மடாதிபதி ஜெயேந்திர சரஸ்வதி கூட கண்ணனில் எழுதியுள்ளார். பல வருடங்களுக்கு முன்னால் அம்பையுடன் சென்னையில் உள்ள பாரீஸ் கார்னருக்குச் சென்றிருந்தேன். ஏதோ சில பொருள்களையெல்லாம் வாங்கிய பிறகு, பூக்கடைப் பக்கமுள்ள ஒரு சிறு தெருவினுள் சென்றுகொண்டிருந்தோம். திடீரென்று ஒரு கடையின் முன் நின்றார். அக்கடைக்காரரும் இவரும் சகஜமாகப் பேசினர். என்னை அவரிடம் அறிமுகம் செய்து வைத்துவிட்டு 'இவர்தான் ரமணீயன்... அந்தக் காலத்துலே நாங்கள்லாம் கண்ணன்லே எழுதியிருக்கோம்' என்றார்.

தமிழில் தனியார் தொலைக்காட்சிகள் எல்லாம் வருவதற்கு முன்பு துர்தர்ஷனில் முதன்முதலாக மெகா ஸீரியல்கள் வெளிவர ஆரம்பித்தபோது, பல ஸீரியல்களின் கதை & வசனகர்த்தா இதே ரமணீயன்தான். ஜே.எம். சாலி, ரமணீயன், அம்பையெல்லாம், அக்காலக் கண்ணன் எழுத்தாளர்கள்.

ஆனால், 'அந்திமாலை' சாதாரணமான தொடர்கதைதான். விகடனில் வெளிவந்த சிறுகதைகளில் எல்லாம் பெரிதாக

ஞாபகத்தில் கொள்ளும் படியாக அவர் எதுவும் எழுதவில்லை. சுந்தர ராமசாமி ஒரு ஏழுவருடம் எழுதாமலே இருந்து, தன் பழைய எழுத்தைச் சட்டையுரித்து விட்டு, ஞானரதத்தில் 'பல்லக்குத் தூக்கிகள்' என்று புதுசாக எழுத ஆரம்பித்தது போல், அம்பையும் பல ஆண்டுகளாக எந்தப் பத்திரிகையிலும் எழுதாமல் இருந்தார். பிறகு, திடீரென்று தனது ஒரே ஒரு சிறுகதையின்மூலம் எல்லோரது கவனத்தையும் தன் பக்கம் ஈர்த்தார் அம்பை. அச்சிறுகதை, ஜெயகாந்தனின் 'அக்னிப் பிரவேசம்' கதைபோல், வாசகர்களின் மனத்தில் 'தொம்'மென்று விழுந்து இடம்பிடித்தது. அதுதான் அம்பையின் புகழ்பெற்ற சிறுகதைகளில் ஒன்றான 'கசடதபற'வில் வெளிவந்த 'அம்மா ஒரு கொலை செய்தாள்'. 'கசடதபற'வைச் சில நூறுபேர்களே அக்காலத்தில் படித்திருக்கக்கூடும். ஆனால், கசடதபற அன்றைய நவீன தமிழ் இலக்கியச் சூழலில் ஏற்படுத்திய தாக்கம் குறிப்பிடத்தக்கது.

'அம்மா ஒரு கொலை செய்தாளுக்கு' முன்பே கணையாழியில் 'தனிமையெனும் இருட்டு' முதலான சிறுகதைகள் வெளிவந்திருந் தாலும், கசடதபற கதை, அவரை இலக்கிய வாசகர்கள் மத்தியில் கவனப்படுத்தியது என்பது முக்கியமானது. பின்னர் சிறகுகள் முறியும் (1974) என்ற அவரது நீண்ட சிறுகதையும் பலரது கவனத்தையும் ஈர்த்தது.

❍ ❍ ❍

'பிரக்ஞை' என்ற சிற்றிதழின் அலுவலகம் தி. நகர் மகாலட்சுமி தெரு 9 என்ற இலக்கத்தில் இயங்கி வந்தது. அலுவலகம் என்றால் மேஜை, நாற்காலிகள் சகிதம் பலர் பணிபுரியும் இடமல்ல. அது நண்பர் ரவிசங்கரின் வீடு, முன்னறையை ரவிசங்கர் இலக்கிய நண்பர்களைச் சந்திக்கும் இடமாகப் பயன்படுத்தி வந்தார். மாடியில் ஒரு கீற்றுக் கொட்டகை உண்டு. அங்கும் நண்பர்கள் கூடிப் பேசிக்கொண்டிருப்போம். இந்த 9ஆம் இலக்கக் கட்டடத்துக்கு அருகில்தான் 1992 வாக்கில் 'சுபமங்களா' அலுவலகம் இருந்தது.

ரவிசங்கர் இப்போது அமெரிக்காவில் வசிக்கிறார். அந்த நாள்களில், 1973 – 74இல் அவர் சென்னையில், ஸ்டேட் பாங்கில் பணிபுரிந்து வந்தார். 'பிரக்ஞை'யின் ஆசிரியர் ரவீந்திரன். இவர் அக்கால எழுத்தாளர்களான சரோஜா ராமமூர்த்தி – து. ராமமூர்த்தி இவர்களின் மூத்த புதல்வர். இவரது வீடு ஆதம்பாக்கத்தில், செயிண்ட் தாமஸ் ஸ்டேஷனருகில் இருந்தது. மூன்று நான்கு வீடுகள் தள்ளி சுப்பிரமணிய ராஜூ குடியிருந்து வந்தார்.

ரவிசங்கர், ரவீந்திரன் இவர்களைத் தவிர 'பிரக்ஞை'யின் இன்னொரு முக்கியப் பொறுப்பாளர் ரங்கராஜன். (புனைபெயர் – வீராச்சாமி) மாம்பலம் ரயில் நிலையமருகே துர்க்காராம் முதல் தெருவில் மாடியில் அறையெடுத்துத் தங்கியிருந்தார் ரங்கராஜன். அவர் அறைக்குக் கீழே ஓவியர் கிருஷ்ணமூர்த்தி தன் தாயார், தம்பி, தங்கையுடன் வசித்து வந்தார். அவர் வீட்டுக்கும் கீழே இயக்குநர் கே. பாலசந்தரிடம் உதவியாளராகப் பணிபுரிந்த அனந்து சார் குடியிருந்தார்.

பிரக்ஞை அலுவலகத்துக்குப் பல நண்பர்கள் வருவார்கள். 'பாரவி' அப்போது காஞ்சிபுரத்தில் வேலை பார்த்து வந்தார். அவர் சனி – ஞாயிறுகளில் வருவார். திடீரென்று, மன்னார் குடியிலிருந்து கரிச்சான் குஞ்சு வந்திருப்பார். எனக்கு ரவீந்திரனுடனும், அவர் தம்பி இயக்குநர் ஜெயபாரதியுடனும் நெருக்கமான ஸ்நேகம் ஏற்பட்டது. து. ராமமூர்த்தியும் வயது வித்தியாசம் பாராமல் பழகுவார். ரவீந்திரன்தான் 'அம்பை'யை எனக்கு அறிமுகம் செய்து வைத்தார். அம்பை அப்போது டெல்லியில் மிராண்டா கல்லூரியில் வேலை பார்த்து வந்தார். ரவீந்திரன் ஆழமான படிப்பும், தனித்த ரசனையும் கொண்டவர். வார்த்தைகளை எண்ணி எண்ணித்தான் பேசுவார். ஆனால், அவர் அறிமுகம் செய்து வைத்த அம்பையோ கடுகு பொரிவதுபோல் பேசுவார்.

சென்னைக்கும் – திருநெல்வேலி, மதுரைக்குமாக அலைந்து கொண்டிருந்த நாள்களில், ஒரு சமயம், சில வாரங்கள் மதுரையில் சிற்றப்பா வீட்டில் தங்கியிருந்தேன். எங்கேயிருந்தாலும் எப்படியாவது தினசரி நாலைந்து இன்லேண்ட் லெட்டர்கள் எழுதினால்தான் மனசுக்கு நிம்மதி. அப்போது இன்லேண்ட் லெட்டர் வெறும் பத்துப் பைசாவோ என்னவோதான். அம்பை, மிராண்டா கல்லூரி வேலையை விட்டுவிட்டு ஆய்வுகளில் இறங்க முடிவெடுத்திருந்த தருணம் அது. பெண் எழுத்தாளர்களைப் பற்றிய ஆய்வுக்காக மதுரையில் பசுமலையருகே உள்ள ஒரு பகுதியில் பழைய எழுத்தாளர் குகப்ரியையைச் சந்திக்க வரப்போவதாகவும், தன்னை வந்து சந்திக்குமாறும் தேதி, முகவரி, நேரம் இவற்றைக் குறிப்பிட்டு எழுதியிருந்தார். நானும் அந்த முகவரியில் போய் விசாரித்தேன். அங்கு குகப்பிரியை என்று யாருமே இல்லை என்றார்கள். என்றாலும், அம்பை வருவார் என்று, காலை ஒன்பதரை மணிமுதல் பதினோரு மணிவரை காத்துக் கிடந்துவிட்டு மேலமாசி வீதிக்குப் போனேன்.

சுந்தர ராமசாமியைச் சந்தித்து, நாகர்கோவிலில் ஒரு பத்து நாள் போல இருந்துவிட்டுப் பாளையங்கோட்டைக்கு வந்து

சேர்ந்த சில நாள்களில், அம்பையிடமிருந்து ஒரு கடிதம் வந்தது. திருவனந்தபுரத்தில் இருக்கும் ஹெப்ஸிபா ஜேசுதாசனைச் சந்திக்க வேண்டும் என்றும், தன்னைத் திருநெல்வேலி ஜங்ஷனில் நெல்லை எக்ஸ்பிரஸில் சந்திக்குமாறும் கடிதம் எழுதியிருந்தார். பாளையங்கோட்டையில் என் நண்பர் ஒருவரின் குடும்பத்துடன் தங்க ஏற்பாடு செய்திருந்தேன். குறிப்பிட்ட தேதியில் அம்பை ரயிலில் வந்தார். அவருடன் பேசிக்கொண்டே ஜங்ஷன் சுலோசன முதலியார் ஆற்றுப் பாலத்தருகே வந்து சேர்ந்தேன். ஆற்றைப் பார்த்ததும் அம்பை நின்றுவிட்டார். அப்போதுதான் 'எங்கே தங்கறது?' என்று கேட்டார். பாளையங்கோட்டையில் நண்பர் குடும்பத்துடன் தங்கலாம் என்றும், ஆற்றில் குளித்துவிட்டுப் போகலாம் என்பதற்காகத்தான் ஆற்றுக்கு அழைத்து வந்ததாகவும் சொன்னேன். அம்பை வெடவெடத்துவிட்டார்.

'ஆத்திலே குளிக்கிறதாவது? . . . எனக்கு இங்கெல்லாம் குளிச்சுப் பழக்கமில்லே?... வீட்டுக்கே போயிடுவோம்...' என்றார்.

'நாம் தினசரி இதே ஆற்றில்தான் குளிக்கிறோம். இவர் ஏன் இப்படிச் சொல்லுகிறார்?' என்று யோசித்துக்கொண்டே பஸ் ஏற்றி நண்பர் வீட்டுக்கு அழைத்துச் சென்றேன்.

காபியெல்லாம் சாப்பிட்ட பிறகு நண்பர் குமாரிடம், 'ஒங்க ஃப்ரெண்ட் தான் ஆத்துலே குளிக்கிற மாதிரி என்னையும் ஆத்திலே முக்கி எடுத்துடலாம்னு பார்த்தார். நல்லவேளை நான் தப்பிச்சேன் . . .' என்று சொல்லி, நான் ஆற்றங்கரைக்கு அவரை அழைத்துச் சென்றதை விவரித்துச் சிரித்தார். அவருடன் குமாரும் அவர் மனைவியும் விழுந்து விழுந்து சிரித்தார்கள்.

குளித்து, டிபன் எல்லாம் சாப்பிட்டுவிட்டுப் பத்துப் பத்தரை மணி சுமாருக்கு நாகர்கோவிலுக்குப் பஸ் ஏறினோம். அப்போது திருவனந்தபுரம் போக வேண்டுமானால், நாகர்கோவில் சென்றுதான் திருவனந்தபுரம் பஸ்ஸைப் பிடிக்க வேண்டும். நேரடியாகத் திருவனந்தபுரத்துக்குப் பஸ் கிடையாது. திருவனந்தபுரத்தில் ஹெப்ஸிபா ஜேசுதாசன் வீட்டுக்குச் சென்றபோது சாயந்திரம் நாலுமணி இருக்கும். ஆறரை ஏழு மணிவரை ஹெப்ஸிபா ஜேசுதாசனுடன் பேசிக் குறிப்புகள் எடுத்துவிட்டு, திருவனந்தபுரம் பஸ் நிலையத்தில் எட்டேகால் பஸ்ஸைப் பிடித்தோம். திருவனந்தபுரத்திலேயே மழை தூறிக்கொண்டிருந்தது. பஸ்ஸில் நல்ல கூட்டம். இரவு சுந்தர ராமசாமி வீட்டுக்குப் போய்விடலாம் என்று யோசனை சொல்லியிருந்தேன். பஸ் பெருங்கூட்டத்துடன் மலைப்பாதையில்

ஊர்ந்துகொண்டிருந்தது. அரை மணி நேரத்துக்குப் பிறகு நடுவழியில் நின்றுவிட்டது. டிரைவரின் முயற்சிகள் எதுவும் பலனளிக்கவில்லை.

பஸ்ஸினுள்ளே உள்ள விளக்கு வெளிச்சத்தைத் தவிர சுற்றிலும் கருங்கும்மென்றிருந்தது. மழைத்தூறல் வேறு. குளிர். மணி ஒன்பதேகால். எப்போதாவது ஒன்றிரண்டு வாகனங்கள் அங்குமிங்கும் கடந்து சென்றன. அருகில் வீடுகளோ, மனித சஞ்சாரமோ இருப்பதற்கான சிறு அறிகுறிகூட இல்லை. தக்கலை, நாகர்கோவில் செல்லும் பஸ்களைப் பெரும்பாடுபட்டு நிறுத்தி, ஆட்களை கண்டக்டர் ஏற்றி அனுப்பி வைத்துக்கொண்டிருந்தார். எப்படியோ அந்த அந்தகாரத்திலிருந்து தப்பி நாகர்கோவில் வந்தபோது மணி பதினொன்றே கால். நாகர்கோவில் அறவே அடங்கிவிட்டிருந்தது. மழையும் நிற்கவில்லை. இருட்டில் தட்டுத் தடுமாறி சுந்தர ராமசாமி வீட்டுக்கு வந்தோம். வீட்டுக்கு எதிரே உள்ள தெருவில் வந்துகொண்டிருந்தபோதே சுந்தர ராமசாமி வீட்டுத் திண்ணையில் விளக்கெரிந்து கொண்டிருந்தது. யாரோ இரண்டுபேர் பேசிக்கொண்டிருப்பதும் மங்கலாகத் தெரிந்தது.

கேட்டைத் திறந்துகொண்டு உள்ளே நுழைந்த எங்களைப் பார்த்ததுமே, சுந்தர ராமசாமிக்கு ஒரே ஆச்சரியம். அம்பையை அறிமுகம் செய்துவைத்தேன். எங்களைச் சாப்பிட வைத்தார். பேசிக்கொண்டிருந்தோம். மறுநாளே கிளம்பி திருநெல்வேலி வந்தோம். அம்பை சென்னைக்குப் புறப்பட்டு போனார்.

❍ ❍ ❍

நண்பர் ருத்ரையா தனது படமான ‘அவள் அப்படித்தான்’ திரைப்படத்துக்கு அம்பைதான் வசனம் எழுதவேண்டும் என்று நினைத்தார். அதற்காக என்னைப் பெங்களூருக்கும் அனுப்பினார். அப்போது அம்பை, தன் பெற்றோர்களுடன் பெங்களூர் மல்லேஸ்வரத்தில் வசித்து வந்தார். ஆனால், ஏனோ அம்பையால் ‘அவள் அப்படித்தான்’ திரைப்படத்தில் பங்குபெற இயலாது போயிற்று. அந்தக் கதை அவருக்குத் திருப்தி தரவில்லை.

எனக்குத் திருமணமான சில நாள்களிலேயே என் நண்பர்கள் இருவருக்கு அடுத்தடுத்துத் திருமணமாயிற்று. ஒருவர் விக்கிரமாதித்யன், இன்னொருவர் அம்பை. அம்பை, டெல்லியில் பிலிம்ஸ் டிவிஷனின் திரைப்படத் தயாரிப்புகளில் பங்கு பெற்று வந்த விஷ்ணு மாத்தூர் என்ற நண்பரைத் திருமணம் செய்துகொண்டார். தற்போது அம்பை, பம்பாயின் நிரந்தரவாசியாகிவிட்டார்.

எழுத்தாளர்கள், கவிஞர்களில் இரண்டு வகையுண்டு. ஒன்று தங்களுடைய அகவுலகையே படைப்பாக்குபவர்கள். பெரும்பாலான தமிழ் எழுத்தாளர்கள் இந்த வகையினர்தான். இரண்டாவது வகையினர், புற உலகை நெருக்கமாகப் பார்த்து, உள்வாங்கி ஜீரணித்து எழுதுபவர்கள். முதல் வகை எழுத்தாளர்களின் படைப்புகளில் வரும் பாத்திரங்கள், வர்ணனைகள், கதை சொல்லும் பாணி, உலகையும், அனுபவத்தையும் அவர்கள் வாசகனுக்குக் காட்டும் கோணம் எல்லாம் அனேகமாக ஒரே தொனியுடன்தான் இருக்கும். அவர்களது முதல் தொகுப்பின் முதல் சிறுகதைக்கும் கடைசிச் சிறுகதைக்கும் சிறிது வித்தியாசம்கூட இராது. அவர்களது கதைகளைப் படிக்கும் வாசகன், ஒன்றிரண்டு சிறுகதைகளிலேயே, மிகவும் புழங்கிய உலகில் சஞ்சரிப்பவனாக உணரத் தலைப்படுவான்.

அம்பையின் பெரும்பாலான சிறுகதைகளில், ஒரே ஒரு பெண்தான் திரும்பத் திரும்ப விதவிதமான பெயர்களில் தென்படுகிறாள். அவள் ஆண்களினால் துன்புறுத்தப்படுபவளாகவும், ஆண்களின் ஆதிக்கத்தினால் அவதிப்படுபவளாகவுமே இருக்கிறாள். இந்த ஒற்றைப் பெண்தான் பல சிறு கதைகளிலும் உலவுகிறாள். ஆண்களைக் கைப்பாவைகளாக மாற்றியுள்ள பெண்கள் உண்டு. பொறாமை, சுயநலமிக்க பெண்கள் உண்டு. மிக மென்மையான பெண்களும் உண்டு. ஆனால், அம்பையின் சிறுகதைகளில் இவர்கள் வாசகனின் கண்களில் தட்டுப்படுவதே இல்லை.

அம்பையின் முதல் சிறுகதைத் தொகுதி 'சிறகுகள் முறியும்'. 1976ஆம் வருடம் இது வெளிவந்தது. பிறகு 1988இல் 'வீட்டின் மூலையில் ஒரு சமையலறை' என்ற தொகுதி வெளியானது. இத்தொகுப்பில் அம்பை பல்வேறு வடிவ, உத்தி சோதனைகளில் ஈடுபட்டுள்ளார். ஒரு படைப்பாளி சோதனை முயற்சிகளில் ஈடுபட வேண்டும் என்ற அளவில் இத்தொகுப்பு, அதற்குச் சரியான பிரதிநிதித்துவம் தருவதாக உள்ளது. இதேபோல், சமீபத்தில் வெளிவந்துள்ள 'காட்டில் ஒரு மான்' தொகுப்பிலும் வித்தியாச வித்தியாசமான கதை சொல்லும் உத்திகள், வடிவங்கள் கொண்ட சிறுகதைகள் உள்ளன. இத்தொகுப்பிலுள்ள பல சிறுகதைகளில் காடு, மலைகள் போன்ற இயற்கை மீதான ஈர்ப்பு அம்பையிடம் மிகுதியாக உள்ளது. 'அடவி' என்றே ஒரு கதையுள்ளது. ஆனால், இக்கதைகளிலும் ஆண்களால் ஹிம்ஸிக்கப்படும் அதே பெண்கள்தான். அதே ஒற்றைப் பெண். சிறகுகள் முறியும் தொகுதி முதல், முப்பது ஆண்டுகளுக்கு மேலாக, அதே ஒற்றைப் பெண்ணைப் பற்றித்தான் அம்பை எழுதுகிறார்.

இந்தச் சௌகரியமான எழுதும் முறை எழுத்தாளர்களுக்குரியது. ஆனால், இலக்கியகர்த்தா இந்த எழுத்துச் சௌகரியங்களை ஏற்பதில்லை.

அம்பை, தன்னைப் பெண் எழுத்தாளராகக் கருதமாட்டார் என்றே நினைக்கிறேன். எழுத்தாளர்களில், இலக்கியகர்த்தாக்களில் ஆண்களின் எழுத்தாளர், பெண்களின் எழுத்தாளர் என்ற தொகுப்புப் பிரிப்பெல்லாம் இல்லை. எழுத்தாளன் என்பவன் யாருக்கும் வக்கீலல்ல. பல் டாக்டர், இதய டாக்டர் மாதிரி, யாரோ ஒரு பிரிவுக்காக எழுதும் 'ஸ்பெஷலிஸ்ட்' அல்ல. 'ஆண்களால் பெண்கள் கசக்கிப் பிழியப்படுகிறார்கள்' என்ற சௌகரியமான ஒரே கதையை இத்தனை கதைகளிலும் திரும்பத் திரும்பச் சொல்வதால்தான் அவரைப் 'பெண் எழுத்தாளர்' பட்டியலில் சேர்த்து, பெண்களின் வக்கீலாக, பெண் பிரச்னைகளைக் கவனிக்கும் ஸ்பெஷலிஸ்ட்டாக்கி விட்டார்களோ என்று தோன்றுகிறது. இந்த வட்டத்தை விட்டு அம்பை வெளிவரவேண்டும்.

அசோகமித்திரன்

'அசோகமித்திரன்' என்ற பெயர், முதன்முதலாகக் கண்ணில் பட்டபோது, அந்தப் பெயரிலிருந்த நூதனமே என்னைக் கவர்ந்தது. அசோகமித்திரனுடைய பெயரைப் பிரித்துப் படித்தால் அசோகன், மித்திரன் என்ற இரு பெயர்கள் கிடைக்கின்றன. இந்த இரு பெயர்களுமே இந்திய, மரபார்ந்த பெயர்கள்தான். ஆனால், இரண்டும் இணைந்து தோன்றும் பெயரில் ஒரு புதுமை, நூதனம் இருக்கிறது. அமரர் 'புதுமைப்பித்தன்' தன் பெயரிலுள்ள புதுமையைப் பற்றிக் குறிப்பிட்டிருக்கிறார். அவர் காலத்துக்கு அப்பெயர் புதுமையானதுதான்.

அசோகமித்திரனின் முதல் சிறுகதைத் தொகுதி 'வாழ்விலே ஒரு முறை'. அதைக் கல்யாணியின் (வண்ணதாசன்) வீட்டில்தான் பார்த்தேன். அதற்கு முன் அ.மி.யின் சிறுகதையொன்றை, கணையாழியிலோ, கசடதபறவிலோ படித்த நினைவு. கசடதபறவில் வெளிவந்திருந்த 'வாழ்விலே ஒரு முறை' விளம்பரத்தைப் பார்த்து விட்டுப் பணம் அனுப்பி அத்தொகுப்பைக் கல்யாணி வரவழைத்திருக்கக் கூடும்.

புத்திலக்கியம் 'மணிக்கொடி'யிலிருந்து தொடங்குகிறது. புதுமைப்பித்தன், கு.ப.ரா, ந. பிச்சமூர்த்தி, மௌனி, எம்.வி.வி, பி.எஸ். ராமையா என்று பல படைப்பாளிகள் மணிக்கொடியில் எழுதி, நவீன இலக்கியத்துக்கு உரமூட்டினார்கள். பிறகு கிராம ஊழியன், சுதந்திரச் சங்கு, தேனீ,

கலாமோகினி, எழுத்து, சரஸ்வதி, தாமரை, தீபம், நடை, கணையாழி, கசடதபற, அஃக் என்று பல சிற்றிதழ்கள் 1970கள் வரைவந்தன. அசோகமித்திரனும் இந்தப் பாரம்பரியத்தில் வந்தவர்தான். அவர் 1950களிலிருந்தே எழுதி வருகிறார். அவர் எழுத ஆரம்பித்துப் பத்து பதினைந்து ஆண்டுகளுக்குப் பிறகுதான், அவரது கதைகளைப் படிக்க நேர்ந்தது. ஆனால், அவரது கதை சொல்லும் பாணி, சாதாரண வாசகரான என்னையும் கவர்ந்தது என்பதுதான் விசேஷம். என்னை வியக்கவைத்த எழுத்தாளர்களின் பட்டியலில் அவரும் இடம்பிடித்து விட்டார்.

சிறுகதையானாலும் சரி, நாவலானாலும், அல்லது மொழியின் ஆதி இலக்கிய வடிவமான கவிதையானாலும் சரி, எல்லாவற்றுக்கும் இரண்டு அடிப்படையான அம்சங்கள் தேவை. அவை உணர்ச்சிகளும் சம்பவங்களும்தான். இந்த இரண்டையும் விவரிப்பதில்தான் ஒரு படைப்பாளிக்கும் இன்னொரு படைப்பாளிக்கும் இடையே சிறுசிறு வித்தியாசங்கள் ஏற்படுகின்றன. இந்த வித்தியாசம், சம்பந்தப்பட்ட படைப்பாளியின் மொழி ஆளுமையைப் பொறுத்தது. இதை 'நடை' என்றும் குறிப்பிடலாம். இந்த நடை அல்லது விவரிப்பு பாணிதான் ஒரு படைப்பாளியின் தனித்துவத்தை அடையாளப்படுத்துகிறது.

அசோகமித்திரன், ஆதவன், இந்திரா பார்த்தசாரதி (இவரது பெரும்பாலான நாவல்களில்) போன்றோரிடம் ஒரு ஒற்றுமையுள்ளது. மூவரும் தங்களது பெரும்பாலான சிறுகதைகளிலும், நாவல்களிலும் நகர்ப்புற மத்திய தர வர்க்கத்தினரையே பிரதானப்படுத்தியுள்ளனர். இ.பா.வின் நாயக, நாயகியர் சமயங்களில் தங்கள் அதிருப்தியையும் எதிர்ப்புணர்வையும் சற்று வெளிப்படையாகத் தெரிவிக்கின்றனர். ஆனால், ஆதவனும், அசோகமித்திரனும் காட்டும் உலகின் மத்திய தர வர்க்கத்தினர், மௌனமாக அழுதுகொண்டிருப்பவர்கள். சருகுபோல் வாழ்வில் அடித்துச் செல்லப்படுபவர்கள். சதா அலைக்கழிப்புக் குள்ளாகித் தவிக்கும் ஆன்மாக்கள் அவர்கள். அ.மி. 1990களில் எழுதிய சிறுகதைகளில் லேசான நகைச்சுவை தலைகாட்டுகிறது. ஆனால், சதவிகிதக் கணக்கிட்டுப் பார்த்தால் அ.மி.யின் பெரும்பாலான படைப்புகளில் அடிநாதமாக ஒலிப்பது, வாழ்வின் மாளாத சோகமே.

அசோகமித்திரனின் கதைகளைப் படிக்கும்போது பழைய கருப்பு–வெள்ளைக் குடும்பப் புகைப்படங்களைப் பார்க்கும் உணர்வே ஏற்படுகிறது. (காஃப்கா, மௌனி போன்றோரின் படைப்புகளைப் படிக்கும்போதும் இந்த உணர்வுதான் ஏற்படுகிறது) அவரது சிறுகதைகளிலும் நாவல்களிலும் விவரிக்கப்படும்

தெருக்கள், வீடுகள் எல்லாம் ரகுராயின் புகைப்படங்களை ஞாபகப்படுத்துகின்றன. உறைந்துபோன ஒரு துயரார்ந்த உலகம் அவரது 'வாழ்விலே ஒருமுறை', 'இன்னும் சில நாள்கள்', 'காலமும் ஐந்து குழந்தைகளும்', 'அப்பாவும் பிள்ளையும்' முதலான சிறுகதைத் தொகுப்புகளிலும், அவரது அமர சிருஷ்டிககளான கரைந்த நிழல்கள், தண்ணீர் ஆகிய நாவல்களிலும் தென்படுகின்றன. அ.மி.யின் '18வது அட்சக்கோடு'தான் அவரது சிறந்த நாவல் என்பார்கள். ஆனால், என்னைப் பொறுத்தவரை அவரது 'கரைந்த நிழல்'களும் 'தண்ணீ'ரும்தான் அவரது ஒப்பற்ற –ஏன், நவீன தமிழ் இலக்கியத்திலேயே ஒப்பற்ற – அமர சிருஷ்டிகள் என்பேன். இந்த இரண்டு நாவல்களையும்போல், இப்போது அவரால்கூட எழுத முடியாது என்று தோன்றுகிறது. எனக்குத் தெரிந்த வரை உலக இலக்கியத்தில் குறிப்பாக ஐரோப்பிய, லத்தீன் அமெரிக்க இலக்கியத்தில்தான் இதுபோன்ற படைப்புகள் தென்படுகின்றன. ரஷ்ய இலக்கியத்தில் இதுபோல் கதை சொல்பவர்கள் குப்ரினும், செகாவும்.

அ.மி. போல் இவ்வளவு இறுக்கமாக உணர்ச்சிகளையும் சம்பவங்களையும் பின்னிக் கதை எழுதும் படைப்பாளி, வேறு எந்த இந்திய மொழியிலாவது இருக்கிறாரா என்று தெரியவில்லை. இருக்கச் சாத்தியமில்லை என்றே என் உள்ளுணர்வு கூறுகிறது. அவரது உண்மை வேட்கை, முனீரின் ஸ்பானர்கள் போன்ற சிறுகதைகளை அவரைத் தவிர வேறு யாராலும் எழுதவே முடியாது. இவ்விரு சிறுகதைகளிலும் நாம் எதிர்கொள்ளும் உணர்வு, இந்த உலகு நிஜமா அல்லது ஒரு கனவுத் தோற்றமா என்பதே. 'உறுதியற்ற, நிச்சயமற்ற உலகில், எல்லாம் ஸ்திரமானது என்று எண்ணி வாழ்கிறோம்' என்ற போதத்தை இக்கதைகள் தருகின்றன. மௌனி தனது பல சிறுகதைகளிலும், ஒரு அரூபத்தன்மையுடன் உணர்த்திய இதே விஷயத்தை அசோகமித்திரன் சற்றுப் பளிச்சென்று தெரியும்படி உணர்த்துகிறார். இதே அம்சம், அவரது 'கரைந்த நிழல்கள்' நாவலில், அபாரமான கலை வீச்சுடன் வெளிப்பட்டிருக்கிறது. இந்த பாஷையும், இந்தத் தேசமும் பெருமை கொள்ளத்தக்க இலக்கியகர்த்தா அசோகமித்திரன். பல எழுத்தாளர்களின் எழுத்தின் மீதான ஆரம்பகால வியப்பு, பின்னால் படித்துப் பார்த்தபோது காணாமல் போயிருக்கிறது. ஆனால், அ.மி.யின் எழுத்தின் மீதான வியப்பு இன்னும் மாறாமலிக்கிறது.

❍ ❍ ❍

நம் மனங்கவர்ந்தவர்களைப் பார்க்க நினைப்பது மனித இயல்பு. ஒரு லட்சிய நிலையில் நின்று, உயர்ந்தவர் தாழ்ந்தவர்

இல்லையென்றோ, எல்லோரும் சமம் என்றோ விவாதிக்கலாம். ஆனால், யதார்த்தத்தில், நடைமுறையில் வித்தியாசங்கள் இருக்கத்தான் செய்கின்றன. உயர் பதவிகள், கடைநிலைப்பதவிகள் என்று இருக்கத்தான் செய்கின்றன. அதுபோல், மிகச்சிறந்த எழுத்தாளர்கள் என்று சிலர் இருக்கத்தான் செய்கின்றனர். அவர்களது படைப்புகளை பாமரர்கள் அல்லது குறைவான அழகுணர்ச்சியும் (மனதளவில்தான்), அவ்வளவு நுட்பமில்லாத மனதும் உடையவர்களால் ரசிக்க இயலாமலிருக்கலாம். ஏகோபித்த வாசகர்களால் படிக்க முடியவில்லை என்பதால், அவர்கள் எழுத்து பிரபலமடையாமல் இருக்கலாம்.

தாகூரையும் ஏறத்தாழ அவரது சமகாலத்தில் வாழ்ந்த சரத்சந்திரரையும் பற்றிக் குறிப்பிடும்போது, தாகூரை 'எழுத்தாளர் களின் எழுத்தாளர்' என்பார்கள். சரத்சந்திரர் சற்று ஜனரஞ்சகமான எழுத்தாளர். தாகூரின் நுட்பமும், செறிவும், விவேகமும் சரத்சந்திரரின் எழுத்தில் இல்லைதான். தாகூர் வியக்க வைக்கிறார். சரத்பாபு அப்படியல்ல. அது போன்று, வியக்க வைத்தவர் அசோகமித்திரன்.

நான் அசோகமித்திரனைப் படிக்கத் தொடங்கிய காலத்தில், பிரபல விமர்சகரான வெங்கட் சாமிநாதன். ஒரு கட்டுரையில் காரசாரமாக அசோகமித்திரனை 'கதை எழுதும் தொழிலாளி' என்றோ 'கதைத் தொழிலாளி' என்றோ விமர்சித்தது ஞாபகத்துக்கு வருகிறது. வெ.சா.வின் அளவுகோல்களின்படி அசோகமித்திரனின் எழுத்து இலக்கியமற்றதாக இருக்கலாம். ஆனால், அவ்வளவு கடுமையான விமர்சனத்தைப் படித்த பின்பும் அசோகமித்திரனின் கதைகள் என்னை ஈர்த்தன. இன்றும் படிக்கத் தூண்டுகின்றன. இதுதான் அசோகமித்திரன் எழுத்தின் விசேஷம்.

1973 ஜூனில் சென்னை வந்தபிறகு எனக்கு மனப்பாடமாகி யிருந்த அவரது தி. நகர் தாமோதர ரெட்டி தெரு முகவரிக்கு விக்ரமாதித்யனுடன்தான் முதன்முதலில் சென்றேன். 'தாமரை'யில் வெளிவந்திருந்த என்னுடைய யுகதர்மம், மயான காண்டம் முதலான சிறுகதைகளை அவர் படித்திருக்கிறார். எங்களை வீட்டின் முன்வராந்தாவில் உட்கார வைத்துவிட்டு அவர் என்னிடம், 'தாமரை கதைகளைப் படிச்சப்போ, நீங்க வயசானவரா இருப்பீங்கன்னு நெனைச்சேன்' என்றார்.

அப்போது இலக்கியச் சிந்தனைக் கூட்டங்களுக்கு அசோகமித்திரன் தவறாது வருவார். (இலக்கியச் சிந்தனைக் கூட்டங்களைப் பற்றி ஏற்கெனவே தி.க.சி. பற்றிய கட்டுரையில்

குறிப்பிட்டிருக்கிறேன்.) எல்டாம்ஸ் ரோட்டிலுள்ள கிறிஸ்தவக் கலைத்தொடர்பு நிலையத்தின் அந்த ஹால் நிரம்பி வழியும். சுப்பிரமணிய ராஜு, பாலகுமாரன், மாலன், இந்துமதி போன்ற இளந்தலை முறையினர் முதல் சிட்டி, சிவபாத சுந்தரம், தி.க.சி., கலைஞன் மாசிலாமணி, அசோகமித்திரன் போன்ற மூத்த தலைமுறை வரை தவறாது இலக்கியச் சிந்தனையின் மாதாந்திரக் கூட்டங்களில் கலந்துகொள்வார்கள். அதுபோன்று தொடர்ந்து இலக்கிய ஆர்வலர்களைக் கவர்ந்த இலக்கிய அமைப்புகளை விரல்விட்டு எண்ணிவிடலாம். இன்று, நாற்பது வருடங்களுக்குப் பிறகு அந்த நாள்களை நினைக்கும்போது, ஆற்றாமையாகவும், ஏக்கமாகவும் இருக்கிறது.

அ.மி.யின் அந்தத் தாமோதர ரெட்டித் தெரு வீடு பழங்காலத்து வீடுதான். வீட்டின் பின்புறம் வாடகைக்கு விடப்பட்டிருக்க வேண்டும். மாடிக்குச் செல்லும் மாடிப்படி அந்த அழிக்கம்பிகளிடப்பட்ட வராந்தாவுக்குள்ளேயே இருந்தது. அசோகமித்திரனுடன் அவரது சுகவீனமான தமக்கை ஒருவரும் இருந்தார். அப்போது அவர் வீட்டில், தொலைபேசி போன்ற நவீன வசதி எதுவும் கிடையாது.

நான் திடீரென்று நினைத்தபோதெல்லாம் அவர் வீட்டுக்குச் சென்று விடுவேன். சமயங்களில் சட்டையில்லாமல் வெற்றுடம்புடனே வந்து, முகம் சுளிக்காமல் பேசிக்கொண்டிருப்பார். அவர் சகோதரிக்கு மிகவும் அசௌகரியமாக இருந்தால், உள்ளேயிருந்து வரும்போதே 'மெதுவாகப் பேசுவோம்' என்று சைகை செய்துகொண்டு வந்து உட்காருவார்.

'சோதனை'யில் வெளியிடுவதற்காக விக்ரமாதித்யன் அவரிடமிருந்து பெற்றுச் சென்ற சிறுகதை, எப்படியோ தொலைந்து போய்விட்டது. அ.மி.யிடம் அதன் பிரதியும் இல்லை. அந்த தர்ம சங்கடத்தை அவர் எதிர்கொண்டவிதம், மிகப் பக்குவமடைந்த மனிதர் அவர் என்பதைக் காட்டிற்று. அவரது சிறுகதையைக் காணாமல் போக்கடித்து விட்டோமே என்ற வருத்தம், நம்பிராஜனுக்கு நீண்டகாலமிருந்தது. நான் சென்னை வந்த சில நாள்களிலேயே அ.மி. அயோவா பல்கலைக்கழகத்தின் அழைப்பின் பேரில் புறப்பட்டுச் சென்றார். இரண்டு மாதமோ என்னவோ அயோவா பல்கலைக்கழகத்தில் தங்கி பயிற்சி முகாமில் கலந்துகொண்டார். அவரை மீனம்பாக்கம் விமான நிலையத்திற்கு வழியனுப்பச் சென்றவர்கள் நான், நம்பிராஜன், இந்துமதி. ராஜுவும் வந்திருந்த ஞாபகம். திரும்பி வந்தபிறகு, தி.க.சி. அவருக்குச் சிறு தேநீர் விருந்தளித்தார்கள். அதில் நானும் கலந்துகொண்டேன்.

அசோகமித்திரனிடம் ஒரு சைக்கிள் இருந்தது. நான் பஸ்ஸில் செல்லும்போது, அவர் சைக்கிளைக் குனிந்து மிதித்துச் செல்வதைப் பலமுறை பார்த்திருக்கிறேன். கணையாழி அப்போது சுதேசமித்திரன் அச்சகத்தில் அச்சிடப்பட்டது. சிறிதுகாலம் கணையாழியின் பிரசுரகர்த்தர்களாக இன்றைய மத்திய நிதியமைச்சர் ப. சிதம்பமும் அவர் சகோதரர் லெட்சுமணனும் இருந்திருக்கிறார்கள். அந்நாளில் கணையாழியைப் பொறுப்பாகக் கவனித்துக்கொண்டவர் அசோகமித்திரன்.

என் நண்பரும் இயக்குனருமான ருத்ரையாவுக்கு இலக்கியத்தின் பேரிலும், எழுத்தாளர்களின் பேரிலும் மிகுந்த மரியாதை உண்டு. திரைக்கதை வசனம் சம்பந்தமாக அம்பையை அவர் அணுகியது போல், அசோகமித்திரன், சுப்பிரமணிய ராஜுவையும்கூட அணுகினார். அசோகமித்திரன் திரையுலகின் நெளிவு சுளிவுகளை ஜெமினியிலிருந்த காலத்திலிருந்தே அறிந்தவராக இருந்ததாலோ என்னவோ, திரைப்படக் கதை விவாதங்களில் அவருக்கு ஈடுபாடு இல்லாமல் இருந்தது. என்றாலும், இளைஞர்கள் வித்தியாசமான படத்தை எடுக்க முயற்சிப்பவர்கள் என்ற அளவில் தன்னாலியன்றவரை ஒத்துழைத்தார். ‘அவள் அப்படித்தான்’ படபூஜை ஏ.வி.எம். ரிக்கார்டிங் தியேட்டரில் நடந்தபோது, பூஜைக்கு வந்திருந்தார்.

என் குடும்பம் மிகவும் பின்தங்கிய நிலையிலிருந்தது பற்றி மிகுந்த அக்கறையுடன் விசாரிப்பார். எப்போது பார்த்தாலும் ‘அம்மா எப்படியிருக்கா?’ என்று கேட்கத் தவறமாட்டார். அத்தனைக்கும் அவர் என் அம்மாவைப் பார்த்ததுகூட இல்லை. அவர் புதல்வர்களின் திருமணங்களுக்கெல்லாம், நான் எத்தனையோ வீடுகள் மாறியபோதும் தவறாமல் அழைப்பிதழ் களை அனுப்பியிருக்கிறார். அவர் மனத்தளவில், அவரது குடும்ப உறுப்பினர்களில் நானும் ஒருவனாக இருந்திருக்க வேண்டும் என்றே படுகிறது. தாமோதர ரெட்டித் தெரு வீட்டிலிருந்தபோது பல தடவை அவர் வீட்டில் சாப்பிட்டிருக்கிறேன். அவரைச் போலவே அவர் மனைவியும் மிகுந்த வாஞ்சையுள்ளவர். அவ்வளவு கஷ்டத்திலும் குடும்பத்தை முகம் சுளிக்காமல் நடத்திச் சென்ற அபூர்வமான பெண்மணி அவர்.

அ.மி. யாரையும் கடுமையாக விமர்சித்து நான் பார்த்ததோ, கேள்விப் பட்டதோ இல்லை. மறைந்த ஜி. நாகராஜன் அவரது நண்பர்களில் ஒருவர். அவரது நிலைகுறித்துப் பலமுறை அசோகமித்திரன் மனம் கலங்கியிருக்கிறார்.

பேசிக்கொண்டிருக்கும்போதே விஷயத்தின் அடிப்படையைச் சட்டென்று பிடித்துவிடுவார். மனஅழுத்த நோய் மிக மோசமாக

இருந்த காலத்தில் அவரை ஒரு தடவை சந்தித்தேன். ஒரு கணத்தில் என் மன நிலையைப் புரிந்துகொண்டு, 'இந்த வேலை, இந்த வாழ்க்கை இதெல்லாம் எதுக்குன்னு தோணறதா?' என்று கேட்டதும், நான் அவர் கையை அப்படியே பற்றிக்கொண்டு விட்டேன்.

நங்கநல்லூருக்கு குடிபெயர்ந்த பிறகு எங்கள் சந்திப்பு மிகவும் அருகிவிட்டது. காலச்சுவடு பத்திரிகையை சுந்தர ராமசாமியின் புதல்வரான கண்ணன் பொறுப்பேற்று நடத்தத் தொடங்கியதும் கண்ணன், இல்லஸ்ட்ரேட் வீக்லியில் அசோகமித்திரன் எழுதியிருந்த, ஜெமினி ஸ்டூடியோ அனுபவத்தைத் தமிழில் மொழிபெயர்த்துத்தர என்னை அணுகினார். கண்ணனுடனும் சேலம் நண்பர் ரவி (குவளைக் கண்ணன்)யுடனும் தாமோதர ரெட்டித் தெரு வீட்டுக்குச் சென்றிருந்தோம். அவரது பழைய வீடு இடிக்கப்பட்டு அடுக்குமாடிக் கட்டட வேலை நடந்து கொண்டிருந்தது. அந்தப் பழைய குடியிருப்புக்கு, எதிரே மாடியில் தற்காலிக ஜாகை வைத்துக்கொண்டிருந்தார். சுபமங்களாவில் பணிபுரிந்தபோது திருப்பூர் தமிழ்ச்சங்கம் அளிக்கும் இலக்கியப் பரிசுகளுக்கு நடுவர்களாக அவருடன் நானும் திலகவதியும் இருக்க நேர்ந்தது. ஒருநாள் மாலை அ.மி.யின் வீட்டில் மூவரும் கூடிப்பேசினோம். அப்போது மிகுந்த பலவீனமாக இருந்தார். அந்த நிலையிலும் அவர் உற்சாகமாகப் பேசினார். திலகவதிதான் எங்கள் இருவரது பெயர்களையும் நடுவர்களாகச் சிபாரிசு செய்திருக்க வேண்டும் என்று நினைக்கிறேன்.

இப்போது அவர் வேளச்சேரியில் குடியிருக்கிறார். வேளச்சேரி சென்ற பிறகு ஒரே ஒருமுறை, சேத்துப்பட்டில் தி. ஜானகிராமனைப் பற்றி நடந்த கருத்தரங்கில் பார்த்தது. மிகவும் நலிவுற்ற உடம்புடனிருந்தார். ஆனால் மனத்தில் உற்சாகத்துக்குக் குறைவில்லை. அவரையும் அவரது எழுத்தையும் பற்றி நினைக்கும் போது, அவரது வாழ்வுக்கும் எழுத்துக்கும் இடைவெளியில்லாமல் இருப்பதுதான் சட்டென்று ஞாபகத்துக்கு வருகிறது.

‘தீபம்’ நா. பார்த்தசாரதி

இக்கட்டுரைத் தொடரில், ஒன்றிரண்டு இடங்களில், போகிற போக்கில், ‘முத்துக்கிருஷ்ணன்’ என்ற நண்பரைப் பற்றிச் சொல்லியிருப்பேன். அவர் அக்காலப் புகுமுக (பியூசி – ஃப்ரீ யூனிர்வஸிட்டி கோர்ஸ்) வகுப்பில் படித்துக்கொண்டிருந்தபோது, நான் எட்டாவது படிவம் படித்துக்கொண்டிருந்தேன். அவரும் ஒரு வாசகர். நிறைய நாவல்கள் படிப்பார். வி.ஸ. காண்டேகரின் அபிமான வாசகர். அவரது நோட்டுப் புத்தகங்களின் முதல் பக்கத்தில், காண்டேகரின் நாவல்களிலிருந்து அவருக்கு விருப்பமான பகுதிகளை எழுதி வைத்திருப்பார்.

ஒரு நாற்பத்தைந்து வருடங்கள் பின்னோக்கிச் செல்ல வேண்டும். ஐம்பது வருடங்கள்கூட இருக்கலாம். அப்போது திருமணங்களில் மணமக்களுக்குப் புத்தகங்களை அன்பளிப்பாக வழங்குகிற வழக்கம் இருந்தது. தி.மு.கழக அபிமானிகள், சி.என். அண்ணாதுரையின் நூல்களை அன்பளிப்பாக வழங்குவார்கள். கட்சி சார்பில்லாதவர்கள் பெரும்பாலும் மு.வ. என்ற மு. வரதராசனின் அன்னைக்கு, தம்பிக்கு, கள்ளோ காவியமோ, கரித்துண்டு போன்ற நூல்களை அன்பளிப்பாக வழங்குவார்கள். அதேபோல், அப்துற் றஹிமின் வாழ்க்கை வழிகாட்டி நூல்கள் அன்பளிப்பாக வழங்கப்பட்டதும் ஞாபகத்துக்கு வருகிறது.

மு.வ., வி.ஸ. காண்டேகரின் பாணியில் எழுதியவர். காண்டேகரின் எழுத்துக்கள் பெரும்பாலும் கலைமகளில் வெளிவந்தன. கா.ஸ்ரீ.ஸ்ரீ. தான் காண்டேகரின் நூல்களை அம்பாரமாக மொழிபெயர்த்துக் குவித்தவர். வேறு எந்தப் பிறமொழி ஆசிரியருக்கும் இவ்வளவு ஏராளமான நாவல்கள் (அனேகமாக எல்லா நாவல்களும் என்று கருதுகிறேன்) ஒரே மொழிபெயர்ப்பாளரால் மொழிபெயர்க்கப் பட்டிராது என்றே தோன்றுகிறது. காண்டேகருக்கு எவ்வளவு மதிப்பு உண்டோ அவ்வளவு மதிப்பு தமிழில் கா.ஸ்ரீ.ஸ்ரீ.க்கும் உண்டு. காண்டேகரின் கிரௌஞ்ச வதம், கருகிய மொட்டு முதலான பல நாவல்களின் கதாநாயகர்கள், லட்சியவாதிகளாகவும், சமூக சீர்திருத்தத்தில் அக்கறை கொண்டவர்களாகவும் இருப்பார்கள். இந்தச் சமூக சீர்திருத்த நாட்டமிக்க கதாநாயகர்களின் 'கதாபாத்திர வேர்' பதினேழு, பதினெட்டாம் நூற்றாண்டு இந்தியாவிலிருந்து வருகிறது. ராஜாராம் மோகன் ராய் முதல் காந்தி, காங்கிரஸின் சமூக சீர்திருத்த நடவடிக்கைகள் வரை அது ஊடாடி நிற்கிறது. சமூகத்தில் நடந்த இரண்டு மூன்று நூற்றாண்டு கால மாற்றங்களைத்தான் காண்டேகர், அவருக்கு முந்தைய காலத்தைச் சேர்ந்த பிரேம் சந்த், பக்கிம் சந்திரர் போன்றோரின் கதாநாயகர்கள் பிரதிபலிக்கின்றனர்.

சுதந்திரத்துக்கு முந்தைய இந்தியாவிலேயே லட்சியத்தைப் பிரதிபலிக்காத யதார்த்தமான உலகியல் கதாநாயகர்களைப் பல இந்திய மொழிகளில் படைத்துக் காட்டிவிட்டனர். என்றாலும், இந்த லட்சியாவேச அலையே வெகுஜன ரசனையின் கவனத்தைத் தன்பால் பெரிதும் ஈர்த்தது. இந்த லட்சிய அலை ஆகஸ்ட் 1947 உடன் அப்படியே ஓய்ந்து விடவில்லை. அந்த அலையின் மெலிந்த வீச்சு சுதந்திரத்துக்குப் பின்பும் லேசாக ஒழுகிக் கொண்டுதானிருந்தது. 1960–கள் வரை இந்த ஒழுக்கு இருந்தது. காண்டேகரைப் போலவே தமிழில் மு.வ. கடுந்தமிழ் நடையில் லட்சியவாதிகளைச் சித்திரித்தார். அவரது பண்டித நடை தவிர்த்த சற்று லகுவான, ஜனரஞ்சகமான லட்சியக் கதாநாயகர்களை அகிலனும், நா. பார்த்தசாரதியும் சுதந்திர பாரதத்தில் சித்திரித்தனர்.

நா. பார்த்தசாரதி 'மணிவண்ணன்' என்ற புனைபெயரில் கல்கியில் எழுதிய 'குறிஞ்சி மலர்' என்ற தொடர் நாவல் இந்த வகையைச் சேர்ந்ததுதான். மிகப் பிரபலமான, லட்சோப லட்சம் தமிழ் வாசகர்களைக் கவர்ந்த நாவல் 'குறிஞ்சி மலர்'. அநேகமாக 1950களின் இறுதியில் வெளிவந்த தில்லானா மோகனாம்பாள்,

அகிலனின் ‘பாவை விளக்கை’ அடுத்து, மிகப் பிரபலமான தொடர் ‘குறிஞ்சிமலர்’ராகத்தான் இருக்கும்.

குறிஞ்சி மலரின் அமோகமான வெற்றிக்குப் பிறகு, நா. பார்த்தசாரதி, தான் பார்த்து வந்த தமிழாசிரியர் வேலையை விட்டுவிட்டு கல்கியில் சேர்ந்ததோ, சிறிது காலத்துக்குப் பின் கல்கியிலிருந்து அவர் வெளியேறியதோ தமிழ் வாசகர்களுக்குத் தெரியவே தெரியாது. ஏனென்றால், அன்றைய பத்திரிகைச் சூழலில் நா.பா. போன்ற ஒரு உதவியாசிரியர் பத்திரிகையிலிருந்து விலகியதெல்லாம் பெரிய செய்தியல்ல. அரசியல் சினிமா பிரமுகர்களைப் பற்றிய செய்திகளே ‘போனால் போகிறது’ என்ற அளவில்தான் பேருக்குச் சில பக்கங்களில் அனுமதிக்கப்பட்டன என்கிறபோது, ஒரு பிரபலமான கதாசிரியர் ஒரு பத்திரிகையில் சேர்ந்ததோ அல்லது விலகியதோ எப்படிச் செய்தியாகிவிட முடியும்?

அன்று கோயமுத்தூரிலிருந்து வெளிவந்த ‘புதிய தலைமுறை’ என்ற பத்திரிகை முத்துக்கிருஷ்ணனுக்கு ஒரு நண்பர் மூலம் கிடைத்தது. அந்தப் பத்திரிகையின் ஒரு இதழில் நா.பா. கல்கியிலிருந்து விலகிய செய்தி பற்றி லட்சிய ஆவேசத்துடன் எழுதப்பட்டிருந்த கட்டுரையை முத்துக்கிருஷ்ணன் என்னிடம் காட்டினார். அதைப் படித்தபோது எனக்கு வருத்தமாக இருந்தது. குறிஞ்சிமலர் கதாநாயகன் அரவிந்தன் கஷ்டப்படுவதுபோல் அதன் ஆசிரியர் மணிவண்ணன் என்ற நா. பார்த்தசாரதியும் கஷ்டப்படுகிறாரே என்ற பச்சாதாப உணர்வு ஏற்பட்டது.

அப்போதுதான் எங்கள் பாளையங்கோட்டையைச் சேர்ந்த ர.சு. நல்லபெருமாளின் தொடர்கதையொன்று கல்கியில் வெளிவர ஆரம்பித்தது என்று நினைக்கிறேன். ர.சு. நல்லபெருமாள் ஒரு அட்வகேட். அவரது வீடு பாளையங்கோட்டை மேடை போலீஸ் ஸ்டேஷனருகே இருந்தது. அந்த வீட்டுக்கு எதிர்வீட்டில்தான் முத்துக்கிருஷ்ணன் சித்தப்பா வீடு இருந்தது. ‘ர.சு. நல்லபெருமாள் பி.ஏ.,பி.எல், அட்வகேட்’ என்ற போர்டைக் காட்டி ‘பார்த்தியா, இந்த நல்லபெருமாள்தான் கல்கியில் எழுதுகிறார்’ என்று முத்துக்கிருஷ்ணன் பெருமையாகச் சொல்வார். நல்லபெருமாள் தென்படுகிறாரா என்று, அந்த வீட்டுப் பக்கம் செல்லும் போதெல்லாம் அங்குமிங்குமாக இரண்டு மூன்று தடவை நடந்து பார்ப்பேன். சமயங்களில் வீட்டின் வாசலில், பளிச்சென்று வெள்ளை வேட்டியும் சட்டையும் அணிந்த, சிவந்த நிறமுள்ள அறுபது வயது மதிக்கத்தக்க ஒருவர் நின்று கொண்டிருப்பார்.

அவர்தான் நல்லபெருமாள் என்று, நிஜ நல்லபெருமாளைப் பார்க்கும்வரை நம்பிக்கொண்டிருந்தேன். நிஜ நல்லபெருமாளை அறிமுகம் செய்ய நேர்ந்தது 1969இல்தான். லேசாக வெண்ணிற ஆடை மூர்த்தியை நினைவுபடுத்தும் முகத்தோற்றமுள்ள அவர், குட்டையாக இருந்தார்.

நா. பார்த்தசாரதி கல்கியை விட்டு வெளிவந்த ஒன்றிரண்டு மாதங்களிலேயே அவரது குறிஞ்சி மலரின் அதே சத்திய ஆவேசத்தோடு 'தீபம்' வெளிவந்தது. சித்திரை மாதப் பிறப்பன்று தீபம் வெளிவந்தது. நா.பா.வின் அபிமான வாசகரான முத்துக்கிருஷ்ணன்தான் தீபத்தை வாங்கிப் படித்துவிட்டு, என்னிடம் கொடுத்தார். முத்துக்கிருஷ்ணனுக்கு 'தீபம்' ரொம்பப் பிடித்திருந்தது. எனக்கும் பிடித்திருந்தது.

தொடர்கதைக்கும் நாவலுக்குமுள்ள வித்தியாசம் தெரியாமல் பத்திரிகையுலகில், தொடர் கதைகளை 'நாவல்' என்றே சொல்லும் பழக்கம் உள்ளது. தொடர்கதையாசிரியர்களையும் 'நாவலாசிரியர்' என்கிறார்கள். என் கணிப்பில் நா.பா. பல புகழ்பெற்ற தொடர்களை எழுதிய தொடர் கதையாசிரியர். அதே சமயம் அவர் 'பிறந்தமண்' போன்ற ஒரு சில நீண்ட கதை களை நாவலாகவும் எழுத முயற்சித்துள்ளார். அவர் கல்கியில் சேர்ந்த பிறகு, ஒரு நல்ல பத்திரிகையாளராகவும் உருவானார். தொடர்கதை, பத்திரிகை இரண்டிலும் அவர் தனக்கென்று ஒரு பாணியையும், இடத்தையும் உருவாக்கிக் கொண்டுள்ளார்.

கல்கி, தேவன், அநுத்தமா, லஷ்மி தலைமுறைக்குப் பிறகு 1950களில் உருவான தொடர்கதையாசிரியர்களில் கொத்தமங்கலம் சுப்பு (கலைமணி), மீ.ப. சோமு, அகிலன் போன்றவர்கள் முக்கியமானவர்கள். பி.எம்.கண்ணன், எல்லார்வி போன்றவர்களையும் இந்த வரிசையில் சேர்த்துக்கொள்ளலாம். ஆனால், கல்கியைப்போல் சமூகத் தொடரும் சரித்திரத் தொடரும் எழுதும் திறமை மீ.ப. சோமு, அகிலன், நா. பார்த்தசாரதி போன்ற சிலருக்கே இருந்தது. நா.பா.வின் 'சமுதாய வீதி' என்ற நாவலுக்கு சாகித்ய அகாடமி விருது தரப்பட்டது. அவரது சமுதாய வீதி உள்பட, கங்கை இன்னும் வற்றிடவில்லை, ஆத்மாவின் ராகங்கள் போன்ற பல தொடர்களில் வி.ஸ. காண்டேகர், மு.வ.வின் படைப்புகளில் உள்ளதுபோல் லட்சிய புருஷர்கள், ஓரளவு யதார்த்தப் பின்னணியில் சித்திரிக்கப் பட்டிருக்கிறார்கள். இந்த கற்பனாவாத யதார்த்தம் காண்டேகரிடமும் அவரது அடியொற்றி எழுதிய மு.வ. விடமும் அறவே இல்லை. இது நா.பா.விடமுள்ள ஒரு நல்ல அம்சம்.

சுதந்திரத்துக்குப் பின் தோன்றிய ஆரம்பகால இலக்கியப் பத்திரிகைகளில் சரஸ்வதி, தாமரை, எழுத்து மூன்றும் முக்கியமானவை. மூன்றிலும் 'எழுத்து' மிகக் கனமான விஷயங் களுடன் வெளிவந்த இலக்கியப் பத்திரிகை. ஆனால், தீவிரமான இலக்கியப் பத்திரிகை, வெகுஜன ரசனைக்குரிய பத்திரிகை இரண்டுக்கும் இடையே ஒரு நடுவாந்திரமான, மிடில் மேகஸினாக இருந்தது 'சரஸ்வதி' என்று தோன்றுகிறது. நா.பா.வின் தீபமும் ஒரு சரியான மிடில் மேகஸின்தான். மிடில் மேகஸின்தான் வாசகனுக்குரிய சரியான பத்திரிகை என்பது என் அபிப்பிராயம். ஆனால், உலகம் வெகுஜனப் பத்திரிகைகளுக்கே விழுந்து விழுந்து ஆதரவு தருகிறது என்பது நடைமுறை யதார்த்தம்.

இன்று பல இலக்கியப் பத்திரிகைகளில் எழுத்தாளர்களின் பேட்டிகள் பல பக்கங்களுக்குப் பிரசுரிக்கப்படுகின்றன. சரஸ்வதி, தாமரை போன்ற பத்திரிகைகளில் சில எழுத்தாளர்களின் பேட்டிகள் வந்ததாக நினைவு. தீபம் எழுத்தாளர்கள் பேட்டிக்கு முக்கியம் தந்தது. இலக்கியக் கட்டுரைகள், சர்ச்சைகள் சிலவும் தீபத்தில் இடம்பெற்றுள்ளன. இதழ்தோறும் தரமான பல சிறுகதைகள் தீபத்தில் வெளிவந்தன. நீல. பத்மநாபனின் 'பைல்கள்', 'மின் உலகம்' என்ற இரு நீண்ட குறுநாவல்கள், அசோகமித்திரனின் 'கரைந்த நிழல்கள்' என்ற அருமையான நாவல், ஆதவனின் புகழ்பெற்ற 'காகித மலர்கள்' போன்ற நாவல்களெல்லாம் தீபத்தில் வெளிவந்தன. தீபம், 60களிலும் 70களின் தொடக்கத்திலும் மாதந்தோறும் அருமையான குறுநாவல்களைப் பிரசுரித்தது. இது மிக முக்கியமான சாதனை என்றே சொல்வேன். 'குறுநாவல்' என்ற வடிவத்துக்கு தீபம் செய்த குறிப்பிடத்தக்க பங்களிப்பு இது.

அப்புறம் ஆரவாரமில்லாமல் ஒரு மிகப்பெரிய இலக்கியச் சாதனையும் தீபத்தில் நடந்தது. அது, அமரர் பி.எஸ். ராமையா எழுதிய 'மணிக்கொடி காலம்' என்ற தொடர்தான். ஒரு இலக்கியப் பத்திரிகையின் சரித்திரத்தினூடாக, அக்கால கட்டத்தில் வாழ்ந்த படைப்பாளிகளைப் பற்றியும், இலக்கிய நிகழ்வுகள் பற்றியும் ராமையா அபாரமாக எழுதினார். இதுபோன்று இலக்கியச் சரித்திரத்தைச் சொல்லும் வடிவம் வேறு எந்த மொழிகளிலும் கையாளப்பட்டுள்ளதா என்று தெரியவில்லை. தமிழைப் பொறுத்தவரை இது மிக நூதனமான, வெற்றிகரமான முயற்சி. இதைப்போல் பிறகு வல்லிக்கண்ணன் எழுத்துக்காலம், புதுக்கவிதைகளின் தோற்றமும் வளர்ச்சியும் ஆகிய இரு இலக்கியக் கட்டுரைத் தொடர்களை எழுதினார். இவையெல்லாம் தீபத்தின் சாதனைகளே.

புதுமைப்பித்தனைப் போல் நா.பா. 'செங்குளம் வீரசிங்கக் கவிராயர்' என்ற புனைபெயரில், அருமையான, இலக்கியத் தன்மை வாய்ந்த நையாண்டிக் கவிதைகளைத் தீபத்தில் எழுதினார். கலாப்ரியா அப்போது தீபத்தில் எழுதவில்லை. அவரது குறிப்பிடத்தக்க கவிதைகள் கசடதபறவிலும் கணையாழியிலும் வெளிவந்து மிகுந்த கவனத்தைப் பெற்றிருந்தன. கலாப்ரியா பற்றி நா.பா. தீபத்தில் கேள்வி – பதில் பகுதியில் குறிப்பிட்டு எழுதினார். தான் கலந்துகொண்ட இலக்கியக் கூட்டங்களிலும் 'கலாப்ரியா'வைப் பற்றிக் குறிப்பிட்டார்.

சரியாகச் சொல்வதென்றால், ஒரு 15 வருட காலம் தீபம் தரம் குறையாமல் வெளிவந்தது. 1980 முதல் தீபத்தின் தரம் குறையத் தொடங்கிவிட்டது. நான் அடிக்கடி தேடிச் சென்று பார்த்த எழுத்தாளர்கள் அசோகமித்திரன், சரஸ்வதி ராம்னாத், ஆர். சூடாமணி, பிரக்ஞை நண்பர்கள் ரவிசங்கர், ரவீந்திரன், பாலகுமாரன், க்ரியா ராமகிருஷ்ணன், சா. கந்தசாமி, லாயிட்ஸ் ரோட்டில் இருந்த காலத்தில் அகிலன் கண்ணன், சமயங் களில் இந்துமதி முதலியோர். இந்த வரிசையில் நா.பா.வும் இடம்பெறுவார். மவுண்ட் ரோட்டில், 6, நல்லதம்பி முதலித் தெரு மாடியில்தான் தீபம் அலுவலகம் இருந்தது. நா.பா. ஊரிலிருந்தால் காலை பதினோரு மணிக்கெல்லாம் தீபத்துக்கு வந்துவிடுவார். நா.பா.வை எப்படியும் வாரம் ஒரு முறையாவது பார்த்துவிடுவேன்.

நா.பா. என்னை ஒருபோதும் 'வண்ணநிலவன்' என்று அழைத்ததில்லை. 'ராமச்சந்திரன்' என்றுதான் சொல்வார். இதுவே எனக்கு மிகவும் பிடித்திருந்தது. பக்கத்தில்தான் 'சுதேசமித்திரன்' நாளிதழ் அலுவலகம். அங்கே பணிபுரிந்த ஸ்ரீனிவாசனும் சமயங்களில் நா.பா.வைப் பார்க்க வருவார். பல நாள்கள், அவருடைய வேலைக்கு இடைஞ்சலாக இருக்கக் கூடாதே என்று அரைமணி நேரத்திலெல்லாம் புறப்பட முயற்சிப்பேன். அவர் கடிதங்களுக்கு பதில் எழுதிக் கொண்டிருப்பார். அல்லது கதைகளைப் படித்துக்கொண்டிருப்பார். 'கொஞ்சம் இருங்க ராமச்சந்திரன்' என்று உட்கார வைத்துவிடுவார். நான் வெளியே வந்து திருமலையுடனோ, அங்கேயே தங்கியிருந்த கௌதம நீலாம்பரன் என்ற கைலாசத்துடனோ பேசிக்கொண்டிருப்பேன். (திருப்பூர் கிருஷ்ணன், கைலாசத்துக்குப் பிறகுதான் தீபம் வாசியானார்.)

சுதேசமித்திரனிலிருந்து ஸ்ரீனிவாஸன் வந்ததும், என்னை யும் பக்கத்தில் எல்லிஸ் ரோடு மவுண்ட் ரோடு சந்திக்கும்

முனையிலிருந்த உடுப்பி ஹோட்டலுக்கு அழைத்துச் சென்றுவிடுவார். இப்படிப் பல நாள்கள் நா.பா.வுடன் உடுப்பியில் சாப்பிட்டிருக்கிறேன்.

கோடம்பாக்கம் சந்தமாமா பில்டிங்கில்தான் அம்புலிமாமா, பொம்மை, மங்கை முதலான பத்திரிகைகள் இயங்கி வந்தன. சாரதி, பொம்மை, மங்கை இதழ்களைக் கவனித்து வந்தார். எனக்கு ஏதவாது வேலை போட்டுத் தருமாறு சாரதிக்குக் கடிதம் கொடுத்தார் நா.பா. சாரதியைப் பார்த்தேன். வேலைதான் அமையவில்லை.

சாவிக்குப் பிறகு தினமணி கதிரின் பொறுப்பு நா.பா. விடம் வந்தது. அப்போது தினமணி கதிர் சார்பாக மாத நாவலும் வெளிவந்தது. என்னை மாத நாவலுக்கு எழுதும்படிச் சொன்னார். 'ஒரே ஒருநாள்' என்ற குறுநாவல் வெளிவந்தது அப்படித்தான். திருப்பூர் கிருஷ்ணனைக் கதிரில் சேர்த்தது நா.பா. தான்.

1980களின் தொடக்கத்தில் நா.பா. துக்ளக்கில் தொடர்ந்து சமூகப் பிரச்சனைகள் குறித்து எழுதினார். துக்ளக் அலுவலகம் வரும்போதெல்லாம் என் பக்கத்தில் உட்கார்ந்து ஒரு நாலு வார்த்தையாவது பேசிவிட்டுத்தான் போவார். கல்கியில் 'தீரன்' என்ற புனைபெயரில் அவர் எழுதிய அரசியல் கட்டுரைகளில் துணிவும், தெளிவும் இருக்கும்.

1970களின் தொடக்கத்தில் அவர் ஜனசங்கத்தில் இருந்தபோது திருநெல்வேலி டவுன் காந்தி சதுக்கத்தில் நடந்த கூட்டத்தில் பேசினார். எனக்கு, இன்றுபோல் அன்றும் பெரிய அரசியல் ஈடுபாடெல்லாம் கிடையாது. நா.பா.வின் வாசகன் என்ற முறையில் கூட்டம் கேட்கச் சென்றிருந்தேன். பின்னர் அவர் காங்கிரஸுக்கும் ஜனதாவுக்கும் மாறினார் என்று ஞாபகம். அவருடைய கதைகளிலோ, கட்டுரைகளிலோ எவ்விதத் தடுமாற்றமும் இருந்ததில்லை. ஆனால் அவரது அரசியல் தடுமாற்றத்தை என்னால் புரிந்துகொள்ள இயலவில்லை. அரசியலில் ஏன் ஈடுபட்டார் என்பது இன்றளவும் எனக்குள்ள சந்தேகம். ஏனெனில், அரசியல் வாதிக்குரிய எந்த அம்சமும் அவரிடம் இல்லை. அவர் புதல்வி பூரணியின் திருமணத்துக்கு அழைப்பிதழ் தந்தார். சென்றிருந்தேன். அப்போது துக்ளக்கில் துர்வாசர் கட்டுரைகள் வெளிவந்துகொண்டிருந்த நேரம். எல்லோரிடமும் இவர்தான் துர்வாசர் என்று அறிமுகம் செய்து வைத்தபோது நாணிக் குறுகினேன்.

அவர் இறந்தபோது தி. நகர் ராஜு நர்ஸிங் ஹோமில் மனஅழுத்த நோய்க்காக அனுமதிக்கப்பட்டிருந்தேன். கடுமையான மாத்திரை மருந்துகள். அங்கிருந்த ஒரு வாரமும் என்ன நடந்தது என்பதை இன்றுவரை நினைவுபடுத்த முடியவில்லை. தன் நினைவின்றியே இருந்தேன். காரணம் அந்த மருந்துகளின் கடுமை. அந்த நினைவற்ற நிலையிலும் அவர் இறந்த செய்தி எனக்கு எப்படித் தெரிந்தது, எப்படி யாருக்கும் தெரியாமலே நா.பா. வீட்டுக்குச் சென்றேன் என்பது இன்றும் புரியாத புதிர். பிறர் சொல்லித்தான் நான் நா.பா. வீட்டுக்கு இறுதி அஞ்சலி செலுத்தச் சென்று வந்தது தெரியும். தன் நினைவற்ற நிலையிலும் அவர் என் மனத்தில் இருந்திருக்கிறார்.

க.நா.சு.

க.நா.சு. என்ற க.நா. சுப்பிரமணியத்தைத் தமிழ் இலக்கிய உலகம் 'விமர்சகர்' என்றே அறிந்திருக்கிறது. விமர்சனம் என்றால் ஒரு படைப்பின் சகல குணாம்சங்களையும் அலசிப் பார்ப்பதுதான். நுணுகி நுணுகிப் பார்ப்பது என்றும் கூறலாம்.

க.நா.சு.வின் இலக்கியக் கட்டுரைகள் மேற்கண்ட ரகத்தவையல்ல. அவை ரசனை அடிப்படையில் அமைந்த கட்டுரைகள். தனது மனங்கவர்ந்த இலக்கியங்களையும், இலக்கியவாதிகளையும் சிலாகித்து எழுதியிருக்கிறார் கா.நா.சு. குற்றம் குறைகளைப் பற்றி அவர் எழுதவில்லை. பண்டித மனோபாவத்தை எதிர்த்துக் க.நா.சு. அபிப்பிராயங்களைச் சொல்லியிருக்கிறார் என்றாலும், அவற்றை 'விமர்சனம்' என்று கருத முடியாது. எப்படியோ அவருக்கு விமர்சகர் என்ற பேர் ஏற்பட்டு விட்டது.

அவரது 'படித்திருக்கிறீர்களா' கட்டுரைகள், 'இலக்கிய விசாரம்' முதலான நூல்கள் எல்லாமே அவரது ரசனையைத்தான் வெளிப்படுத்துகின்றன. ஆனால், அவரது ரசனை மிக உன்னதமானது. மிக உயர்ந்த இலக்கிய, காவியச் சுவை மிக்கது. அவரது மேம்பட்ட ரசனையை அவரது கட்டுரைகள் மட்டுமன்றி, அவரது மொழி பெயர்ப்பு நூல்களும் காட்டுகின்றன. உலக இலக்கியத்தின், உரைநடை இலக்கியத்தின் அதியுன்னதமான நாவல்களான 'நிலவளம்', 'மதகுரு', 'அன்பு வழி' போன்ற வெளிநாட்டு நாவல்களை அவர் கொண்டாடியதே அவரது ரசனை எப்படிப்பட்டது என்பதற்கு அத்தாட்சி.

இந்தத் தலைமுறை இலக்கியவாதிகள் யாரும் முழுநேர எழுத்தாளர்களல்ல. ஆனால், முப்பது, நாற்பதுகளில் எழுத்தை உபாசித்து அதை முழு நேரமும் செய்து வந்த ஒரு தலைமுறை இருந்தது. க.நா.சு. அந்தத் தலைமுறையைச் சேர்ந்தவர். தனது கல்லூரி நாள்களிலேயே 'இதுதான் இனி என் வாழ்க்கைப் பாதை' என்று தன் இலக்கியப் பயணத்தைத் தெரிந்தே துவக்கினார். அவரது தந்தையின் விருப்பமும் அதுவாகவே இருந்தது.

1920க்கு முன்பும் பாரதி உள்பட பல எழுத்தாளர்கள் தமிழில் உரைநடை இலக்கியம் படைத்துள்ளார்கள். என்றாலும் மணிக்கொடி காலத்தில் தான் தமிழ் உரைநடை இலக்கியம் என்பது திரண்டது. இதில் முக்கியமானவர்கள் புதுமைப்பித்தனும், மௌனியும். புதுமைப்பித்தனையும், மௌனியையும் அவர்கள் எழுத ஆரம்பித்த காலத்திலேயே இனம் கண்டு சிலாகித்தவர் க.நா.சு. இருவரையும் தன் வாழ்நாளெல்லாம் கொண்டாடினார். மௌனியை காஃப்காவுடன் ஒப்பிட்டார்.

க.நா.சு., பொய்த்தேவு, அசுரகணம், வாழ்ந்தவர் கெட்டால், ஒரு நாள் போன்ற பல நாவல்களையும் எழுதியிருக்கிறார். ஆனாலும், தமிழிலக்கிய உலகம் தவறாக இன்றுவரை அவரை 'விமர்சகர் க.நா.சு.' என்றே குறிப்பிடுகிறது. மாபெரும் இலக்கிய உலகப் பிழை இது.

❍ ❍ ❍

க.நா. சுப்பிரமணியம் என்ற பெயர் எனக்கு முதல் முதலாக அறிமுகமானது என் பள்ளி நாள்களில்தான். எங்கள் பள்ளி நூலகத்தில் பம்பாய் பெர்ல் பதிப்பகம் வெளியிட்ட பல மொழிபெயர்ப்பு நூல்கள் இருந்தன. அவற்றில் ஒன்று க.நா.சு. மொழிபெயர்த்த 'மங்கையர் கூடம்' என்ற அமெரிக்க நாவல் என்று நினைவு.

எனது நண்பரான 'கல்யாணி' என்ற வண்ணதாசனின் வீட்டில் அவரது 'இலக்கிய விசாரம்', 'படித்திருக்கிறீர்களா?' முதலான கட்டுரைத் தொகுப்புகளும், 'பொய்த் தேவு', 'வாழ்ந்தவர் கெட்டால்', 'ஒரு நாள்' முதலான நாவல்களும் படிக்கக் கிடைத்தன. இவை எல்லாவற்றையும் படித்து முடித்தபோது, க.நா.சு. மீதான என் மதிப்பு உயர்ந்தது. 'மயன்' என்ற புனை பெயரில் ஏராளமான கவிதைகளும் க.நா.சு. எழுதியிருக்கிறார். மொழிபெயர்ப்புகள், இலக்கிய ரசனைக் கட்டுரைகள், நாவல்கள், சிறுகதைகள், கவிதைகள் என்று இலக்கியத்தின் பல துறைகளிலும் தன் வாழ்நாள் முழுவதும் செயல்பட்டவர் க.நா.சு. இலக்கிய வட்டம், சூறாவளி முதலான பத்திரிகைகளையும் நடத்திப் பார்த்திருக்கிறார்.

ரசிகமணி டி.கே.சி.யின் புதல்வரான தீபனைப் பற்றிக் க.நா.சு. எழுதியதைப் படித்துத்தான் தெரிந்துகொண்டேன். தீபனின் 'அரும்பிய முல்லை' என்ற அபூர்வமான ரசனை நூலைப் பற்றிக் க.நா.சு. தனது 'படித்திருக்கிறீர்களா' கட்டுரைகளில் குறிப்பிட்டிருக்கிறார். அதைப் படித்த பிறகுதான் 'அரும்பிய முல்லை'யைத் தேடியெடுத்துப் படித்தேன். அதை வாசித்த பிறகுதான் 'அடாடா . . . இவ்வளவு அபூர்வமான நூலை இத்தனை காலமும் படிக்காமலிருந்து விட்டோமே' என்று வருத்தப்பட்டேன். அவ்வளவு நுட்பமும், உன்னதமும் மிக்கது க.நா.சு.வின் ரசனை.

அவரது கட்டுரைகள் உரத்த குரலைக் கொண்டவையல்ல. மிக மென்மையான, லேசாகப் பழமையின் சாயல் கொண்ட உரைநடை அவருடையது. உரையாடல் வடிவில் அமைந்தது 'இலக்கிய விசாரம்'. இலக்கிய விசாரத்தில் ஒரு இடத்தில், எழுத்தாளன் பரிசோதனை முயற்சிகள் செய்து பார்க்க வேண்டும் என்று கூறியிருப்பார். அதைப் படித்த பிறகுதான், நான் வித்தியாச வித்தியாசமான உரைநடை, வடிவங்களில் எழுத ஆரம்பித்தேன். இலக்கியத்தில் க.நா.சு.வின் ரசனையும், அவரது பெரும்பாலான இலக்கிய அபிப்பிராயங்களும்தான் எனது ஆதர்சம். எழுபதுகளிலேயே க.நா.சு.வை நான் நேரில் பார்த்திராத காலத்திலேயே, அவரை மானசீகமாக எனது குருவாக வரித்துக் கொண்டுவிட்டேன்.

1974 ஏப்ரலில் சென்னையில் நடந்த இலக்கியச் சிந்தனையின் ஆண்டுவிழாக் கூட்டத்தில் முதல் முதலாகக் க.நா.சு.வை நான் பார்த்தேன். அன்று அவரிடம் எதுவும் பேசவில்லை. அவருக்கு நம்பிக்கை தரும் புதிய எழுத்தாளர்களில், என்னையும் ஒருவனாக இனம் கண்டு அவர் பம்பாய் டைம்ஸ் ஆஃப் இந்தியா கட்டுரை ஒன்றில் குறிப்பிட்டிருந்தார். பின்னர் டைம்ஸ் ஆஃப் இந்தியாவில் வெளிவந்த அவரது இன்னொரு கட்டுரையில் எனது 'கடல் புரத்தில்' நாவலைப் பற்றியும் குறிப்பிட்டிருந்தது இப்போது நினைவுக்கு வருகிறது. அந்தச் சமயத்தில் நான் அவருக்கு நேரில் அறிமுகம்கூட ஆகியிருக்கவில்லை.

என்னை மட்டுமல்ல வண்ணதாசன், பூமணியையும்கூட அவர் தனது பிற்காலக் கட்டுரைகளில் அடிக்கடி குறிப்பிட்டிருக் கிறார். ரசனை அடிப்படையில் அவர் எழுதி வரும் இலக்கியக் கட்டுரைகளை விரும்பாதவர்கள்கூட, க.நா.சு.வின் பட்டியலில் தனது பெயர் இருக்கிறதா என்று துருவித் துருவித் தேடிப் பார்ப்பவர்கள்தான்.

1985 வாக்கில் அவர் புது தில்லியிலிருந்து தன் மனைவியுடன் சென்னையிலேயே குடியேறினார். சென்னை வந்ததும்

முதல் முதலில் சிலநாள்கள் பெஸன்ட் நகர் ரிஸர்வ் வங்கிக் குடியிருப்பில் ஐராவதம் சுவாமிநாதன் வீட்டில் தங்கியிருந்தார். அப்போதுதான் அவரைப் பார்த்து என்னை அறிமுகம் செய்து கொண்டேன். என்னுடன் பத்திரிகையாள நண்பர் துரையும் வந்திருந்தார். வெகு நேரம் பேசிக்கொண்டிருந்தோம். பிறகு ஆழ்வார்பேட்டையில் அ.கி. ஜெயராமன் வீட்டில் சில நாள்கள் தங்கியிருந்தார். 'துக்ளக்'கில் அவரது கட்டுரைகளை வெளியிடலாம் என்று ஆசிரியர் சோ நினைத்தார். இதற்காக அ.கி. ஜெயராமன் வீட்டில் க.நா.சு.வை மீண்டும் சந்தித்தேன். கட்டுரை எழுதச் சம்மதித்தார். அதன் பிறகு துக்ளக்கில் அவரது கட்டுரைகள் தொடர்ந்து பிரசுரமானது.

இதற்குள் அவர் மைலாப்பூர் டி.எஸ்.வி. கோயில் தெருவில் ஒரு பெரிய வீட்டின் முன் போர்ஷனில் மனைவியுடன் வாடகைக்குக் குடியேறினார். அவரது டி.எஸ்.வி. கோயில் தெரு வீட்டுக்கு இரண்டு நாள்களுக்கு ஒருமுறை சென்று அவருடனும் அவர் மனைவியுடனும் நீண்ட நேரம் பேசிக்கொண்டிருந்துவிட்டு வருவேன்.

தேவ. சித்ரபாரதியின் மகன், தனது அப்பா நடத்தி வந்த 'ஞான ரதம்' பத்திரிகையை மீண்டும் வெளியிட நினைத்தார். க.நா.சு.வை ஆசிரியராகப் போட்டு ஞான ரதத்தை மீண்டும் அவர் துவக்கினார். என்னைப் போல க.நா.சு.வின் டி.எஸ்.வி. கோயில் தெரு வீட்டுக்கு அடிக்கடி வந்து போனவர்கள் கி. கஸ்தூரிரங்கன், சா. கந்தசாமி, அசோகமித்திரன். திடீரென்று ஒரு நாள் சென்னைக்கு வந்த நண்பர் தஞ்சை பிரகாஷ் க.நா.சு.வைச் சந்திக்க விரும்பினார். அவரைக் க.நா.சு.விடம் அழைத்துச் சென்றேன். க.நா.சு.விடம் 'பித்தப் பூ' என்ற நாவல் இருந்தது. அதை 'நான் வெளியிடுகிறேன்' என்றார் பிரகாஷ். சிறிது நாள்களில் 'பித்தப் பூ'வை பிரகாஷ் புஸ்தகமாக வெளியிட்டார்.

க.நா.சு.வுக்குப் பாண்டிச்சேரி பல்கலைக் கழகத்திலிருந்து பணி புரிய அழைப்பு வந்தது. எட்டு மாதங்களோ என்னவோ பாண்டிச்சேரியில் பணிபுரிந்தார். அதன் பிறகு க.நா.சு.வை நான் சந்திக்கவில்லை.

பாண்டிச்சேரியிலிருந்து அவர் மீண்டும் புது தில்லிக்கு, தன் மகள் வீட்டுக்கே சென்றார். வெகுகாலம் கழித்து சாகித்திய அகாடமி க.நா.சு.வுக்கு விருது அளித்தது. ஒருநாள் அவர் அமரரான செய்தி வந்தது. காலமெல்லாம் தமிழ் இலக்கியத்துக்காகப் பாடுபட்ட க.நா.சு. மறைந்தார். ஒரு சகாப்தம் முடிந்துவிட்டது.

தி. ஜானகிராமன்

தி. ஜானகிராமன் ‘கல்கி’யில் ‘அன்பே ஆரமுதே’ என்ற தொடரை எழுதிக் கொண்டிருந்தபோதுதான் அவரது பெயர் அறிமுகமானது. அப்போது அத்தொடரை நான் வாராவாரம் வாசிக்க வில்லை. அவை என் பள்ளி நாள்கள். அகிலன், நா. பார்த்தசாரதியைப் போல் ஜானகிராமனும் ஒரு தொடர்கதை எழுத்தாளர் என்ற மதிப்பீடுதான் அப்போது எனக்கு இருந்தது.

ஆனந்த விகடனிலா, *கலைமகளிலா* என்று நினைவில்லை. அவரது ‘சிலிர்ப்பு’ என்ற சிறுகதையைப் படித்தபோது, அச்சிறுகதை என்னை வெகுவாகக் கவர்ந்தது. இப்படித்தான் ஜானகிராமன் எனக்கு அறிமுகமானார். அந்த நாள்களில் *கலைமகள்*, *அமுதசுரபி*, *ஆனந்த விகடன்*, *கல்கி* போன்ற வெகுஜனப் பத்திரிகைகளில்கூட அருமையான சிறுகதைகள் வெளியாகின.

ஆனால், ஜானகிராமனின் எழுத்து அகிலன், நா.பா.வின் எழுத்துக்களைப் போல வெகுஜன ரஞ்சகமான எழுத்தல்ல. பா. ஜெயப்பிரகாசம் திருநெல்வேலியில் மாவட்ட மக்கள் தொடர்பு அலுவலராக 1972–73இல் பணியாற்றியபோது, அவரது அலுவலக நூலகத்திலிருந்து ‘மோகமுள்’ படிக்கக் கிடைத்தது. அது ஒரு அதியற்புதமான

வாசக அனுபவமாக இருந்தது. சில நாவல்களைத் திரும்பப் படிக்கத் தோன்றாது. 'யதார்த்தம்' என்ற பேரில் வறட்டுத்தனமான நடையில் எழுதப்பட்ட பல நாவல்களுக்கு இக்காலத்தில் இலக்கிய அந்தஸ்தும் கிடைத்துள்ளன.

ஜானகிராமனின் ஒரு வரி கூட வறட்டுத்தனமானதல்ல. ஜீவன் ததும்பி வழியும் எழுத்து அவருடையது. மோகமுள்ளைப் பலமுறை படித்துவிட்டேன். அது ஒரு நவீன உரைநடைக் காவியம். பல வெகுஜன ரஞ்சக எழுத்தாளர்களைப்போல ஜானகிராமன் நிறையவே எழுதியிருக்கிறார். ஆனால், அலுப்பு தட்டாத எழுத்து அவருடையது.

நம்பிராஜன் (விக்ரமாதித்யன்) குன்றக்குடி அடிகளாரிடம் சிறிது காலம் பணிபுரிந்தார். அப்போது அங்கே படிக்கக் கிடைத்த 'அம்மா வந்தாளைப்' பற்றி வண்ணதாசனுக்கு நீண்ட கடிதமொன்று எழுதியிருந்தார். அது ஒரு உன்னதமான கடிதம். பிறகு ஒருநாள் தி.க.சி. யிடமிருந்து தபாலில் வண்ணதாசனுக்கு 'அம்மா வந்தாள்' வந்தது. அதை வண்ணதாசன், நான், கலாப்ரியா மூவரும் படித்தோம். ஜானகிராமனின் எழுத்து மீதான மதிப்பு உயர்ந்துகொண்டே போயிற்று.

அதன் பிறகு அவரது சிறுகதைகளைத் தேடி எடுத்துப் படித்தேன். *தினமணி கதிர்* சாவியை ஆசிரியராகக்கொண்டு வாரப் பத்திரிகையாக வெளிவந்தபோது, கதிரில் ஜானகிராமனின் 'செம்பருத்தி' வெளிவந்தது. 'அன்பே ஆரமுதே'வும், உயிர்த் தேனும் ஏற்கெனவே புஸ்தக வடிவில் வெளிவந்திருந்தன. 1973 வாக்கில் *கணையாழியில்* 'மரப்பசு' தொடராக வெளிவர ஆரம்பித்திருந்தது.

○ ○ ○

யதார்த்தமாக எழுதுகிறேன் என்ற பேரில், தினசரிகளில் வரும் செய்திகளைப்போல், யாந்திரீகமாக, அழகுணர்ச்சியின்றி எழுதும் எழுத்தாளர்கள் இன்றுபோல் அன்றும் இருந்தார்கள். அகிலனுடைய எழுத்து இதன் சிறந்த உதாரணம். இப்போது எழுதும் 'இமையம்' போன்றவர்களின் எழுத்தும் மேற்கண்ட ரகத்து எழுத்தே.

அந்நாளைய ஒருங்கிணைந்த தஞ்சாவூர் மாவட்டத்தின், அம்மக்களின் உணர்வுகளையும், அழகையும் தனது அதியற்புத மான ஜீவன் ததும்பும் உரைநடையில் சிறுகதை களாகவும், நாவல்களாகவும் எழுதியவர் ஜானகிராமன். அவரது எழுத்து மனோமயமானது. அதனால்தான் அவரது பயணக்

கட்டுரைகளான ‘உதய சூரியன்’, ‘கருங்கடலும் கலைக் கடலும்’, ‘நடந்தாய் வாழி காவேரி’ போன்ற கட்டுரைகளில்கூட அவரது மனவுலகின் எழில் அருமையாக வெளிப்பட்டுள்ளது. அவரைப்போல் இவ்வளவு அழுத்தமாகவும், அதே சமயம் எவ்வித ரசனைக் குறைவுமின்றி எழுதிய படைப்பாளிகள் தமிழில் வெகு அபூர்வம்.

அவரது சிறுகதைகளாகட்டும், நாவல்களாகட்டும் அபாரமான உருவச்செட்டுடன் அமைந்துள்ளன. அவரது இந்த உருவ அமைதி அவரது கட்டுரைகளில்கூட வெளிப்படுகிறது.

1975 வாக்கில் இயக்குனர் ருத்ரையாவின் அறிமுகம் கிடைத்தது. அவருக்கு தி. ஜானகிராமனின் ‘அம்மா வந்தாள்’ நாவலைத் திரைப்படமாக்க வேண்டுமென்று ஆசை. கமலஹாஸனை அப்புவின் கதாபாத்திரத்தில் நடிக்க வைக்க வேண்டுமென்று விரும்பினார். இதற்காக எழுத்தாளன் என்ற முறையில் என் உதவியை ருத்ரையா நாடினார். ஜானகிராமனைச் சந்திக்க முயற்சித்தார்.

அப்போது ஜானகிராமன் புது டெல்லியில் அகில இந்திய வானொலியில் பணியாற்றினார். சிட்டியும் ஜானகிராமனும் நல்ல நண்பர்கள் என்று ருத்ரையாவிடம் கூறினேன். சிட்டி மூலமாக தி.ஜா.வைத் தொடர்புகொள்ளலாம் என்று முடிவு செய்தோம்.

சிட்டி அப்போது, சென்னை ராஜா அண்ணாமலைபுரம் ஐந்தாவது மெயின் ரோட்டில் புதுமைப்பித்தன் மகள் தினகரியின் வீட்டின் அருகே குடியிருந்தார். அசோகமித்திரன் மூலம் சிட்டியின் முகவரியைக் கண்டுபிடித்து ஒருநாள் சிட்டி வீட்டுக்குச் சென்றோம். சிட்டி உற்சாகமாகப் பேசினர். ‘இன்னும் சில தினங்களில் ஜானகிராமன் சென்னைக்கு வருகிறார். அப்போது சந்திக்க ஏற்பாடு செய்கிறேன்’ என்றார்.

அவர் சொன்னதுபோலவே, அகில இந்திய வானொலி வேலையாக தி.ஜா. சென்னைக்கு வந்தபோது, சிட்டி அவர் வந்திருக்கிற விவரத்தைக் கூறினார். ஜானகிராமன் அடையாறு ஆந்திர மகிள சபா கட்டிடத்தில் தங்கியிருந்தார். ஒருநாள் மாலை நானும் ருத்ரையாவும் தி.ஜா.வைச் சந்தித்தோம். காபி தருவித்து எங்களை உபசரித்தார். அம்மா வந்தாளைத் திரைப்படமாக எடுக்க அனுமதி தந்தார்.

ருத்ரையா அம்மா வந்தாளின் திரைக்தை வசனத்தை என்னை எழுதச் சொன்னார். பத்துப் பதினைந்து தினங்களில் அம்மா வந்தாளுக்குத் திரைக்கதை வசனத்தை எழுதி முடித்தேன்.

சென்னையிலிருந்து டெல்லி செல்ல தமிழ்நாடு எக்ஸ்பிரஸில் டிக்கெட் எடுத்துக்கொடுத்தார் ருத்ரையா. கதைக்காக முன் பணமாக 10,000 ரூபாய்க்கு தி.ஜா. பெயருக்கு செக் எழுதி என்னிடம் கொடுத்தார். திரைக்கதை – வசனம், முன்பணச் செக்குடன் நான் டெல்லிக்குச் சென்றேன்.

ஜானகிராமன் அப்போது இந்தியா கேட் அருகே டெல்லியில் ஒரு அடுக்கு மாடிக் கட்டிடத்தில் குடியிருந்தார். அவரது மகன்கள் பட்டாபி, சாகேதராமன், மகள் உமா யாருக்கும் அப்போது திருமணமாகியிருக்கவில்லை. திரைக்கதை வசன ஸ்கிரிப்டையும், செக்கையும் ஜானகிராமனிடம் கொடுத்தேன்.

டெல்லியில் 10 தினங்கள் இருந்தேன். தி.ஜா. தான் வெங்கட் சாமி நாதனை எனக்கு முதல் முதலாக அறிமுகப்படுத்தி வைத்தார். தினசரி தி.ஜா.வைச் சந்தித்துப் பேசுவேன். பிறகு நான் சென்னை திரும்பிவிட்டேன். நான் சென்னை வந்த பின் ருத்ரையா 'அவள் அப்படித்தான்' பட வேலைகளில் இறங்கினார். ஜானகிராமன், அம்மா வந்தாள் ஸ்கிரிப்டை தனது நண்பரும் இயக்குனருமான ரிஷிகேஷ் முகர்ஜிக்கு அனுப்பி வைத்தார்.

காலம் ஓடியது. ஜானகிராமனும் ஓய்வு பெற்றுச் சென்னைக்கே குடியேறி விட்டார். ஏனோ அம்மா வந்தாள் திரைப்படமாகவே இல்லை. சென்னைக்கு வந்தபிறகு ஜானகிராமன் என்னிடம் 10,000 ரூபாயைக் கொடுத்து 'ருத்ரையாவிடம் கொடுத்து விடுங்கள்...' என்று அம்மா வந்தாளுக்கான அட்வான்ஸ் தொகையைத் திருப்பிக் கொடுத்துவிட்டார். பொதுவாக, திரைப்படத் துறையில் யாரும் அட்வான்ஸைத் திருப்பிக் கொடுப்பதில்லை.

சென்னையில் திருவான்மியூரில் ஹவுஸிங் போர்டு குடியிருப்பில் ஜானகிராமன் குடியிருந்து வந்தார். *கணையாழி* இதழின் பொறுப்பை ஏற்றுக்கொண்டார். *தினமணி கதிரில்* 'அபூர்வ மனிதர்கள்' என்ற சிறுகதைத் தொடரை வாரா வாரம் எழுதினார்.

ஒரு தீபாவளி நாள். மாலை ஆறு மணியிருக்கும். நானும் விமலாதித்த மாமல்லனும் ஜானகிராமனை அவரது திருவான்மியூர் வீட்டில் சென்று சந்தித்தோம். அப்போது அவருக்குச் சற்று உடல்நலக் குறைவு ஏற்பட்டிருந்தது. நாங்கள் புறப்படும்போது தன் மனைவியிடம் தீபாவளிப் பட்சணங்களைக் கட்டி எடுத்து வரச் சொன்னார். என்னிடம் கொடுத்து, 'வீட்டில் பிள்ளைகளுக்குக் கொண்டுபோய்க் கொடுங்கள்' என்று சொன்னார். இது நடந்தது திங்கள் கிழமையன்று.

புதன் கிழமை மதியம் ஒரு மணி சுமாருக்கு *தினமணியிலிருந்து* சிவகுமார் போன் செய்தான். 'உனக்கு விஷயம் தெரியுமா?' என்று கேட்டான்.

'என்ன?' என்றேன்.

'இன்னைக்குக் காலையிலே ஜானகிராமன் செத்துப் போயிட்டார்' என்றான். விழுந்தடித்துக்கொண்டு திருவான்மியூர் சென்றேன். ஜானகிராமனைக் கூடத்தில் கிடத்தியிருந்தார்கள். அசோகமித்திரன், 'கலாமோகினி' ராஜகோபாலன் எல்லாம் இருந்தார்கள். 'இனி ஜானகிராமனைப் பார்க்க முடியாது' என்ற உண்மையை எதிர்கொள்வது சிரமமாக இருந்தது.

கண்ணதாசன்

1956இல் நான் நான்காவது வகுப்புப் படித்துக் கொண்டிருந்தேன். என் வயதை ஒத்த சிறுவர்களுக்கு பாரதியாரையும், திருவள்ளுவரையும் தெரிந்திருந்த அளவுக்கு, காமராஜ், ராஜாஜி, அண்ணாதுரை போன்ற அரசியல் தலைவர்களையும் கூடத் தெரிந்திருந்தது. இதுபோல் 'கண்ணதாசன்' என்ற பெயரும் எங்களுக்கு அறிமுகமாகியிருந்தது. அவர் அண்ணாதுரையின் தி.மு.க.வைச் சேர்ந்தவர், பாட்டெல்லாம் எழுதுவார் என்பதும் தெரிந்திருந்தது. அந்த நாட்களில் காங்கிரஸ் கட்சிக் கூட்டங்களை விட தி.மு.க. கூட்டங்கள் அடிக்கடி திருநெல்வேலி டவுன் ரயில்வே ஸ்டேஷன் பக்கமுள்ள மந்திரமூர்த்தி ஸ்கூல் அருகிலும், சந்திப் பிள்ளையார் கோவில் முக்கிலும் நடக்கும். தி.மு.கழகத் தலைவர்களின் அடுக்கு மொழித் தமிழ், தமிழர்களைக் கட்டிப் போட்டிருந்த காலமது. அவர்களது பேச்சு அலங்காரத்தின் முன்னே, காங்கிரஸ்காரர்களின் பேச்சு எடுபடவில்லை.

அதனால் தி.மு.க. வினரின் பேச்சைக் கேட்கப் பெரும் கூட்டம் கூடியது. திருநெல்வேலி டவுன் பாப்புலர் டாக்கீஸில் ஒரு ஞாயிற்றுக்கிழமை தி.மு.க. கூட்டத்திற்கு ஏற்பாடுசெய்யப்பட்டிருந்தது. அந்தக் கூட்டத்திற்கு ஒரு ரூபாய் டிக்கெட். பாப்புலர் டாக்கீஸ் கூட்டத்தில் கண்ணதாசனும் பேசினார்.

எனக்கு அந்தக் கூட்டத்திற்குப் போக வேண்டுமென்று ஆசை. சிறுவனான என்னிடம் ஒரு ரூபாய் இல்லை. வீட்டில் கேட்டு வாங்கவும் பயம். அதற்கெல்லாம் அனுமதிக்கவே மாட்டார்கள்.

அதே பாப்புலர் டாக்கீஸில்தான் 1958இல் 'மாலையிட்ட மங்கை' என்ற கண்ணதாசனின் படம் வந்தது. அந்தப் படத்தில் இடம் பெற்ற, டி.ஆர். மகாலிங்கம் பாடிய 'செந்தமிழ்த் தேன்மொழியாள்' என்ற பிரபலமான திரைப்பாடல், எல்லோரையும் போல் என்னையும் ஈர்த்தது. அதற்கு முன்பே கூட கண்ணதாசனின் பல பாடல்களைக் கேட்டிருக்கிறேன். அவற்றில் ஒரு சில, கண்ணதாசன் எழுதிய பாடல்கள் என்று தெரியாமலே கேட்டு ரசித்த பாடல்கள். மெட்டின் இனிமைக்குச் சமமாக அவரது பாடல் வரிகள் நேரடியாக மனதைத் தொட்டன. 'கொண்டையிலே மலர்ச் செண்டு குலுங்கிட, வண்டுவிழியெனும் கண்கள் மயங்கிட' என்றெல்லாம் தமிழும், சந்த ஓசையும் ஒன்றோடு ஒன்று மயங்கிக் கிடந்தன அவரது பாடல்களில். எட்டு, ஒன்பது வயதுச் சிறுவனான என்னை அவரது தமிழ்ச் சொல்லாளுமை கவர்ந்தது போல்தான், கோடிக்கணக்கான தமிழர்களையும் அந்த நாட்களிலேயே கவர்ந்தது.

1950களில் தி.மு.கழகத் தலைவர்களில் பலர், கட்சியின் கொள்கைகளையும், தங்களுடைய எண்ணங்களையும் எழுதி வெளியிடப் பத்திரிகைகளை நடத்தினர். அண்ணாதுரை திராவிடநாடு, நம்நாடு பத்திரிகைகளை வெளியிட்டார். நெடுஞ்செழியன் நடத்திய பத்திரிகையின் பெயர் – மன்றம். பி.எஸ். இளங்கோ – மன்றமுரசு. இதுபோல் கண்ணதாசனும் 'தென்றல்' என்ற பத்திரிகையை நடத்தினார். கண்ணதாசனின் 'தென்றல்' பத்திரிகை, அந்நாளைய எம்.ஜி.ஆர். மன்றங்களுக்கும் வரும். அப்போதெல்லாம் கண்ணதாசன் தி.மு.க.வில்தான் இருந்தார்.

1961இல் தி.மு.க.வின் முக்கியத் தலைவர்களில் ஒருவரான ஈ.வெ.கி. சம்பத், தி.மு.க. தலைவர் அண்ணாதுரையுடன் கொண்ட கருத்து வேறுபாட்டினால் கட்சியைவிட்டு வெளியேறிய போது, கண்ணதாசனும் தி.மு.க.விலிருந்து வெளியேறினார். ஈ.வெ.கி. சம்பத் தமிழ் தேசியக் கட்சியைத் தொடங்கியபோது அதில் கண்ணதாசனும் சேர்ந்தார். 1962 சட்டசபைத் தேர்தலில், திருப்பத்தூர் சட்டமன்றத் தொகுதியில் போட்டியிட்டுத் தோற்றார். பிறகு, 1964இல் சம்பத்துடன் காங்கிரஸில் கண்ணதாசனும் சேர்ந்தார்.

1960களில் இளைஞர்களாக இருந்த தமிழர்களுக்கு, கண்ணதாசனின் அரசியலைவிட, அவரது திரைப்பாடல்களில்தான்

ஈர்ப்பு அதிகம். இன்றும் கண்ணதாசன் அவரது திரைப்படப் பாடல்களுக்காகத்தான் நினைவு கூரப்படுகிறார். அவரது திரைப்பாடல்களில் மனதைப் பறிகொடுக்காத தமிழர்களே இருக்க முடியாது. 4000 பாடல்களுக்கு மேல் எழுதியுள்ளார். 1970இல் கண்ணதாசன், தனது பெயரிலேயே ஒரு மாதப் பத்திரிகையை நடத்தினார். அந்தக் கண்ணதாசன் மாத இதழில் வண்ணதாசனின் 'கங்கா' என்ற சிறுகதை கூட வெளிவந்தது. எல்லா சிறு பத்திரிகைகளையும் போல் கண்ணதாசனும் சில மாதங்களில் நின்று விட்டது.

நான் 1973 ஜூனில் வேலை தேடி சென்னைக்கு வந்தேன். அதற்கு ஒரு மாதத்திற்கு முன்புதான் 'கண்ணதாசன்' மாத இதழ் மீண்டும் வெளிவர ஆரம்பித்திருந்தது. அதன் இணையாசிரியராகக் கண்ணதாசனின் சிற்றப்பா மகனும், தம்பியுமான இராம. கண்ணப்பன் இருந்தார். சென்னைக்கு வேலை தேடி வந்த நான் நம்பிராஜனின் (விக்கிரமாதித்யன்) துணையுடன் சோவியத்லாண்டு அலுவலகத்தில் தி.க.சி.யைச் சந்தித்தேன். தி.க.சி., கண்ணதாசனில் வேலை கேட்டுப் பார்க்கலாம் என்று கருதினார்கள். தி.க.சி.க்கு எழுத்தாளர் கந்தர்வனை நல்ல பழக்கம். கந்தர்வன் அப்போது செக்ரட்டேரியட்டில் பணிபுரிந்து வந்தார்.

கந்தர்வனும் இராம. கண்ணப்பனும் நல்ல நண்பர்கள் என்பதால், இராம. கண்ணப்பனிடம் சொல்லி என்னைக் கண்ணதாசனில் வேலையில் சேர்த்துவிடுமாறு கந்தர்வனுக்கு தி.க.சி.கடிதம் கொடுத்தார்கள். நம்பிராஜனும் நானும் தி.க.சி.யின் கடிதத்துடன் கந்தர்வனைச் சந்திக்க செக்ரட்டேரியட்டுக்குப் போனோம். கந்தர்வன் உடனே இராம. கண்ணப்பனிடம் போனில் பேசினார். தன்னை அன்று மாலையே கவிஞர் (கண்ணதாசன்) வீட்டில் வந்து சந்திக்குமாறு கண்ணப்பன் சொன்னார். சரியாக மாலை நாலு மணிக்குத் தி.நகர் – ஹென்ஸ்மேன் ரோட்டிலுள்ள (இப்போது அது 'கண்ணதாசன் சாலை'யாகி விட்டது.) கண்ணதாசனின் வீட்டிற்குச் சென்றோம். அது ஒரு பங்களா. வீட்டு வாசலில் ஏராளமான செருப்புகள் கிடந்தன. அவ்வளவு புகழ்பெற்ற கவிஞரை, சென்னைக்கு வேலை தேடிவந்த அன்றே சந்திக்க முடியும் என்பதை, நான் ஒருநாளும் நினைத்துப் பார்த்ததே இல்லை.

கவிஞரின் உதவியாளர் வசந்தன் எங்களை விசாரித்தார். 'இராம. கண்ணப்பனைப் பார்க்க வந்திருக்கிறோம்' என்றதும்,

உட்காரச் சொல்லிவிட்டு உள்ளே போனார். ஐந்து நிமிடம் கழித்து இராம.கண்ணப்பனே வெளியே வந்தார். 'யார் வண்ண நிலவன்?' என்று கேட்டார். பிறகு என்னை அழைத்துக்கொண்டு கவிஞரின் அறைக்குள் போனார். கண்ணதாசன் ஒரு கட்டிலில் பனியன், வேட்டியணிந்து சாய்ந்து உட்கார்ந்திருந்தார். உதவியாளர் வசந்தன் ஒரு மூலையில் இருந்த போனில், யாருடனோ தணிந்த குரலில் பேசிக்கொண்டிருந்தார். கவிஞர் என்னைப் பார்த்துப் புன்முறுவல் பூத்தார். அவரைக் கும்பிட்டேன். என்னை இராம. கண்ணப்பன் அறிமுகப்படுத்தினார்.

"எந்த ஊரு தம்பி? ..."

"திருநெல்வேலி ..." என்றேன்.

கண்ணப்பனிடம், "ரெட்டியார்கிட்டே கேட்டுட்டியா கண்ணப்பா?" என்று கேட்டார்.

"கேட்டுட்டேன் ... சரின்னு சொல்லிட்டார்"

"சரி, அப்போ நாளையிலே இருந்தே வந்திருங்க . . ." என்றார் கவிஞர்.

இப்படித்தான் கண்ணதாசனில் வேலைக்குச் சேர்ந்தேன். கண்ணதாசன் அலுவலகம் பாரீஸ் கார்னரில் ஹைகோர்ட்டுக்கு அருகே, பிரான்ஸிஸ் ஜோசப் தெருவின் கடைசியில் இருந்தது. 'கண்ணதாச'னை ராமச்சந்திர ரெட்டியார் என்பவர் நடத்தி வந்தார். அதே பிரான்ஸிஸ் ஜோசப் தெரு முகவரியிலிருந்து தான் 'பிலிமாலயா' என்ற பத்திரிகையையும், வேறு இரண்டு தெலுங்குப் பத்திரிகைகளையும் ரெட்டியார் நடத்தி வந்தார். 150 ரூபாய் சம்பளம் தந்தார்கள்.

நம்பிராஜன் நா. காமராசன் நடத்தி வந்த 'சோதனை' பத்திரிகை அலுவலகத்தில் தங்கியிருந்தார். அவருடனே நானும் தங்கிக் கொண்டேன்; தற்காலிகமாகத்தான். தினசரி காலை பாரீஸ் கார்னர் போய்விடுவேன். இராம. கண்ணப்பன் மதியம் இரண்டு, இரண்டரை மணிக்கு மேல்தான் ஆபீஸுக்கு வருவார். மத்தியானம்வரை சினிமா கம்பெனிகளில் பாட்டெழுத, கவிஞருடன் சென்றுவிடுவார் கண்ணப்பன். புரூப் திருத்த வேண்டும். வந்திருக்கிற கதை – கவிதை – கட்டுரைகளைப் படித்துத் தேர்வு செய்ய வேண்டும். இதுதான் வேலை.

"எங்கே தங்கியிருக்கிறீர்கள்?" என்று ஒருநாள் கண்ணப்பன் கேட்டார். நம்பிராஜனுடன் தங்கியிருப்பதைச் சொன்னேன்.

"இன்னைக்கி ஆபீஸ் முடிஞ்சு போகும்போது என்கூட வாங்க ... கவிஞர்கிட்டே சொல்லி நம்ம புரொடக்ஷன் கம்பெனி ஆபீஸிலேயே தங்கிக்கிடலாம்." என்றார். அன்று மாலை கண்ணப்பனுடன் கவிஞர் வீட்டுக்குப் போனேன். கவிஞரிடம் என்னையும் அழைத்துப்போய் விஷயத்தைச் சொன்னார் கண்ணப்பன். "நீ சொல்ற மாதிரியே தம்பி நம்ம கம்பெனியிலேயே தங்கிக்கிடட்டும்" என்றார் கண்ணதாசன். தன் கம்பெனிக்குப் போன் போட்டு, அங்கிருந்தவரிடம், நான் தங்கப் போகிற விஷயத்தையும் கவிஞர் சொன்னார். மறுநாள் காலையே ஆழ்வார்பேட்டை ராணி சின்னம்மா ரோட்டிலுள்ள கண்ணதாசன் புரொடக்ஷன்ஸ் அலுவலகத்திற்கு வந்துவிட்டேன்.

1974 ஜனவரி பொங்கல் மலருடன் கண்ணதாசன் நிறுத்தப்பட்டுவிட்டது. மாதம் 10,000 பிரதிகள் கூட விற்பனையாகவில்லை. 5,000 பிரதிகளுக்குமேல் மாதாமாதம் திரும்பி வந்தன. ஆறு மாத ராஜவாழ்வு அஸ்தமித்துவிட்டது. மீண்டும் வேலைதேடும் படலம்.

1976 ஜூனில் துக்ளக்கில் வேலைக்குச் சேர்ந்த பிறகு ஒருநாள் கண்ணதாசனின் மூத்த மகன் சுப்புகண்ணதாசன், என்னுடைய கடல்புரத்தில் நாவலைத்தான் படமாக்க விரும்புதாகவும், நாளைக்கே அப்பாவை வந்து பார்க்க முடியுமா என்றும் கேட்டார். மறுநாள் கண்ணதாசன் வீட்டுக்குச் சென்றேன். எனக்காகச் சுப்பு காத்திருந்தார். இருவரும் கவிஞரின் அறைக்குள் போனோம். கவிஞர் வரவேற்றார்.

"என்னமோ இவன் உன் கதையைப் படம் பண்ணணும்கிறான்ப்பா ..." என்றார் கவிஞர். நான் கேட்டுக் கொண்டேநின்றேன்.

"கதைக்கி எவ்வளவு வேணும்?"

"நான் என்ன சொல்றதுக்கு இருக்கு? நீங்க குடுக்கிறதக் குடுங்க ..." என்றேன்.

"சரி ... தொகைய அப்புறம் பேசிக்கிடலாம் ... இப்போ ஆயிரம் ரூபா அட்வான்ஸ் தாரேன் ..." என்று சொல்லிவிட்டு செக்புக்கில் எழுதிக் கொடுத்தார் கவிஞர். வாங்கிக்கொண்டு வீட்டுக்கு வந்தேன்.

எந்தத் திருப்பத்தூரில் நின்று கவிஞர் 1962இல் தோற்றாரோ அதே திருப்பத்தூரில் 1981இல் நடந்த இடைத்தேர்தல் குறித்துச்

செய்தி சேகரிப்பதற்காகத் திருப்பத்தூர், சிங்கம்புணரிக்கெல்லாம் போய்விட்டு, இரவு நானும், என்சக உதவியாசிரியரும் மதுரை காலேஜ் ஹவுஸில் தங்கியிருந்தோம். அமெரிக்கா சென்றிருந்த கண்ணதாசன் இறந்துவிட்டதாக மறுநாள் காலை செய்தி வந்தது.

1964இல் நேருஜி மரணமடைந்தபோது, ஆனந்தவிகடனில், 'சாவே உனக்கொரு நாள் சாவு வந்து சேராதோ, தீயே உனக்கொரு நாள் தீமூட்டிப் பாரோமோ...' என்றெல்லாம் அறம் பாடிய அந்த மகா கவிஞர் அமரராகிவிட்டார்.

எனது எடிட்டர் 'சோ'

'சோ' என்ற சோ.எஸ். ராமசாமி நடித்த முதலாவது சினிமா 'பார் மகளே பார்' என்பது எல்லோருக்கும் தெரிந்த விஷயம். இந்த சினிமா 1960களில் வெளிவந்தது. ஆனால், அதற்கு முன்பே, 1950களின் ஆரம்பத்திலேயே, அவர் நாடகங்களை எழுதி, இயக்கி, நடிக்கவும் தொடங்கிவிட்டார். அவர் மிகவும் மதித்துப் போற்றிய நாடகாசிரியர் 'பட்டு'. 'பட்டுவின் நாடகங்கள்தான் என்னையும் நாடகம் எழுதத் துண்டின' என்று பலமுறை கூறியிருக்கிறார். பட்டுவின் சில நாடகங்களில் 'சோ' நடித்துமிருக்கிறார்.

அவரது ஆரம்ப காலப் பள்ளிப் படிப்பு, 'தாடி வாத்தியார் பள்ளிக்கூடம்' என்ற திண்ணைப் பள்ளிக் கூடத்தில். பிறகு, மைலாப்பூர் பி.எஸ். ஹைஸ்கூலில் படித்திருக்கிறார். 'பி.யூ.சி' என்ற புகுமுக வகுப்பை, லயோலா கல்லூரில் படித்தார். அப்போது அவர் ரொம்ப ஒல்லியாக இருப்பார். மதியம் சாப்பிடமாட்டார். கல்லூரி முதல்வரான ஃபாதர், அவர் மதியம் சாப்பிடாமலிருப்பதைக் கேள்விப்பட்டு, அவரைக் கூப்பிட்டு விட்டார், 'நாளையிலிருந்து நீ மத்தியானம் சாப்பிட வேண்டும். வீட்டிலிருந்து தயிர் சாதமும், வடுமாங்காயும் கொண்டு வந்து சாப்பிடு' என்று ஃபாதர் உத்திரவே போட்டுவிட்டார். இதைப் பின்னாட்களில் எங்களிடம் கூறியபோது, அந்தப் பாதிரியாரின் அன்பை நினைத்து, அவரது கண்களில் உணர்ச்சிப் பெருக்கெடுத்து, கண்ணீர் தேங்கி நின்றது.

வீட்டிலிருந்து லயோலா கல்லூரி தூரமாக இருந்ததால், பி.எஸ்.ஸி.யை, மைலாப்பூர் விவேகானந்தா கல்லூரியில் தொடர்ந்தார். 'சோ'வின் அப்பா ஆத்தூர் ஸ்ரீனிவாஸ ஐயரைத் தெரியாதவர்கள் மைலாப்பூர் வட்டாரத்தில் இல்லை. அவர் காங்கிரஸ்காரர். காமராஜ் அமைச்சரவையில் அமைச்சராக இருந்து, பின்னர் தமிழக முதல்வருமான கே.பக்தவத்சலம், மத்திய அமைச்சராக இருந்த ஓ.வி. அழகேசன் எல்லாம் ஸ்ரீனிவாஸ ஐயரின் நெருங்கிய நண்பர்கள்.

இரண்டு தமக்கைகளுக்குப் பின்னர் மூன்றாவதாகப் பிறந்தவர்தான் சோ. அவருக்குப் பிறகு எல்லோராலும் 'அம்பி' என்று அழைக்கப்படும் ராஜகோபால் நான்காவதாகப் பிறந்தார். ஆத்தூர் ஸ்ரீனிவாஸய்யரை வீட்டில் எல்லோரும் பிள்ளைகள் உட்பட 'சார்' என்றுதான் கூப்பிடுவார்கள். அதேமாதிரி எடிட்டரை, 'சோ' என்றுதான் வீட்டிலும் அழைப்பார்கள். 'சோ' என்று அவரை முதல் முதலில் கூப்பிட ஆரம்பித்தது அவரது அக்கா என்று நினைவு. பொதுவாகவே அந்தக் காலத்தில் எல்லோருக்குமே ஏதாவது பட்டப் பெயர்கள் உண்டு.

'சோ' நாடகத்தில் நடித்தது ஆரம்ப காலத்தில் அவருடைய வீட்டுக்குத் தெரியாது. ஏனென்றால், அவருடைய அப்பா சோ நடிப்பதை ஒருபோதும் விரும்பியதே இல்லை. சோவின் அம்மாவைப் பெற்ற தகப்பனார், அப்பாவைப் பெற்ற தகப்பனார் எல்லோருமே புகழ்பெற்ற வக்கீல்கள். சோவின் அப்பா ஸ்ரீனிவாஸ ஐயரும் வக்கீல்தான். இதனால் அவரும் சட்டம் படித்து வக்கீலாக வேண்டும் என்று குடும்பத்தினர் ஆசைப்பட்டதில் தவறில்லை.

சோவின் அம்மாவைப் பெற்ற தகப்பனார் ராமநாத ஐயர் சட்டக் கலைக் களஞ்சியத்தை எழுதியவர். இன்றும் அவரது சட்டக் கலைக் களஞ்சியம் உச்சநீதி மன்றத்தாலேயே மதிக்கப்படு கிறது. 2008 என்று நினைவு. உச்சநீதி மன்றத்தில் ஒரு சட்டச் சொல் சம்பந்தமாக வாதப் பிரதிவாதங்கள் எழுந்தன. தலைமை நீதிபதி, "வாட் ராமநாத ஐயர் சேஸ்" என்று வக்கீல்களைப் பார்த்துக் கேட்டார். ராமநாத ஐயருடைய சட்ட டிக்ஷ்னரியைப் பார்த்துத் தெளிவு பெற்றது நீதிமன்றம். அந்த அளவுக்கு சோவின் குடும்பத்தினரிடம் சட்ட நுண்ணறிவு இருந்தது. அதனால் சோவும் சட்டம் படித்தார். ஆனால் வீட்டுக்குத் தெரியாமல் நாடகங்களிலும் நடித்தார். ஒரு சமயத்தில் அவர் நடிப்பது குடும்பத்தினருக்குத் தெரிந்துவிட்டது.

1950களில் சோ எழுதிய நாடகங்கள் சிலவற்றுக்கு ஆங்கிலத்திலேயே தலைப்புகள் இருந்தன. Is God Dead, Govodis என்று ஆங்கிலத்தில் இருந்தன. சோ நாடகங்களை எழுதிய காலத்தில் இயக்குனர் கே. பாலசந்தரும் நாடகங்களை எழுதி வந்தார். சோவின் சில நாடகங்களை கே. பாலசந்தர் இயக்கியுமிருக்கிறார். சோவின் நாடகங்களில் அவருடன் சென்னை விவேகானந்தா கல்லூரியில் படித்த நண்பர்களே நடித்தனர். அதனால் தனது நாடகக் குழுவுக்கு சோ, 'விவேகா பைன் ஆர்ட்ஸ்' என்றே, தன் கல்லூரியை நினைவுபடுத்தும் விதமாகப் பேர் வைத்தார். கே. பாலசந்தருக்கும் சோவின் நாடகக் குழுவினருக்கும் ஒத்து வரவில்லை. அதனால் சோவே தனது நாடகங்களை இயக்கவும் ஆரம்பித்தார். தனது நிறுவனத்தின் நாடகங்கள் தவிர, சில வெளியார் நாடகங்களிலும் நடித்தார் சோ. 'பெற்றால்தான் பிள்ளையா' என்ற நாடகத்தில் சென்னை பாஷை பேசுகிறவராக சோ நடித்தார். அவரது மெட்ராஸ் பாஷை நாடக ரசிகர்களிடையே புகழ்பெற்றது. அந்த நாடகம்தான் பின்னர் 'பார் மகளே பார்' என்ற தலைப்பில் பீம்சிங்கின் இயக்கத்தில் சினிமாவாக வெளியானது. நாடகத்தில் ஏற்ற அதே கதபாத்திரத்தை சினிமாவிலும் சோ ஏற்று நடித்தார். அவரது திரையுலகப் பிரவேசம் இப்படித்தான் நடந்தது.

டி.டி. கிருஷ்ணமாச்சாரியின் 'டி.டி.கே' கம்பெனியில் சட்ட ஆலோசராகப் பணிபுரிந்து கொண்டே நாடகங்களை எழுதி இயக்கி நடித்தார் சோ. சினிமாவிலும் வாய்ப்புகள் குவிந்தன. சம்பவாமி யுகே யுகே, உண்மையே உன்விலை என்ன, முகமதுபின் துக்ளக், சரஸ்வதி சபதம், யாருக்கும் வெட்கமில்லை போன்ற அவரது சமூக அரசியல் நையாண்டி நாடகங்கள் புகழ்பெற்றன. சினிமாவில் காமெடியனாக சிவாஜி, எம்.ஜி.ஆர் ஆகிய இரண்டு நடிகர்களுடனும் இணைந்து நடித்தார் சோ. சினிமாவிலும் தனது அரசியல் நையாண்டியை சோ தொடர்ந்தார். முகமதுபின் துக்ளக், உண்மையே உன் விலை என்ன, யாருக்கும் வெட்கமில்லை ஆகிய அவரது மேடை நாடகங்கள் திரைப்படங்களாக்கப்பட்ட போது, அவற்றை அவரே இயக்கி, நடிக்கவும் செய்தார். அரசியல் நையாண்டி என்பது தமிழ் நாடகத் திரையுலகிற்கு அதுவரை அறிமுகமில்லாதது. இதை அறிமுகம் செய்தவர் சோ. அவரது அரசியல் நையாண்டியைத் திராவிடக் கட்சிகள், குறிப்பாக அந்நாளைய தி.மு.கழகம் விரும்பவில்லை. இதனால் அவரது நாடகங்களுக்கு தி.மு.க. வினரிடையே பலத்த எதிர்ப்பு இருந்தது.

1969இன் இறுதியில் சிதம்பரம் அண்ணாமலைப் பல்கலைக் கழகத்தில் பேசுவதற்காக சோ அழைக்கப்பட்டிருந்தார். தன்

நாடகக் குழு நண்பர்களுடன் சிதம்பரம் சென்று பேசிவிட்டுக் காரில் திரும்பிக் கொண்டிருந்தபோது, நண்பர்கள் அவரிடம் வேடிக்கையாக, "நீ நாடகம் எழுதறே... சினிமாவிலே நடிக்கிறே... ஆனால், உன்னாலே ஒரு பத்திரிகை நடத்த முடியுமா? ..." என்று சவால் விட்டனர். சோவும் அதே வேடிக்கையுடன், அந்தச் சவாலை ஏற்றுக்கொண்டார்.

'ஹிந்து' ஆங்கில நாளிதழில் 'நான் ஒரு பத்திரிகை தொடங்கப் போகிறேன் ஆரம்பிக்கலாமா' என்று கேள்விக்குறியுடன் ஒருவிளம்பரம் வெளியிட்டார். அதற்கு ஆதரவாக ஏராளமான கடிதங்கள் வந்தன. அதைப் பார்த்து நண்பர்கள் ஆச்சரியத்தால் வாயடைத்துப்போயினர். அப்படி ஆரம்பிக்கப்பட்டதுதான் 'துக்ளக்' 'யுனைட்டெட் எண்டர் பிரைஸஸ்' என்ற நிறுவனத்தின் சார்பில் துக்ளக், மாதமிருமுறைப் பத்திரிகையாக, 1970 ஜனவரி பொங்கல் அன்று முதல் இதழ் வெளிவந்தது. நான் அப்போது பாளையங்கோட்டையில் இருந்தேன். முதல் துக்ளக் இதழை நானும், என் நண்பர் செல்வக்குமாரும் திருநெல்வேலி ஜங்ஷன் ஸ்டேஷனில் ஹிக்கின் பாதம்ஸ் ஸ்டாலில் வாங்கினோம். ஸ்டேஷன் பிளாட்பாரப் பெஞ்சில் உட்கார்ந்து வாசித்தோம். அப்போது வெளிவந்து கொண்டிருந்த தமிழ் வாரப் பத்திரிகை களைப் போல் துக்ளக் இல்லை. கேலியும், நையாண்டியும் பத்திரிகையில் தூக்கலாக இருந்தது. சிறுகதைகளோ, தொடர் கதையோ அந்த முதல் இதழில் இல்லாமல் இருந்ததே அதன் தனித்த பாணியை எடுத்துக்காட்டியது.

1973இல் முதல் முதலாக சென்னைக்கு வேலை தேடி வந்தேன். *கண்ணதாசன்* மாத இதழில் உதவி ஆசிரியர் வேலை கிடைத்தது. கண்ணதாசன் ஆறே மாதத்தில் நின்றுவிட்டது. அதன் பிறகு *கணையாழி, புதுவைக்குரல், அன்னைநாடு* போன்ற பத்திரிகைகளில் 1976 வரை பணிபுரிந்தேன். 1976 ஜூன் 22ஆம் தேதி துக்ளக்கில் புரூப் ரீடராக வேலைக்குச் சேர்ந்தேன். அப்போது அவசரநிலை பிரகடனம் செய்யப்பட்டு அமலில் இருந்தது. மொரார்ஜி தேசாய், ஜெயப்பிரகாஷ் நாராயண், ஜார்ஜ் பெர்ணான்டஸ் போன்ற பல கட்சித் தலைவர்களும் சிறையில் அடைக்கப்பட்டிருந்தனர். பத்திரிகைகள் சென்ஸார் செய்யப்பட்டன. தமிழ்நாட்டில் *இந்தியன் எக்ஸ்பிரஸ், தினமணி, துக்ளக், முரசொலி* ஆகிய பத்திரிகைகள் சென்ஸார் செய்யப்பட்டுத்தான் வெளிவந்தன.

அவசரநிலை வருவதற்கு முன்பே மத்தியில் ஆட்சியிலிருந்த இந்திரா காந்தியையும், தமிழ்நாட்டில் ஆட்சியிலிருந்த தி.மு.க.வையும் சோ தனது 'துக்ளக்'கில் கடுமையாக

விமர்சனம் செய்துவந்தார். அவர்களது கொள்கைகளையும், திட்டங்களையும் கேலியும், கிண்டலும் செய்தார். அப்போது சோ, எம்.ஜி.ஆருடன் பல படங்களில் நடித்து வந்தார். ஒருநாள் எம்.ஜி.ஆரின் மேனேஜரும், பின்னர் அ.தி.மு.க. மந்திரியும் ஆன ஆர்.எம். வீரப்பன் சோவைக் கூப்பிட்டு அக்கறையுடன் கடிந்து கொண்டார்.

"ஒமக்கு எதுக்குய்யா இந்தப் பத்திரிகை?... சினிமாவிலே நெறைய சான்ஸ் வருது. பத்திரிகையிலே கண்டதையும் எழுதி, சினிமா சான்ஸைக் கெடுத்துக்கிடாதீரும்! . . . பத்திரிகை நடத்துறதா ஓம்ம வேல?... நடிக்கிறது தான்யா உம்ம தொழில். ஏதுக்கு இந்த எளவெல்லாம்? . . . விட்டுத் தொலையுமய்யா." என்று ஆர்.எம்.வி. கூறினார். அவர் எம்.ஜி.ஆருடன் தொடர்ந்து சோ பல படங்களில் ஒப்பந்தமாக இருப்பதை மனதில் வைத்துத்தான் அப்படிச் சொன்னார். ஆனால், சினிமாவுக்காகத் துக்ளக்கை நிறுத்தத் தயாராக இல்லை சோ. எம்.ஜி.ஆருக்கு நாகேஷை விட 'சோ'வைப் பிடித்திருந்தது. அதனால் எம்.ஜி.ஆரின் பல படங்களில் சோ நடித்தார். நல்ல வருமானமும் வந்தது, இருந்தாலும் அந்த வருமானத்திற்காக, துக்ளக்கை நிறுத்தவோ, அதிலிருந்து விலகவோ சோ தயாராக இல்லை. எதற்காகவும் நாடகத்தையும், துக்ளக்கையும் விட்டு விலகுவதாக அவர் இல்லை. இதனால் எம்.ஜி.ஆர். படவாய்ப்புகள் படிப்படியாகக் குறைந்தன.

நடிப்பைப் போலவே சோ எழுத்தையும் விரும்பினார். அவர் தனது கல்லூரி நாட்களிலேயே தேவனின் எழுத்தினால் பெரிதும் கவரப்பட்டார். ஆங்கிலத்தில் சாமுவேல் பெக்கட், பி.ஜி. ஓடோஸின் எழுத்துக்களை விரும்பி வாசிப்பார். அவர் கல்கண்டில்தான் முதல்முதலாக எழுதினார். நாடகங்களை எழுதுகிறபோதே கல்கியிலும், தினமணி கதிரிலும் தொடர்களை எழுதியிருக்கிறார். எழுத்தின் மீது ஒரு தீராத தாகம் சோவுக்கு இருந்தது. 'துக்ளக்'கை அவர் ஆரம்பிக்க அவரது எழுத்தார்வம்தான் பெரும் காரணம். அதனால்தான் சினிமாவை விட துக்ளக்கே அவருக்கு முக்கியமாகப்பட்டது.

நான் துக்ளக்கில் புரூப் ரீடராகச் சேர்ந்தாலும், அங்கு சேர்ந்த ஒரு மாதத்திலேயே என்னை துக்ளக்கில் கட்டுரைகளை எழுதவைத்தார் சோ. சினிமா விமர்சனங்களை எழுதும் பொறுப்பையும் என்னை நம்பி ஒப்படைத்தார். என்னை விட நான்காண்டுகளுக்கு முன்பு பணியில் சேர்ந்து உதவியாசிரியராக இருந்த அனந்த கிருஷ்ணன், 'விஸிட்டர்' என்ற பெயரில் இதழ்தோறும் கட்டுரைகள் எழுதினார். 'விஸிட்டர்' என்ற

புனைபெயரை வைத்தது சோதான். 'இன்வெஸ்டிகேட்டிவ் ஜர்னலிஸம்' என்பது முதல் முதலாக துக்ளக்கில் விஸிட்டரின் கட்டுரைகளின் மூலம்தான் தமிழில் அறிமுகமாயிற்று. இதைச் சாத்தியமாக்கியவர் சோ.

தலையங்கங்கள், கேள்வி –பதில், கார்ட்டூன்கள் இவை தவிர 'அனந்த்'தின் கட்டுரைகளும், எனது சினிமா விமர்சனம், வேறு தனிக் கட்டுரைகளுடன் சுந்தர ராமசாமியின் தாய்மாமாவான நாராயண ஐயர், 'பரந்தாமன்' என்ற பேரில் எழுதிய கட்டுரைகளும் துக்ளக்கில் பிரசுரமாகின. *ஆனந்தவிகடனில்* டபிள்யூ.ஆர். ஸ்வர்ணலதா என்ற புனைபெயரில் மர்மத் தொடர்களை எழுதிய வரதராஜன், 'முகுந்தன்' என்ற பேரில் சாவியின் ஆசிரியத்தில் வெளிவந்த தினமணிகதிரில் நகைச்சுவைக் கதைகளும் எழுதினார். வரதராஜனை 'விராஜன்' என்ற புனைபெயரில் துக்ளக்கில் அரசியல் நையாண்டிக் கட்டுரைகளை எழுத வைத்தார் சோ. டெல்லியிலிருந்து கே. ஸ்ரீனிவாஸன் இதழ்தோறும் டெல்லி அரசியலைப் பற்றி துக்ளக்கிற்கு எழுதி வந்தார். சோவின் ஒண்ணரைப் பக்க நாளேடு பகுதி, இன்றும் துக்ளக்கில் பிரபலமான ஒரு பகுதி.

துக்ளக்கில் எழுதியவர்களை அவரவர் நடையில் எழுத விட்டார் சோ. அனந்த கிருஷ்ணனுக்கு 'விஸிட்டர்' என்றும், நாராயண ஐயருக்குப் 'பரந்தாமன்' என்றும், வரதராஜனுக்கு 'விராஜன்' என்றும் புனைபெயரிட்டது போல், எனக்கு 'துர்வாசர்' என்று பெயரிட்டார். சினிமா விமர்சனத்தைப் 'போஸ்ட்மார்ட்டம்' என்ற தலைப்பில் வெளியிட்டது, அந்த விமர்சனங்களுக்கான பதில்களை அந்தந்த இயக்குனர்களிடமே வாங்கி வெளியிட்டது, விஸிட்டரின் புலனாய்வுக் கட்டுரைகள், ஒண்ணரைப் பக்க நாளேடு போன்றவை, சோ ஒரு திறமையான பத்திரிகையாளர் என்பதையும், மாற்று அபிப்பிராயங்களுக்கும் இடமளித்த ஒரு மனிதர் என்பதையும் காட்டுகிறது.

பிறரது அபிப்பிராயங்களை அவர் மதித்ததால்தான், துக்ளக் ஆண்டுவிழாவில் வாசகர்கள் தங்கள் கருத்துக்களை மனம் திறந்து கூறும் வாய்ப்பை அளித்தார். அவர் ஏற்றுக் கொள்ளாத கொள்கைகளைக் கொண்டிருந்த கம்யூனிஸ்ட் தலைவர்களின்பேட்டிகள், கி. வீரமணியின் பேட்டிகளை எல்லாம் விரிவாக வெளியிட்டார். ஏன், இந்திரகாந்தியையே பேட்டி கண்டு அதை துக்ளக்கில் வெளியிட்டார். பல அகில இந்தியத் தலைவர்கள், மாநில அரசியல் கட்சித் தலைவர்களின் பேட்டிகளை எல்லாம் 1970களிலேயே சோ துக்ளக்கில் வெளியிட்டிருக்கிறார்.

பத்திரிகை ஆசிரியர்கள், தமிழ் எழுத்தாளர்களின் பேட்டிகளையும் அதே 1970களில் துக்ளக் பிரசுரித்திருக்கிறது. 'எனது வண்ணான் கணக்கைக் கூடப் பத்திரிகைகள் பிரசுரிக்கத் தயாராக இருக்கின்றன' என்று சுஜாதா தனது துக்ளக் பேட்டியின்போது குறிப்பிட்டது பெரிய சர்ச்சையாயிற்று. அரசியல் தலைவரது பேட்டியாக இருக்கட்டும், வேறு துறை சார்ந்தவர்களின் பேட்டிகளாக இருக்கட்டும், அவர்களிடம் துணிச்சலுடனும், வெளிப்படையாகவும் கேள்விகளைக் கேட்பார் சோ. இதையே துக்ளக்கில் பணியாற்றிய இதர உதவியாசிரியர்களும் பின்பற்றினர்.

கருணாநிதியையும், அவரது அரசையும் சோ கடுமையாக விமர்சித்தவர். ஆனால், எமெர்ஜென்ஸியின்போது கருணாநிதியின் அரசு பதவியிழந்தது. இதை சோ ஏற்கவில்லை. தி.மு.க. அரசைப் பதவியை விட்டு இறக்கியது தவறு என்று துக்ளக்கில் எழுதினார். இது கருணாநிதியே எதிர்பாராதது. 'நடு நிலைமை' என்பதைத் தன் வாழ்நாளெல்லாம் கடைப் பிடித்தவர் சோ. அவரது பாராட்டுதல்களும், கண்டனங்களும், எதிர்ப்புகளும் அந்தந்த விஷயத்தின் தன்மைகளை அலசி ஆராய்ந்து எடுக்கப்பட்ட முடிவுகள்.

பொதுவாக ஏதாவது ஒரு பக்கத்தை மட்டுமே பார்ப்பதும், அதுவே சதமென்று நம்புவதும் மனிதனின் குணம். இதற்கு நேர்மாறானவர் சோ. அதனால்தான் அவர் பல சமயங்களில், அவரது வாசகர்களாலேயே தவறாகப் புரிந்துகொள்ளப்பட்டார். ஒரு காலத்தில் அவரை, ஆர்.எஸ்.எஸ். ஆதரவாளர் என்றார்கள். இன்னொரு சமயம் ஜனதா கட்சி ஆதரவாளர் என்றார்கள். பிறகு பா.ஜ.க. ஆதரவாளர், அ.தி.மு.க. ஆதரவாளர் என்றும் கூடக் கூறினார்கள். அவர் தனது நண்பர்கள், குடும்பத்தினரிடம் உள்ள நிறை – குறைகளைப் பார்த்தது போல்தான், கட்சித் தலைவர்களிடமும், கட்சிகளிடமும் உள்ள நிறைகள் – குறைகள் இரண்டையுமே எடைபோட்டு நிறுப்பது போல் அலசி ஆராய்ந்து கூறினார். நிறைகளைக் கூறும்போது ஆதரவாளர் என்று கருதுகிறது பொதுப்புத்தி. உண்மையில் சோ ஒரு நடுநிலையாளர்.

எதையுமே அலசி ஆராய்ந்து முடிவுகளை எடுத்ததால்தான் அவரால் மொரார்ஜி தேசாயின் அரசு கவிழும் என்பதை முன்கூட்டியே கூறமுடிந்தது. எமெர்ஜென்ஸியால் இந்திரா காந்தி தோற்பார் என்று கூறமுடிந்தது. 1977இல் எம்.ஜி.ஆரின் அ.தி.முக. ஆட்சியைப் பிடிக்கும் என்பதை முதலிலேயே அவரால் கணிக்க முடிந்தது. இலங்கையில் தனி ஈழம் கிடைக்காது என்பதை 1983இலேயே அவரால் கூறமுடிந்தது.

நான் 'நியூரோஸிஸ்' என்ற மனநோயினால் பாதிக்கப்பட்டு 1990இல், 'துக்ளக்கை விட்டு விலகுகிறேன்' என்று அவரிடம் கூறியபோது, அவர் என்னை விலக அனுமதிக்கவில்லை. "நீங்கள் எதுவும் துக்ளக்கில் எழுத வேண்டாம். சும்மா ஆஃபீஸுக்கு வந்து போய்க்கொண்டிருங்கள்" என்றார். ஆனால் 1990 மார்ச்சிலிருந்து ஆபீஸுக்குச் செல்வதை நிறுத்திவிட்டேன். என்மீது கொண்ட அபிமானத்தினால் கார் டிரைவரை அனுப்பி என்னை அழைத்து வரச் சொன்னார். நான் செல்லவில்லை. அதற்கப்புறமும் அவர் என்னை விலக்கவில்லை. மூன்று மாதங்கள் கழித்துதான் என் ராஜினாமாவை ஏற்றுக்கொண்டார்.

நான் துக்ளக்கை விட்டு விலகியது தவறு என்பதை ஒரு வருடம் கழித்து உணர்ந்தேன். குடும்பச் செலவுகளைச் சமாளிப்பது கடினமாக இருந்தது. 1996இல் துக்ளக்கை வாரப் பத்திரிகையாக மாற்றியபோது, மீண்டும் என்னை சோ அழைத்தார். அப்போதும் இரண்டே மாதங்களில் வேலையைவிட்டு நின்றுவிட்டேன். இப்படி 2007 வரை அவ்வப்போது அவரிடம் போய் வேலை கேட்பேன். பணியில் அமர்த்துவார். ஆனால் திடீர் திடீரென்று நின்றுவிடுவேன். ஆனால், மீண்டும் சென்றால், என்னை அவர் ஏற்றுக்கொள்வார். கடைசியாக 2007 நவம்பர் முதல் இன்று வரை தொடர்ந்து துக்ளக்கில்தான் பணிபுரிந்து வருகிறேன். அவர் மறைந்துவிட்டார். அவர் ஒரு அறிவுஜீவி மட்டுமல்ல; அபூர்வமான மனிதரும் கூட.